சென்னை மதுரை சியாட்டில்

(புதினம்)

டாக்டர் ரெக்ஸ் சற்குணம்

பாரதி புத்தகாலயம்

Chennai Madurai Siyatil (Fiction) (in Tamil)
Dr. Rex Sargunam
First Published: October, 2022
imprint of Bharathi Puthakalayam
7, Elango Salai, Teynampet, Chennai - 600 018
Email: bharathiputhakalayam@gmail.com | www.thamizhbooks.com

சென்னை மதுரை சியாட்டில் (புதினம்)
டாக்டர் ரெக்ஸ் சற்குணம்
முதல் பதிப்பு: அக்டோபர், 2022
வெளியீடு:

பாரதி புத்தகாலயம்

7, இளங்கோ சாலை, தேனாம்பேட்டை, சென்னை - 600 018
தொலைபேசி : 044 24332424, 24330024, 24332924
விற்பனை உரிமை

விற்பனை நிலையங்கள்
மதுரை: 37A, பெரியார் பேருந்து நிலையம் - 045 22324674
ஈரோடு: 39: 39 ஸ்டேட் பாங்க் சாலை - 9245448353
திண்டுக்கல்: பேருந்து நிலையம் - 9942331105, 9976053719
பழனி: பேருந்து நிலையம் அருகில் - 9442883696
திருப்பூர்: 447, அவினாசி சாலை - 9486105018
சேலம்: பாலம் 35, அத்வைத ஆஸ்ரமம் சாலை 0427 2335952
திருவல்லிக்கேணி: 48, தேரடி தெரு - 9444428358
வடபழனி: பேருந்து நிலையம் எதிரில் அடையார்
ஆனந்தபவன் மாடியில் - 9444476967
பெரம்பூர்: 52, கூக்ஸ் ரோடு - 9444373716
திருவாரூர்: 35, நேதாஜி சாலை - 9442540543
சேலம்: 15, வித்யாலயா சாலை சாலை
திருநெல்வேலி: 25A, ராஜேந்திரநகர் - 9442149981
அருப்புக்கோட்டை: 49A/4 மெயின் ரோடு, தெற்கு தெரு,-9994173551
மதுரை: சர்வோதயா மெயின்ரோடு
குன்னூர்: N.K.N வணிக வளாகம் பெட்போர்ட்
செங்கல்பட்டு: 1 D ஜி.எஸ்.டி சாலை - 044 27426964
விருதுநகர்: 131, கச்சேரி சாலை - 0456 2245300
கும்பகோணம்: 352, ரயில் நிலையம் எதிரில் - 9443995061
வேலூர்: பேஸ் III, சத்துவாச்சாரி - 9442553893
நெய்வேலி: பேருந்து நிலையம் அருகில், - 9443659147
தஞ்சாவூர்: காந்திஜி வணிக வளாகம் காந்திஜி சாலை - 9655542400
கோவை: 77, மசக்காளிபாளையம் ரோடு, பீளமேடு - 8903707294
திருச்சி: வெண்மணி இல்லம், கரூர் புறவழிச்சாலை - 9994289492
திருவண்ணாமலை: முத்தம்மாள் நகர்
நாகர்கோவில்: 699 கே.பி.ரோடு R.V.புரம் - 9443450111
சிதம்பரம்: 11 / 28 வெள்ள திறந்தான் தெரு, - 9994399347
கரூர்: நாரத கானசபா அருகில் (TNGEA OFFICE)- 9442706676
காரைக்குடி : 12, 2 வது தெரு, கம்பன் மணிமண்டபம் பின்புறம் - 9443406150
நினைத்த நூல்கள்... நினைத்த நேரத்தில்...

thamizhbooks.com   9498062424   BharathiTV | www.bookday.in

அச்சு : பிரிண்டெக், சென்னை - 600 005.

சமர்ப்பணம்

அ.பிலிஸ் ரெக்ஸ்

முன்னுரை

டாக்டர் ரெக்ஸ் சற்குணம் குழந்தைகள் நல மருத்துவராக இன்றுவரை பணியாற்றி வருகிறார். மார்க்சீய மெய்ஞான அறிஞர்களில் ஒருவர்; மார்க்சீய இயக்கத்தில் பல்லாண்டு காலமாக தன்னை இணைத்துக் கொண்டு பணியாற்றி வருபவர். சமூகப் போராளி. மாணவ பருவத்திலேயே தலைமைப் பண்புடன் விளங்கியவர். மருத்துவ கல்லூரியில் படிக்கும் காலத்திலேயே மாணவர் செயலராக இருந்தவர். 1965 இந்தி எதிர்ப்பு போராட்டத்தில் முழுமையாகப் பணியாற்றியவர்; எழும்பூர் குழந்தை நல மருத்துவதுறையில் இயக்குநராக இருந்தவர். தமிழ்நாடு மருத்துவர்கள் சங்கத்தில் தீவிரமாக பணியாற்றியவர். சங்கத்தின் பொதுச் செயலாளராகவும் தலைவராகவும் இருந்துள்ளார். மக்கள் உடல் நலனில் அக்கறையுள்ள மருத்துவப் போராளியாகவும் இருக்கிறார். பள்ளிக் கல்வித்துறையிலும் அவருக்கு ஈடுபாடு உள்ளது. கல்வி வணிகமயமாவதற்கு முழு எதிர்ப்பையும் தெரிவித்தவர். பீடி தொழிலாளர்கள், விவசாயிகளின் பிள்ளைகள் அதிகமாக படிக்கும் மாதாபட்டினம் (திருநெல்வேலி மாவட்டத்தில் உள்ள சிறு கிராமம்) பள்ளியின் தாளாளராகவும் இருக்கிறார்.

அன்டோனியோ கிராம்ஸி குறித்து இரண்டு நூல்களை எழுதி இருக்கிறார். அண்மையில் சோசலிசமே எதிர்காலம் குறித்து நூல் ஒன்றினை எழுதி இருக்கிறார். மருத்துவர் ரெக்ஸ் சற்குணம் தமிழில் எழுதி இருக்கும் முதல் நாவல் தற்போது வெளிவந்துள்ளது.

இராஜன் இமானுவேல் கதைத் தலைவனாகவும், சிவகாமி வேல்விழி கதைத் தலைவியாகவும் நாவலில் படைக்கப்பட்டுள்ளனர். தலைவன் - தலைவி என்றவுடன் இருவரும் கணவன் மனைவி என்று நினைத்து விடக்கூடாது. இருவரும் விரும்புகிறார்கள். ஆனால் வேல்விழி, மருத்துவர் பிரபுவை மணக்க நேரிடுகிறது. என்றாலும் இம்மானுவேல் - வேல்விழி நட்பு தொடர்கிறது.

இருவரின் வாழ்க்கையும் சமூகப் போராட்டங்களிலேயே நகர்கிறது. இந்தியாவில் சாதீய படிநிலைகளின் வேறுபாடுகளும்,

தீண்டாமையும் இன்றுவரை தொடர்கிறது. சாதி மத வேறுபாடுகளும் ஏற்றத்தாழ்வுகளும் எவ்வாறு வேரூன்றி உள்ளது என்பது நாவலில் பல இடங்களில் சுட்டிக்காட்டப்பட்டுள்ளது. வேல்விழியின் தந்தை சீமைராஜாவின் பாத்திரப்படைப்பில் இது முழுமையாக காட்டப்பட்டுளள்து. இவர் காங்கிரஸ் கட்சியின் பிரமுகராக காந்தி, நேரு, காமராஜரின் பெயர்களை உச்சரிப்பதுடன் தமது கடமையை முடித்துக் கொள்கிறார். கிட்டத்தட்ட ஒரு அரசியல் போலியாகவே காட்டப்படுகிறார். சீமைராஜாவின் இந்த குணமே வேல்விழி, ராஜனை மணப்பதற்கும் தடையாக இருக்கிறது. (சாதிரீதியாக மட்டுல்லாது மதரீதியாகவும் தந்தை எதிர்க்கிறார்.) இலட்சியவாதியான வேல்வேல்விழி தந்தையின் நிலைப்பாட்டை ஏற்றுக்கொள்கிறார். இந்த முடிவு சற்று முரண்பாடானதுதான். ஆனால் இந்தியாவை விட்டு சென்று அமெரிக்காவிலிருந்து வீடு திரும்பாமலேயே வீரமரணம் அடைகிறார். இது அவரது தந்தைக்கான தண்டனையாக அமைகிறது.

நாவலின் பெரும்பகுதி போராட்டக் களம்பற்றியே பேசுகிறது. இந்தி எதிர்ப்புப் போராட்டத்தில் நாவலின் ஆசிரியரே நேரடியாகக் களம் கண்டவர். அவரது அனுபவம் நாவலின் போக்கிற்கு வலு சேர்த்திருக்கிறது. மருத்துவர்களுக்கு சமூகப் போராட்டங்களில் பங்கிருக்காது. தான் உண்டு தன் வேலை உண்டு என்று இருப்பார்கள் என்ற சமூகப் பார்வையிலிருந்து விலகி அவர்களும் சமூகத்தின் அங்கமாக இருப்பதை இந்தி எதிர்ப்பு போராட்டத்தில் மருத்துவக் கல்லூரி மாணவர்களின் பங்களிப்பு பேசுகிறது. இவர்களில் ராஜன் இடதுசாரி கொள்கைகளில் ஈடுபாடு மிக்கவராக இருக்கிறார். வேல்விழியும் முற்போக்குவாதியாகக் காட்டப்படுகிறார்.

பொதுவாகப் பெண் பாத்திரங்கள் தன்னேரில்லா தலைவிகளாக சித்தரிக்கப்படுவதில்லை. ஆனால் மருத்துவர் ரெக்ஸ் தனது நாவலில் வேல்விழியை தன்னேரில்லாப் பெண்மணியாகக் காட்டுகிறார். வேல்விழியின் ஆசை விசாலப் பார்வை கொண்டது. 'உலகம் முழுவதும் ஒரு குடும்பமாக இருக்க வேண்டும். பசி, பட்டினி, வறுமை இருக்கக்கூடாது. அத்தனை பேரும் கல்வி கற்க வேண்டும். மனிதர்களுக்குள் பேதங்கள் இருக்கக்கூடாது. சகலவிதமான உரிமைகளையும் பெற்றவர்களாக பெண்கள் இருக்க வேண்டும்' என்று ஆசைப்படுகிறார். இந்தியாவில் சாதி, மதம் என்றால் அமெரிக்காவில் நிறவேறுபாட்டு பிரச்சனை. இரண்டையும்

எதிர்க்கிறார். இறுதிவரை போராடுகிறார். தன் இதழின் மூலம் எல்லாவற்றையும் எதிர்க்கிறார் அம்பலப்படுத்துகிறார். மருத்துவராக இருந்தபோதிலும் போராளியாக உயிர்த்தியாகம் செய்கிறார். சுட்டுக் கொல்லப்பட்ட வேல்விழியின் உடல் அவரது விருப்பப்படி அமெரிக்காவிலேயே அடக்கம் செய்யப்படுகிறது. சொந்த ஊருக்குக் கொண்டுவரப்படவில்லை.

வேல்விழி சமூக சீர்த்திருத்தத்துடன் நின்றுவிடவில்லை. சென்னை - மதுரை - சியாட்டில் என்ற இதழையும் நடத்தி வெற்றிகரமான இதழாளராகவும் இருக்கிறார். அவரது இதழ் பலரது மௌனங்களை உடைக்கிறது. பத்திரிகை துறையிலும் ஒரு பெண்ணை வெற்றிகரமாக காண்பித்திருப்பதற்காக நாவலாசிரியருக்குப் பாராட்டு தெரிவிக்கலாம்.

நாவல் முழுக்க சமுதாய சீர்திருத்த கருத்துகளுக்கு பஞ்சமே இல்லை. நாவலின் பல துணைப் பாத்திரப் படைப்புகளும் கூட சீர்திருத்தம் பேசுகின்றன. ராஜனின் நண்பர்களாக வரும் சின்னசாமி, முத்து மாணிக்கம், ரேவதி, வேல்விழியின் மகள்களான ரேவதி, குழலி என பலரையும் இதற்குச் சான்றாகக் கூற முடியும்.

நிறவெறி ஆப்ரஹாம் லிங்கனைக் கொன்றது; மதவெறி மகாத்மா காந்தியைக் கொன்றது. இப்படி அமெரிக்க - இந்திய வரலாறுகளை ஒப்பிட்டுப் பார்க்கும் வேல்விழி தனது கருத்துக்களை மற்றவர்களின் மனத்திலும் விதைக்க சென்னை - மதுரை - சியாட்டில் இதழைத் தொடங்குகிறார். இந்தக் காலாண்டிதழில் அமெரிக்க ஐக்கிய மாகாணங்களிலிருந்து நால்வரும் இந்தியாவிலிருந்து இருவரும் ஆக அறுவர் ஆசிரியர் குழுவில் இடம் பெறுகின்றனர்.

சமூக சீர்த்திருத்தம் என்று வரும்போது பெண்ணடிமைத் தனத்தைக் குறிப்பிடாமல் இருக்க முடியாது. மௌனமாக இருப்பவளே சிறந்த பெண்மணி என்பது எழுதப்படாத சட்டமாக இருக்கிறது. பஞ்சாயத்துத் தலைவர்களாக மக்கள் தேர்ந்தெடுத்தாலும் சபை கூட்டங்களில் பெரும்பாலும் ஆண்களே பங்குபெறுகிற அவலம் நீடிக்கிறது. பெண்கள் சிறுபான்மையாக இருந்தாலும் அவர்கள் வாய்மூடி மௌனிகளாகவே இருக்க வேண்டும். இத்தகைய நிலை மாற வேண்டும் என்பதில் நாவலாசிரியர் கவனமாக இருக்கிறார். வேல்விழி திருமணத்தின் காரணமாக கூட்டப்படும் பஞ்சாயத்தில் இந்த காட்சி அமைக்கப்பட்டுள்ளது.

கணவனைத் தெரிவு செய்யும் உரிமை பெண்களுக்கு இருக்க வேண்டும் என்பதை வேல்விழி மூலம் வெளிப்படுத்துகிறார். காதல் திருமணங்களுக்கு இருக்கும் தடை நீங்கப் பெற வேண்டும் என்பதையும் வேல்விழி பாத்திரப்படைப்பின் மூலம் வெளிப்படுத்துகிறார்.

நாவலில் பல்வேறு செய்திகள் கொட்டிக் கிடக்கின்றன. அமெரிக்காவில் உள்ள சுதந்திர தேவியின் சிலையைப்பற்றிக் கூறும்போது பிரெஞ்சு நாட்டு தொழிலாளர்களின் உழைப்பு அதில் ஒளிந்துள்ளது என்பதுடன், இப்படிப் பல விஷயங்களில் அடுத்தவர் உழைப்பில் பெருமைத்தேடிக் கொள்வது அமெரிக்கா என்கிறார். அமெரிக்காவின் தலைநகரம் வாஷிங்டன். இதை வாஷிங்டன் டி.சி என்பர். டி.சி என்றால் என்ன? என்று கேள்வி எழுப்பிக்கொண்டு டிஸ்ட்ரிக்ட் ஆஃப் கொலம்பியா என்று விளக்கமளிக்கிறார். இந்தியா - அமெரிக்கா பற்றிய பல்வேறு வரலாற்றுச் செய்திகள் நாவல் முழுக்க இடம் பெற்றுள்ளன. இந்திய மக்கள் எல்லோருக்கும் தரமான மருத்துவ சேவை கிடைக்க வேண்டும் என்ற சீரிய நோக்கத்திற்காக போரே (Bhore) குழுமம் அமைக்கப்பட்டது என்ற செய்தியும் நாவலின் போக்கில் வருகிறது.

மருத்துவர் ரெக்ஸ் தாமே ஒரு மருத்துவராக இருப்பதால் மக்களிடையே காணப்படும் பல்வேறு மூடநம்பிக்கைகளை நாவலின் போக்கில் சுட்டிக்காட்டுகிறார். மருத்துவர் ராஜனும் மருத்துவர் ரத்திவிக்காவும் கிராம மக்களிடம் உள்ள அறியாமையைப் போக்க பாடுபடுகின்றனர். ஒரு தலைக் காதல் காரணமாக இக்காலத்தில் இளைஞர்களிடையே காணப்படும் ஆசிட் ஊற்றுதல், கொலை செய்தல் போன்ற தீய குணங்களுக்கு பதிலடியாக காதலித்தப் பெண்ணை நல்ல தோழியாகவும் பாவிக்க முடியும் என்பதை நாவல் உணர்த்துகிறது. மருத்துவர் ராஜனின் காதல் உன்னதமான உணர்வை ஏற்படுத்துகிறது.

நாவலாசிரியரின் மொழியறிவு வியக்க வைக்கிறது. திருக்குறள் முதல் தமிழ் ஒளியின் கவிதை வரை பலவும் இடம் பெறுகின்றன. தேவையான இடங்களில் பழமொழிகளும் பொன் மொழிகளும் விரவி வருகின்றன. “ மனதுக்குள் விழுந்த கருத்துக்களும் மண்ணுக்குள் விழுந்த விதைகளும் சும்மா இருப்பதில்லை” போன்ற தொடர்கள் இரசிக்கும்படி உள்ளது.

மருத்துவர் ராஜன் - வேல்விழியின் நட்பு வேல்விழியின் சொந்த கிராமத்தில் மக்களுக்கான மருத்துவமனை அமைவதுடன் நிறைவடைகிறது. மருத்துவமனையை வேல்விழியின் மகள் குழலி நிர்வாகம் செய்வது என முடிவெடுக்கப்படுகிறது.

குழலியின் கணவர் மகாராஷ்டிரத்தைச் சேர்ந்த வினோத் கோர்பாடே என்ற மருத்துவர். வினோதின் தந்தை சாதி, மதத்தை எதிர்க்கும் ஒரு சீர்திருத்தவாதி. அம்பேத்கரிய கொள்கைகளில் ஈடுபாடு கொண்டவர். எந்த கிராமத்தில் வேல்விழி - ராஜனின் திருமணம் ஏற்றுக்கொள்ளப்படாமல் நிராகரிக்கப்பட்டதோ அதே கிராமத்தில் அதே வேல்விழியின் தந்தை சீமைராஜா, குழலியின் திருமணத்தை ஏற்றுக்கொள்ள வேண்டிய கட்டாயம் ஏற்படுகிறது. சீமைராஜா தன் தவறை எண்ணி வருந்துகிறார். பழையன கழிந்தன. புதியன கால் கொள்கின்றன. இருப்பினும் அமெரிக்காவின் துப்பாக்கிக் கலாச்சாரத்திற்கு வேல்விழியை பலியாக்கியிருக்க வேண்டாம் என்று தோன்றுகிறது.

விறுவிறுப்பான நடையில் அற்புதமான கதைக் களத்துடன், மறக்க முடியாத பாத்திரங்களுடன் நாவல் வாசகனின் மனத்தைக் கவர்கிறது. இந்த நாவலின் வெற்றி மேலும் பல நாவல்கள் வெளிவர தூண்டுதலாக இருக்கும். மருத்துவர், எழுத்தாளர், நாவலாசிரியர், சமூகப் போராளி என பன்முகம் கொண்ட மருத்துவர் ரெக்ஸ் சற்குணம் இன்னும் பல நாவல்களை எழுத வேண்டும் என்று வாழ்த்துகிறேன்.

நன்றி

என்றும் தோழமையுடன்
பத்மாவதி விவேகானந்தன்

மருத்துவரின் வரலாற்றுப் புனைவு

காதல் என்ற கணக்குக்கு விடை திருமணம் மட்டும் தானா? எல்லை இல்லா அன்பாகவும் அது நீடிக்கலாம் அல்லவா?

திருமணம் செய்து கொள்ளும் வாய்ப்பு மறுக்கப்பட்ட அந்த ஆணும் பெண்ணும் தங்கள் நட்பையும் தோழமையையும் தொடர முடியுமா....?

அன்பும் நட்பும் தோழமையும் தொடர முடியும் எனும் வாழ்க்கை வகைமை - இலக்கியப் படைப்பாகி இருக்கிறது.

வீட்டில் புழங்குவதற்கு, ஒருவருக்கொருவர் அன்பை பரிமாறிக் கொள்வதற்கு, நட்பிற்கு தடை சொல்லாத குடும்பத்திற்குள் - திருமணத்திற்கு சாதி தடையாய் எழுகிறது. அகமண முறைக்குள் சாதி உயிர் வாழ்கிறது, அதற்குகந்தக் கருத்துக்கள் இந்திய மனங்களில் செழித்து வளர்ந்துள்ளன - அதன் நுட்பம் புனைவாக்கம் பெற்றுள்ளது.

டாக்டர் சி. எஸ். ரெக்ஸ் சற்குணம் குழந்தைகள் நல மருத்துவர். தமிழ்நாடு அரசு மருத்துவமனைகளில் உயர் பொறுப்புகளை வகித்தவர். மிகவும் புகழ் பெற்ற மருத்துவர்கள் பட்டியலில் முதன்மையானவர். குழந்தைகள் நல மருத்துவத்தில் ஆழ்ந்த புலமை கொண்டவர். மகத்தான மனித நேயர். எளிய மக்களின் நேசத்துக்குரியவர். முற்போக்கு கருத்தாளர். சிறந்த வாசகர். போராளி.

அரசுப் பணியிலிருந்து ஓய்வு பெற்ற பின் தன் இளமைக்கால வாழ்க்கையைத் திரும்பிப் பார்த்து, தன் சிந்தனைப் போக்கிலிருந்து வரலாற்றை, இலக்கியமாக்க முயற்சித்திருக்கிறார். அதில் வெற்றி பெற்று தன்னை, புனைவிலக்கிய எழுத்தாளராக - தமிழ் இலக்கிய உலகில் அறிமுகப்படுத்தி இருக்கிறார்.

மதுரை மருத்துவக் கல்லூரியில் மாணவராயிருந்த காலம், தமிழ்நாட்டு அரசியலில் கொந்தளிப்பு மிக்க காலமாகும். இந்தி மொழித் திணிப்பிற்கு எதிராக மாணவர்களின் கிளர்ச்சி உச்சமடைந்த காலம். அது உருவாக்கிய எழுச்சி, ஏற்படுத்திய அரசியல் மாற்றம் - நளினமான காதல் கதையினூடாக சொல்லப்பட்டுள்ளது. தமிழ் மொழிப் பற்றும் இடதுசாரி அரசியல் எண்ணங்களும்

கொண்ட உள்ளக்கிடக்கையின் ஊடாக கடந்தகாலப் போர்க்களம் பரிசீலிக்கப்படுகிறது.

டாக்டருக்குப் படிக்கப் போனவர்கள் உடன் அரசியலையும் படித்தனர். “உலகம் முழுவதும் ஒரு குடும்பம் போல இருக்கணும். எங்கேயும் பசி, பட்டினி, வறுமை இருக்கக்கூடாது. ஆறறிவு கொண்டவர்கள் அத்தனை பேரும் படிச்சிருக்கணும். உழைக்கும் சக்தி இருக்கிற எல்லாருக்கும் வேலை இருக்கணும். மனிதர்களுக்குள் பேதங்கள் இருக்கக்கூடாது. கணவரைத் தேர்வு செய்வது உட்பட எல்லா சுதந்திரமும், உரிமையும் பெண்களுக்கு இருக்கணும்.” மாணவச் செல்வங்கள் கூட்டாக மகா கனவுகளைக் கண்டார்கள்.

சாதி, சமய, இன, நிற வெறிகள் மனிதத்தை முடமாக்குவதை தமிழ்நாட்டு, அமெரிக்க வரலாற்றினூடாக உரிய ஆதாரங்களுடன் விவாதிக்கிறார். உலக நாடுகளின் அறிவையும் உழைப்பையும் சுரண்டி ஜொலிக்கும் அமெரிக்காவில், தோலின் நிறத்தால் கருப்பின மக்கள் ஒதுக்கப்படுவதும் துன்புறுத்தப்படுவதும் பளிச்சென உணர்த்தப்படுகிறது. தமிழ்நாட்டின் சுயமரியாதை, சமூகநீதி அரசியல் முன்னுதாரணங்கள் தனித்த அடையாளங்களுடன் பேசப்படுகிறது. படுத்துக்கொண்டே ஜெயிப்பேன் என்ற - காமராஜர் எனும் மாபெரும் ஆளுமை தோற்கடிக்கப்படுவதும், அண்ணாதுரை - அண்ணா எனும் குடும்ப உறவாக எழுச்சி பெறுவதன் அரசியல் நுட்பமும் நாவல் முழுவதும் விரவிக்கிடக்கின்றன.

அரசு நிறுவனங்களின் பெயர்ப் பலகைகளில் கூட இந்தி இருக்கக்கூடாது என்று போராடிய அண்ணாவின் பெயர்- சென்னை, பன்னாட்டு விமான நிலையத்தின் பெயர்ப் பலகையில் இந்தியில் உட்கார்ந்திருக்கிறது.

மூட நம்பிக்கை விஷக் கொடிகளை அறுத்தெறிய போராடுபவர்களை மத அடிப்படைவாதிகள் மிரட்டுகிறார்கள், கொல்கிறார்கள். இந்தியாவில் தபோல்கர். அமெரிக்காவில் டாக்டர் டில்லர்.

கடந்த கால அரசியல் வரலாற்றை சம காலத்துடன் பொருத்திப் பார்ப்பது அழகூட்டுகிறது. அறிவூட்டுகிறது.

வரலாறு நிகழும் காலத்து மொழி நடையும், படைப்பிற்குள் உலவும் கதை மாந்தர்களின் பெயர்கள் தமிழில் மிளிர்வதையும் குறிப்பிட்டுச் சொல்வது சிறப்பு.

"நிகழ்கால கண்களின் வழியாகவே நம்மால் கடந்த காலத்தைப் பார்க்க முடியும். அதைப் பற்றிய நமது புரிந்துணர்வைப் பெற முடியும். வரலாற்றின் அக்கறையும் ஈடுபாடும் சமுதாயத்தில் ஏற்படும் அடிப்படையான மாற்றங்களின் நிகழ்முறையைக் கண்டறிவதாகும்.

நிகழ்காலத்தின் தன்மையை புரிந்து கொள்ளவும் அதைவிடச் சிறந்ததோர் எதிர்காலத்தைக் கற்பிதம் செய்து பார்க்கவும் அதனை நனவாக்கத் திட்டமிடவும் உதவக்கூடியதே வரலாறு."

பிரிட்டிஷ் வரலாற்றறிஞர் ஈ. எச். கார். 'வரலாறு என்றால் என்ன? 'நூலில் மேற்கண்டவாறு வரலாற்றை வரையறுக்கிறார். அவர் வரையறையை மெய்ப்பிக்கும் வரலாற்றுப் புனைவிலக்கியம் இது.

"மனிதனுக்கு அப்பாற்பட்ட புறச்சக்திகள் வரலாற்றைத் தீர்மானிக்கும் காரணிகள் என்பதனை மறுப்பதற்கில்லை. ஆனால் இச்சக்திகளின் விளைவுகள் - மனிதனையும் சார்ந்துள்ளன என்பதனை ஒப்புக்கொள்ள வேண்டும். சிக்கிமுக்கிக் கல் எல்லாவிடத்திலும் இராது. இருக்குமிடங்களில் இரண்டுக் கல்லையும் உரசி தீ உண்டாக்குவதற்கு மனிதன் வேண்டும். எல்லா இடங்களிலும் விதைகள் இரா. ஆனால் இருக்குமிடங்களில் அவற்றை அரைத்துப் பொடியாக்கி இன்பமும் இனிப்புச் சத்துமுடைய பசையாக்க மனிதன் வேண்டும். அப்படித்தான் மனிதன் வேளாண்மைக்கு அடித்தளம் நாட்டினான். உலோகங்களே இல்லாத நிலம் உண்டு. ஆனால் அவை இருக்குமிடங்களில் நாகரிகப் பண்பாடு ஆகியவற்றின் ஆதாரமாக அமையும் கருவிகளையும் இயந்திரங்களையும் செய்ய மனிதன் வேண்டும்."
- டாக்டர் பாபாசாகேப் அம்பேத்கர். (தொகுதி - 1,பக்கம் 291)

வரலாற்றைப் படைப்பதற்கு புறச்சக்திகளுடன் மனிதனும் காரணமாகிறான் என நிறுவுகிறார் டாக்டர் அம்பேத்கர். அவ்வாறு தமிழ்நாட்டில் வரலாற்றைப் படைத்த மாணவர் படையின் ஒரு சிப்பாயியின் எழுத்து இது.

"விதைத்தவனுக்கு சோர்வு ஏற்படலாம். ஆனால் விதைகள் சோர்ந்து போவதில்லை. அவை மண்ணை முட்டி முட்டிப் பிளந்து முளையாகி வெளி வந்து வளரும். அந்த வளர்ச்சி எல்லோருக்கும் எல்லாவற்றையும் கொண்டு வந்து சேர்க்கும்." டாக்டரின் நம்பிக்கையுடன் நம்மையும் இணைத்துக் கொள்வோம்.

சைதை ஜெ.

என்னுரை

கொரோனா எனும் கொடிய வைரஸ் நடத்திய கோரத் தாக்குதல் மனிதகுலத்தை வீட்டுக்குள் பூட்டி வைத்து விட்டது. மருத்துவர் என்றாலும், வீட்டுக்குள் முடங்கியிருந்த காலம் எனக்கும் பொருந்துவதாகவே இருந்தது.

இந்தக் காலகட்டத்தைத் திசைமாற்றி பயனுடையதாக்க எடுத்த முயற்சிதான் இந்த நாவலுக்குப் பிறப்பிடம். 40-50ஆண்டுகளுக்கு முன்னால், எப்படி இருந்தோம் என்ன செய்தோம் மனக்கண் விரித்துத் திரும்பிப் பார்த்த போது கிடைத்த காட்சி அனுபவங்கள்தான் இங்கே பதிவாகியுள்ளன.

1965 என்ற மொழிப்போர் கொதிநிலை ஆண்டினைப் பின்புலமாகக் கொண்டு தொடங்கிய எனது எழுத்து, ஆறு தனது பாதையைத் தானே தெரிவு செய்து கொள்வதுபோல் வேறு வேறு தளங்களில் விரிந்து சமகாலம் வரை வந்து சமூகக் கடலில் கலந்து விட்டது. இது உவர் நீரா, உவப்பு நீரா என்று தீர்மானிக்க வேண்டியவர்கள் வாசகர்கள்தான்.

இந்தப் படைப்பில் வரும் இமானுவேல் ராஜன், வேல்விழி, குந்தவை, சின்னசாமி, பூங்குழலி, ரேவதி என விரியும் பாத்திரங்கள் அனைத்தும் கற்பனையல்ல. இவர்களில் கணிசமானவர்கள் என்னோடு கைகோர்த்து உலாவந்தவர்கள். கதையோட்டத்திற்காக சீமைராஜா, துரைராஜ், சாவித்திரி அம்மாள் போன்ற சில பாத்திரங்கள் கற்பனை செய்யப்பட்டுள்ளன.

கதை நிகழ்வுகள் கூட நடந்தவற்றின் எழுத்துப்படங்கள்தான். உண்மை நிகழ்வுகளை நூல் வாசிப்பின் போது நீங்களே உணர முடியும்.

பொதுவாக அரசியல், தத்துவம், மருத்துவம் என்பதையே சிந்தித்து கொண்டிருந்த எனக்கு வாழ்க்கை நிகழ்வுகளைத் தொகுத்துக்காணும் விருப்பத்தின் விளைவுதான் இந்தப் படைப்பு.

கொரோனா காலத்தில் மூச்சு விட்டுக்கொள்வதற்கு வழங்கப்பட்ட தளர்வு காலத்தை பயன்படுத்தி கணினியில் எழுத்துருவாக்கித் தந்த சக்தி ஜெராக்ஸ் சசிகலா அவர்களுக்கும்-

எப்போதும் போல் சிரமம் பாராது எனது எழுத்துப்பணிகளுக்கு உதவி வரும் வைகை பிரிண்டர்ஸ் இளங்கோ, விஜயா ஆகியோருக்கும்-

எனது படைப்பு முயற்சியைக் கேள்விப்பட்டவுடன் மகிழ்ச்சியடைந்து முன்னுரை நான் தான் எழுதுவேன் என்று கூறி சொல்லை செயலாக்கியிருக்கும் பேராசிரியர் பத்மாவதி விவேகானந்தன் அவர்களுக்கும்-

எனது இந்த முதல் முயற்சி பற்றி எழுத்தாளர் சைதை ஜெ-இடம் கருத்துக் கேட்டேன். அவர் முழுமையாகப் படித்துவிட்டு தனது கருத்தினை அணிந்துரையாகவே தந்துவிட்டார். அவ்வளவு ஈடுபாடு கொண்ட தோழர் சைதை ஜெ அவர்களுக்கும்-

நான் படைபுக்கருவை சுமந்து ஈன்றபின் அவ்வப்போது ஆலோசனை கூறி அழகுபடுத்திய தோழர் மயிலை பாலுவுக்கும்-

எனது வாழ்வில் ஒளியேற்றி எல்லாவற்றிலும் உறுதுணையாக இருந்த என் மனைவி பிலிஸ் ரெக்ஸ், படைப்பிற்கு வாசகப் பார்வை தந்த மகள் நிர்மலா ரெக்ஸ் ஆகியோருக்கும்-

நன்றி என்ற மூன்றெழுத்து போதாது. எண்ணிலா நன்றிகள்.

என்னதான் எழுதினாலும் அதனை அச்சிட்டு மக்களிடம் பரவலாக்குவது பெரும் சேவை என்றே சொல்லலாம். அதனை அர்ப்பணிப்போடு செய்து வரும் பாரதி புத்தகாலய நிர்வாகி தோழர் நாகராஜனுக்கு எனது சிறப்பான நன்றி. எனது முதல் நாவல் முயற்சி உங்கள் கைகளில்; அதன் உருவத்தையும் உள்ளடக்கத்தையம் சமன் செய்து சீர்தூக்கும் துலாக்கோலும் உங்கள் கைகளில்தான்.

நன்றியுடன்
டாக்டர் ரெக்ஸ் சற்குணம்
சென்னை – 600 020

1

2015, ஆகஸ்ட் 15 இந்தியாவின் 68 வது சுதந்திர தினம்... நாடு முழுவதும் விழாக்கோலம்... டில்லி, சென்னை, கோட்டைக் கொத்தளங்களில் மூவண்ண தேசியக்கொடி... முப்படைகளின் அணிவகுப்பு... சாகச நிகழ்ச்சிகள்... எல்லாமும் ரேடியோ, டி.வி. யில் நேரடியாக...

இதையெல்லாம் இந்த ஆண்டு இந்தியாவிலிருந்து பார்ப் பதற்கோ ரசிப்பதற்கோ டாக்டர் இம்மானுவேல் ராஜனுக்கு ஆர்வம் இல்லை. அவரது ஆர்வமெல்லாம் அமெரிக்காவில் குவிந்திருந்தது.

42 ஆண்டுகளுக்குப்பின் அமெரிக்காவில் டாக்டர் வேல்விழி சிவகாமியைப் பார்க்கப்போகிறார் டாக்டர் ராஜன்.

அதற்கான பயண ஏற்பாடுகளில் அவர் மூழ்கியிருந்தார். இரண்டு மாதமாவது அமெரிக்காவில் தங்கியிருக்க வேண்டும் என்பது அவரது ஆசை. டாக்டர் சிவகாமியின் விருப்பமும், வேண்டுகோளும்கூட இதுதான்.

அமெரிக்க ஏகாதிபத்தியம் பற்றி எத்தனையோ கூட்டங்க ளில் அவர் விமர்சனம் செய்திருக்கிறார். ஆனாலும் அது ஒரு நாடு. அங்கே ஏகாதிபத்திய அரசு மட்டும் இல்லையே! மனிதர் கள் இருக்கிறார்கள். அவர்களின் வாழ்க்கை முறை இருக்கிறது. பண்பாடு இருக்கிறது. வரலாற்றை நினைவுகூரும் சின்னங்கள், இடங்கள் ஏராளமாக இருக்கின்றன.

ஆப்ரகாம் லிங்கன் சிலையைப் பார்த்தால் என்னவித கம்பீரம்! நிறபேதத்தை எதிர்த்து வெற்றியும் கண்ட அந்த மாமனிதரின் சிலையருகே நின்றாலே உள்ளம் புத்துணர்ச்சி பெறும்.

சுதந்திர தேவியின் சிலை அமெரிக்காவின் அடையாளமாய் கம்பீரமாக நிற்கிறது. ஆனால் அந்தச் சிலையே அமெரிக்கா வுக்கு சொந்தமானதில்லையே! பிரான்ஸ் நாட்டுத் தொழிலாளர் களின் உழைப்பு அதற்குள் ஒளிந்திருப்பதை டாக்டர் ராஜன் அறிவார். இப்படிப் பல விஷயங்களில் அடுத்தவர் உழைப்பில் பெருமை தேடிக்கொள்வது அமெரிக்கா என்பதும் அவருக்குத் தெரியும்.

அண்ணாந்து பார்த்தால் கழுத்து வலிகண்டுபோகும் ஐ.நா. சபைக் கட்டடம், பல நாடுகளின் தேசியக் கொடிகள் ஏராளமான வானவில்கள் போல் ஒருசேர பறக்கின்ற காட்சி.

இப்படி எவ்வளவோ விஷயங்களைப் படங்களில் மட்டுமே பார்த்த டாக்டர் ராஜன் இப்போது நேரடியாகவே தெரிந்து கொள்ளப் போகிறார். இன்னும் அதிகமான விஷயங்கள் கூட தொல்பொருள் ஆய்வுபோல் தெரியவும் செய்யலாம். கலைடாஸ்கோப்பில் ஒரே நேரத்தில் பல நிறங்கள் தெரிவது போல் டாக்டர் ராஜனின் மனதில் விதவிதமான கற்பனைகள்... இவற்றைச் சுமந்த மனதோடு பயணத்திற்குத் தேவையானவற்றை 'பேக்' பண்ணினார்.

பயணப் பரபரப்பில் எதனை மறந்தாலும் ஒன்றை மறந்து விடக்கூடாது என்பதில் அவர் மிகவும் கவனமாக இருந்தார். அதுதான் குழலியின் திருமண அழைப்பிதழ். அது மிகவும் முக்கியம். அதில்தான் அமெரிக்காவில் டாக்டர் வேல்விழியின் முகவரி, தொடர்பு எண்கள் எல்லாம் இருக்கிறது. தேடி எடுத்துவிட்டார். பத்திரமாக பிரீஃப்கேஸ்க்குள் வைத்துக் கொண்டார்.

உண்மையில் ஒருவாரத்திற்கு முன்பே சிவகாமிவேல் விழியின் மகள் குழலியின் திருமணத்திற்கே அமெரிக்கா போயிருக்க வேண்டும். ஆனால் போக முடியவில்லை. கடமை யும், சேவையும் அவரைத் தடுத்துவிட்டது. அதை உதறிவிட்டு... கொஞ்சம் ஒத்திவைத்துவிட்டு... புறப்பட்டிருக்கலாம்தான். யாரும் தடுக்கப்போவதில்லை... அப்போதும் கடமை உணர் வைத் தூண்டி தாமதிக்க வைத்தது வேல்விழிதான்.

சுதந்திரம் அடைந்தபின் இந்திய மக்கள் எல்லோருக்கும் தரமான மருத்துவசேவை கிடைக்க வேண்டும் என்ற சீரிய நோக்கத்துக்காக போரே (Bhore) குழுமம் அமைக்கப்பட்டது. அதன் தாக்கத்தால் ஈர்க்கப்பட்ட மூன்று மூத்த மருத்துவர்கள் அரசின் முயற்சிகளுக்குத் துணை நிற்கும் வகையில் தன்னார்வ மருத்துவமனையை சென்னையில் ஆரம்பித்தனர். நல்ல நோக்கம் கொண்டிருந்ததால் இந்தியாவிலிருந்து மட்டும் இல்லாமல் வெளிநாட்டவர்களும் பெரிய அளவில் நிதி உதவி செய்தனர்.

மிகவும் ஏழைகளுக்குக் கட்டணம் இல்லாமலும் மற்றவர்க ளிடம் வருவாய்க்கேற்ப அவர்களாய்த் தரும் கட்டணத்தை ஏற்பதுமாக மருத்துவமனை நிர்வாகம் இருந்தது. மக்களுக்கு

சேவை செய்யும் மருத்துவமனைக்கு உதவியாகக் காமராஜர் தலைமையிலிருந்த தமிழக அரசு 24 ஏக்கர் நிலமும், மானியமும், 99 ஆண்டு குத்தகை முறையில் கொடுத்தது. லாபநோக்கம் இல்லாமல் இந்த மருத்துவமனையை நடத்துவதற்கு சரியான வழிமுறைகள் வகுக்கப்பட்டிருந்தன.

இதனை நிர்வகிப்பதற்குப் பொறுப்பாக்கப்பட்டிருந்த மூன்று மருத்துவர்களும் ஒருவர் பின் ஒருவராக இறந்தனர். இதனால் 90 வயதிற்கு மேற்பட்ட உலகப் புகழ் பெற்ற விஞ்ஞானி ஒருவர் நிர்வாகத் தலைவராகத் தெரிவு செய்யப் பட்டார்.

இப்படிப்பட்ட தன்னார்வ சேவைமிக்க மருத்துவமனையால் ஈர்க்கப்பட்ட டாக்டர் ராஜன் அரசுப்பணி ஓய்வுக்குப்பின் அங்குப் பணியில் சேர்ந்தார். நிர்வாகக் குழுவில் அவரும் அங்கம் வகித்தார். குழு என்பது கொஞ்சம் கொஞ்சமாக நழுவி கும்பல் மனோபாவத்துக்குள் விழுவதை அவர் உணரத் தொடங்கினார். புகையைக் கண்டு, எரியவிருக்கும் நெருப்பின் தொடக்கத்தை அறிவது போல் அவர் சிலவற்றை ஊகம் செய்தார். நிர்வாகக் குழு என்கிற கும்பல், மருத்துவமனையை மக்கள் சேவைக்கானது என்று பார்ப்பதிலிருந்து தடம் மாறியது. 24 ஏக்கர் நிலம் என்பது அவர்கள் சிந்தனையில் மருத்துவத்திற்கான கட்டடங்களாகத் தெரியாமல் ரியல் எஸ்டேட்டுக்கான வெறும் நிலமாக மட்டும் தெரிந்தது.

தடம் புரண்டு தடுமாறி தரையில் இறங்கிய ரயில் வண்டியைத் தூக்கி மருத்துவ சேவைத் தண்டவாளத்தில் நிறுத்த வேண்டும். அப்போதுதான் எளியமக்களுக்கான சேவை சீராக இயங்கும் என ராஜன் நினைத்தார். இதனை சரிசெய்வது தனியொருவனால் முடியாது என்பதை வரலாற்றிலிருந்து கற்றுக்கொண்டிருந்த ராஜன், மருத்துவமனைத் தொழிலாளர்கள், செவிலியர்கள், நேர்மையான மருத்துவர்களிடம் விஷயத்தைக் கசிய விட்டார். இவர்களின் போராட்டத்திற்கு ஆதரவாக நின்றார். நிர்வாகக் கும்பல் மோப்பம் பிடித்து போராட்ட நதி மூலத்தைக் கண்டுபிடித்துவிட்டது. விளைவு டாக்டர் ராஜன் குழுவி லிருந்தும் மருத்துவமனைப் பணியிலிருந்தும் நீக்கப்பட்டார்.

வீதிப்போராட்டத்தைத் தொழிலாளர்கள் செய்தபோது நீதிப்போராட்டத்திற்குள் அடியெடுத்துவைத்தார் டாக்டர் ராஜன். இப்படிப்பட்ட வழக்குகளில் நிபுணத்துவம் பெற்றவர் என அறியப்பட்ட வழக்கறிஞர் தாஸிடம் வழக்கு ஒப்படைக்கப்பட்டது. 2012 ஆம் ஆண்டில் தொடங்கிய சட்டப்போராட்டம் பலகட்டங்களைத் தாண்டி, மூன்று ஆண்டுகளுக்குப்பின்

இறுதிக்கட்டத்தை அடைந்தது. அதுவும் ஜூலை கடைசி வாரத்திற்குத் தள்ளி வைக்கப்பட்டது. அந்த வாரமே தீர்ப்பு வந்தால் பரவாயில்லை என்று நினைத்தார் ராஜன். ஆனால் நினைப்பதெல்லாம் அப்படியே நடந்து விடுகிறதா என்ன!

இந்த வழக்கில், ஆகஸ்ட் இரண்டாவது வாரத்தில்தான் தீர்ப்பு கிடைக்க வாய்ப்பிருக்கிறது என்று வழக்கறிஞர் தாஸ் கூறினார். இது ராஜன் வயிற்றில் புளியைக் கரைத்தது. இதற்குக் காரணம் அவர் ஆவலோடு காத்திருந்த குழலியின் திருமணத்திற்கு அமெரிக்கா செல்ல முடியாதே என்ற ஏமாற்றம்தான்.

வழக்கா? அமெரிக்கப் பயணமா? கடிகாரத்தின் பெண்டுலம் போல் ஊசலாடியது ராஜனின் மனம். இதுபோன்ற நேரங்களில் பளிச்சென்று ஊசலாட்டமில்லாத யோசனைக்கு வேல் விழியை நாடுவதுதான் வழக்கம். அவரிடமே கேட்டுவிட்டார்.

"திருமணம் முடிந்து குழலியும் வினோதும் இங்குதான் இருப்பார்கள். மதுரையிலிருந்து வரும் நண்பர்களும் சென்னை-மதுரை-சியாட்டிலில் இதழ் வெள்ளிவிழாவுக்காகத் தங்கியிருந்து அடுத்தவாரம்தான் புறப்படுவார்கள். வழக்கின் தீர்ப்பு முக்கியம். நீங்கள் அதைத் தெரிந்துகொண்டே வாருங்கள்" என்ற வேல்விழியின் வார்த்தைகளால் ராஜன் சமாதானமடைந்தார்.

வேல்விழியின் ஆலோசனையை அவர் எப்போதும் நிரா கரித்ததில்லை. இப்போதும் அதைத்தான் செய்தார்.

ஆகஸ்ட் முதல் வாரம் விறுவிறுப்பாக நீதிமன்றத்தில் விவாதங்கள் நடைபெற்றன.

வழக்கறிஞர் தாஸ் ஒரே புள்ளியில் நின்றுதான் விவாதித்தார். எதிர்தரப்புக்கான வழக்கறிஞர் நிர்வாகத்தைக் கேட்டு பதில் அளிக்கிறேன் என்று வழக்கில் ஒத்திவைப்பு கேட்டார். அப்படியே ஆனது.

டாக்டர் ராஜனும் அவருக்கு உதவி செய்யும் பேராசிரியர் தகப்பன்சாமியும் வழக்கில் வாதாடத் தேவையான விஷயங்களை அலுவலகத்திற்கு வந்து விவரிக்கிறோம் என்றனர். ஆனால் தாஸ் வழக்கம்போல் தனது முகபாவனையாலும் உடல் மொழியாலும் நிராகரித்துவிட்டார். அதற்குமேல் அவரிடம் பேச முடியாது. அப்படியே பேசினாலும் 'ஒருவர் மருத்துவர் போல் பேசுகிறீர்கள், ஒருவர் பேராசிரியர் போல் பேசுகிறீர்கள், நீதிமன்றத்தில் நான் வழக்கறிஞராகப் பேச வேண்டும் எனக்குத் தெரியாதா?' என்று சொல்லி வாயடைத்து விடுவார்.

எதற்கும் ஒரு முடிவு உண்டல்லவா? வழக்கும் முடிவுக்கு வரவிருக்கிறது. குழலியின் திருமணத் தேதியான ஆகஸ்ட் 7ல் தீர்ப்பு வரும் என்று எதிர்பார்க்கப்பட்டது. அன்றைய தினம் இறுதிவாதம். நிர்வாகத்திடமிருந்து பெற்ற தகவல்களைக் கொண்டு எதிர்தரப்பு வழக்கறிஞர், தாஸின் வாதத்தை முறியடித்துவிட்டார். ஆனால் தாஸோ மகாபாரதப் போரின் உச்சக்கட்டத்தில் வில் அம்புகளை வீசியெறிந்துவிட்டுப் போர்க்களத்திலேயே துரோணாச்சாரியார் தியானித்ததுபோல் தியானிக்க ஆரம்பித்துவிட்டார். "நீங்கள் ஏதாவது சொல்ல விரும்புகிறீர்களா" என்று கேட்டபோதும், "இல்லை, மைலார்ட்" எனக் கூறிவிட்டு மறுபடியும் தியானத்தில் ஆழ்ந்து போனார்.

துரோணரின் தியானத்தால் அவர் வெட்டப்பட்டார். தாஸின் தியானத்தால் ராஜனின் வழக்கு தள்ளுபடி செய்யப்பட்டது. ஒரு சேவை மருத்துவமனையின் செயல்பாடு தள்ளாட வழிவகுத்தது.

நீதிமன்றத்தைவிட்டு வெளியே வந்த ராஜன், "உங்களிடம்

இருந்து இதை நான் எதிர்பார்க்கவில்லை. எந்த நியாயமும் இல்லாமல் நீங்கள் சரணடைந்துவிட்டீர்கள்" என்று கோபத்தின் உச்சத்தில் நின்று சத்தம் போட்டார். "அரசியலில் இதெல்லாம் சகஜம்" என்பது போல் சொல்லி விட்டு அசட்டு சிரிப்புடன் அங்கிருந்து அகன்றுவிட்டார் தாஸ்.

தீர்ப்பு விவரம் அறிந்த டாக்டர் வேல், தொலைபேசியில் அழைத்து அதிகம் வருத்தப்பட்டார். "கெட்டதிலும் ஒரு நல்லது நடந்திருக்கிறது. பழையன கழிதலும் புதியன புகுதலும் என்பது போல உங்களுக்கு ஒரு புதிய இளம் வழக்கறிஞர் நண்பராகிவிட்டார் அல்லவா? நீங்கள் மேல்முறையீடு செய்ய அவகாசம் இருக்கிறது. சியாட்டிலில் பேசிக் கொள்வோம்" என்று சொல்லிவிட்டு, "உங்களுக்குத் தோல்வி ஒன்றும் புதியதில்லையே" என்று சிரித்தார்.

வேல்விழியின் வார்த்தைகள் ஆறுதலைவிட புதிய தெம்பை

யும் உற்சாகத்தையும் அளித்தன.

கடைசியாக அவர் சொன்ன வார்த்தைகள் பல அர்த்தங்

களைத் தாங்கியவை என்பதைப் புரிந்து லேசாக சிரித்துக் கொண்டார் ராஜன்.

❐

2

விமான நிலையம் செல்ல டாக்சிக்குப் போன் செய்துவிட்டுக் காத்திருந்தார் ராஜன். வழக்கறிஞர் தாஸ் வழக்கின் தீர்ப்பும் சாதகமாக இல்லை. குழலியின் திருமணத்திற்கும் போகமுடிய வில்லை. வேல்விழியின் மகள் குழலி திருமணம் அவரது எண்ணங்களில் அலையடித்துக்கொண்டே இருந்தது.

டாக்டர் வேல், டாக்டர் பிரபு தம்பதியினருக்கு முதலில் பிறந்த குழந்தை ரேவதி, தன் தங்கையின் பெயரை வைத்துவிட்டார். இவருக்குப் பத்தாண்டுகள் கழித்துக் குழலி பிறந்தாள். இவளுக்கு டாக்டர் வேல்விழியை அச்சில் வார்த்ததுபோல் தோற்றமும், தோரணையும் இருக்கும் என்று டாக்டர் ரேவதி அடிக்கடி கூறுவார். குழலியும் தாயைப் போல் மகப்பேறு மருத்துவரானார். பெற்றோர் பணிபுரியும் மருத்துவ

மனையிலேயே பணிபுரிகிறார். மருத்துவக்கல்லூரியில் இவருடன் படித்த வினோத் கோர்பாடே மீது காதல் கொண்டார். காதல் கனிந்து திருமண நிலைக்கு வந்துள்ளது. வினோத் கோர்பாடேயின் தந்தை, மகாராஷ்ட்ராவின் முக்கியத் தலைவர்களில் ஒருவர், மக்கள் உரிமைகளுக்காகப் போராடும் செயற்பாட்டாளர். அனைத்துக்கும் மேலாக டாக்டர் அம்பேத்கரின் கொள்கைகளில் மிகவும் பற்று கொண்டவர். அதன்படி வாழ வேண்டும் என்ற வைராக்கியம் உள்ளவர். சாதி ஆதிக்கம் என்பதை முற்றிலுமாக வெறுப்பவர். சாதி ஒழிய வேண்டும் என்பதில் முனைப்பு காட்டுபவர்.

குழலி, வினோத் - பெற்றோர்களின் மனவோட்டம் ஒரே மாதிரியாக இருந்ததால் காதலில் எதிர் நீச்சல் அடிக்க வேண்டிய அவசியம் இல்லாமல் போனது. ஆனால் ஒரு சிக்கல் இருந்தது. கோர்பாடே குடும்பத்தினர் திருமணத்தை இந்தியாவில் நடத்த விரும்பினார்கள். ஆனால் பிரபுவும், வேல்விழியும் அமெரிக்காவின் சியாட்டிலிலேயே திருமணம் நடைபெற விரும்பினர். இதனால் சில ஆண்டுகள் இழுபறி. ஒருவழியாகக் கோர்பாடே குடும்பத்தினர் வேல்விழியின் மனநிலையைப் புரிந்துகொண்டு சியாட்டிலில் திருமணம் நடத்த ஒப்புக் கொண்டனர். அதன் பிறகு ஆகஸ்ட் 7 ல் திருமணம் ஏற்பாடானது. குழலியின் திருமணம்

வெகுவிமரிசையாக நடைபெற்றது. மதுரையிலிருந்து, நண்பர்கள் தோழர்கள் வருவதற்கு டாக்டர் பிரபு, வேல் தம்பதியினர் ஏற்பாடு செய்துவிட்டனர். டாக்டர் ராஜன் வருவதற்கும் எல்லா ஏற்பாடும் செய்யப்பட்டது. குழலியின் திருமணத்தோடு ஆகஸ்ட்-15ம் தேதி சென்னை-மதுரை-சியாட்டில் தொடர் இதழின் வெள்ளிவிழா கொண்டாட்டமும் திட்டமிடப்பட்டது. ராஜன் குறைந்தது இரண்டு மாதங்களாவது அமெரிக்காவில் இருக்க வேண்டும் என்று அவர்கள் விரும்பினார்கள். ராஜனுக்கும் இது மிகுந்த மிகழ்ச்சியைத்தந்தது. ஏதோ சுற்றுலாவுக்குச் செல்வதுபோல் நண்பர்களோடு விமானத்தில் பறக்கவிருந்தார்.

மருத்துவத்துறையில் புகழ்பெற்றவர் என்றாலும் வெளி நாட்டுப் பயணங்களில் ராஜனுக்கு ஆர்வம் இருந்ததில்லை. உள்நாட்டிலேயே கூட அவர் மாநிலத்தைத் தாண்டிப் பயணம் செய்தது ஓரிரு முறைதான். துர்காபூரில் பொதுத்துறை நிறுவனப் பணியிலிருந்த அண்ணனுடனும் அவரின் நண்பர் களுடனும் சிக்கிம் வரை சென்றது அந்தப் பயணங்களில் ஒன்று. உள்ளூரையே சுற்றி வட்டமிட்டுக் கொண்டிருந்த அவரின் பறவை மனம் இப்போது அமெரிக்கா என்ற வேடந்தாங் கலுக்குச் செல்வதை எண்ணி மகிழ்ச்சி அடைந்தது.

வாசலில் வாடகைக்காரின் ஹாரன் சப்தம் கேட்டது. பயணத்திற்கான லக்கேஜ்களை ஓட்டுநர் உதவியுடன் காரில் ஏற்றினார். கார் புறப்படத் தயாரானது. வீட்டைப் பூட்டி சாவியை எடுத்துக்கொண்டு ராஜனும் காரில் ஏறினார். திருவான்மியூரிலிருந்து மீனம்பாக்கம் விமானநிலையம் நோக்கிக் கார் முன்னோக்கிச் சென்றது. ராஜனின் மனம் பின்னோக்கிச் சென்றது.

1963, ஆகஸ்ட் 15. ராஜன் இமானுவேல் சுதந்திரதினக் கொடி யேற்று விழாவில் கலந்துகொள்வதற்காக வெகுமுன்னதாகவே மதுரை மருத்துவக்கல்லூரி வளாகத்திற்கு வந்துவிட்டான். *1961* ஆம் ஆண்டு கல்லூரியில் சேர்ந்த மாணவன் ராஜன். இவன் தந்தை மரிய திரவியம், சென்னை ஜார்ஜ் கோட்டை தலைமைச் செயலகத்தில் உயரதிகாரியாக இருந்தார். அவருக்கு இரண்டு மகன்கள், மூத்தமகன் கிண்டி அரசு தொழில்நுட்பக் கல்லூரியில் இறுதி ஆண்டு படித்துக்கொண்டிருக்கிறான். ராஜன் தான் இளையமகன். ஒல்லியாக உயரமாக இருந்தாலும் சொல்லும்படியாக அமைந்தது இவன் முகத்தை அலங்கரிக்கும் அடர்த்தியான நீண்ட முறுக்கு மீசைதான். தலை முடியும் அடர்த்தியாக சுருண்டிருக்கும்.

ராஜன் இப்போது இரண்டாம் ஆண்டு சீனியர் மாணவன். எப்படி நேரத்தைப் போக்குவது என்று எண்ணிக்கொண்டிருந்த போது இரண்டு மாணவிகளும் ஒரு மாணவனும் தயங்கித் தயங்கி வந்துகொண்டிருந்தார்கள். நடைஉடை பாவனையால் அவர்கள் இரண்டாவது ஆண்டு ஜூனியர்கள் என்பதை அவன் ஊகித்துவிட்டான். மருத்துவக்கல்லூரிக்குப் புதிதாக வருபவர் களைப் பகடி செய்து வரவேற்பதில் இவன் பேர் பெற்றவன்.

அந்த மூன்று பேரையும் தன்னிடம் வரும்படி ராஜன் உத்தர விட்டான். அவர்கள் அஞ்சி அஞ்சி இவன் முன் நின்றார்கள்.

முதலில் வந்தப் பெண் நல்ல உயரம். தேக்குமர சாந்துடன் கருப்பு சாயம் கலந்தது போல் மிளிரும் ஒளியுடன் ஒருபுது மையான நிறத்தை இயற்கை இவளுக்குக் கொடுத்திருந்தது. யாராக இருந்தாலும் திரும்பிப் பார்க்கத் தூண்டும் வசீகரம். தலை முடியை அப்படியே விட்டால் தரையைப் பெருக்கும் என்பதால் முழங்கால் வரை தொங்கவிடப்பட்டுக் கட்டுப் பாட்டில் இருந்தது. அவளது நெற்றி, முகம், கண்கள், கண் இமைகள், உதடு, வாய், காதுகள் இவற்றை ஒன்றுப்படுத்திப் பார்த்தால், உலகத்திலேயே சிறந்த சிற்பி ஒருவன் செதுக்கிய படைப்புபோல் இருந்தாள். இடையிலிருந்து பாதம்வரை நீண்ட அவளின் கைகள் தேக்குமரத்தைக் கைதேர்ந்த தச்சன் இழைத்து உருவாக்கியது போல் இருந்தன. அவளது மார்பும் இடுப்பும் ஒரே அளவாகவும் இடைமட்டும் மெலிந்து மூன்றில் இரண்டு பங்காகவும் இருந்தது இயற்கையின் விந்தைதான். இடது கையில் கடிகாரம், வலதுகையில் கலைவேலைப்பாடு கொண்ட தந்த நிறத்திலான வளையல், அழகிய கழுத்தில் மெல்லிய தங்கச் சங்கிலி, எந்த மதிப்பீட்டிலும் அவள் சிறந்த அழகியாக இருந்தாள்.

ராஜன் முன்னால் நின்ற மூன்று பேரும் சிரிப்பை மிகவும் கஷ்டப்பட்டு அடக்க முயல்வதுபோல் தெரிந்தது. ஏன் என்பது இவனுக்குப் புரியவில்லை என்றாலும் கோபத்துடன் முதலில் நின்ற உயரமான பெண்ணைப் பார்த்து “உன் பெயர் என்ன” என்று கேட்டான்.

அவள் ஓரடி முன்னால் வந்து அவனுக்கும் மற்ற இரு வருக்கும் நடுவில் ஒரு திரையைப் போல் நின்றாள். வலதுகை சுட்டுவிரலால், அவனது பேண்ட் பெல்ட்டின் கீழ் சுட்டிக் காட்டியபடி “சிவகாமி

வேல்விழி சீமைராஜா என்று கணீர் குரலில் கூறினாள். அவள் குரல் ஓர் இசையைப் போல் இருந்தது.

ஆனால் அதை ரசிக்கும் நிலையில் அவன் இல்லை. திறந்திருந்த பேண்ட் ஜிப்பை அசடு வழிய மேலே இழுத்து சமாளித்துக் கொண்டே, "பரவாயில்லை உன் பெயர் ரத்தினச் சுருக்கமாக இருக்கிறது" என்றான்.

"எந்த ஊர்? உன் அப்பா என்ன செய்கிறார்" அடுத்த கேள்விகள்.

"மதுரையிலிருந்து 30 கிலோமீட்டர் தூரத்தில் இருக்கும் சிவப்பட்டி ஊர், அப்பா நிலக்கிழார், அவர் பெயர்தான் சீமைராஜ்"

"அப்பா செல்வாக்கு உள்ளவரா"

"ஓரளவு செல்வாக்கு உள்ளவர், காங்கிரஸ்காரர்" ஆளும் கட்சி காங்கிரஸ் என்ற எகத்தாளம் அவளது பதிலில் கலந் திருந்தது. "பியூசியில் என்ன கிரேட்"

"டி (75 சதத்துக்குமேல்), டி ப்ளஸ் (90 சதத்துக்குமேல்)" என்று அடக்கமான குரலில் சொன்னாள்.

இரண்டாவது முறையாக ராஜன் முகத்தில் அசடு வழிந்தது. இவன் பெற்றிருந்த கிரேட் ஏ(60 சதத்துக்குமேல்) ஏ ப்ளஸ் (65 சதத்துக்குமேல்) தான். இதையே அவன் பெருமையாக நினைத் திருந்தான். சிவகாமி பதிலால் கர்வம் உடைபட, இனிமேல் புதிதாக சேர்பவர்களிடம் கிரேட் பற்றி கேட்பதையே விட்டு விடுவதென மனதுக்குள் சபதம் செய்துகொண்டான்.

சீமைராஜா தம்பதியினருக்கு செல்வ மகளாகப் பிறந்த வேல்விழி, அறிவிலும் தோற்றத்திலும் சிறந்து விளங்கினாள். வீட்டில் அவள் வைத்ததுதான் சட்டம். படிப்பில் மட்டுமின்றி, விளையாட்டுப் போட்டிகளிலும் முதன்மை பெற்றிருந்தாள். வகுப்பு மாவணவர்களுடன் அன்புடன் பழகுவதோடு இயன்ற உதவிகளையும் செய்வாள். ஏழைகளிடமும் கீழ்தட்டில் இருப்பவர்களிடமும் மரியாதையோடு நடந்துகொள்வாள். அவர்களும் இவளிடம் அன்பையும் அச்சத்தையும் கலந்து பழகுவார்கள். அப்போது அவளுக்குத் தெரியாது-தனக்குக் காட்டப்படும் மரியாதைக்கும், தம்மீதான ஒருவித அச்சத்திற் கும் காரணம் தனது பெற்றோரின் சமூக அந்தஸ்துதான் என்பது.

எஸ்எஸ்எல்சி முடித்தவுடன் மதுரை பாத்திமா கல்லூரியில் பியுசி படித்தாள். தனது பாடப்புத்தகங்களோடு பொதுநூல் களையும் வாசித்தாள். தங்கள் குடும்பத்தில் இப்படிப்பட்ட பெண் இருப்பதை எண்ணி மகிழ்ந்து பெற்றோரும் இதற்கு உறுதுணையாக இருந்தனர். சாதி சமூக அந்தஸ்து விஷயத்தில் கடுமையானவராக இருந்தாலும் மகள் விஷயத்தில் சீமைராஜா தாராளமாகவே இருந்தார். வெளியூர்களுக்குப் போகும்போ தெல்லாம் வேல்விழியையும் உடனழைத்துச் சென்றார். அம்மாவும் மகளும் அக்கா தங்கை போல் உறவாடினார்கள். பெண்ணின் வளர்ச்சி கண்டு பூரித்துப் பாசமழை பொழிந்தார். அதிலும் குறிப்பாக ஆங்கிலத்தில் மகளின் மதிப்பெண்களைப் பார்த்து அம்மா வியந்து போனார்.

இவ்வளவு திறமையும் அன்பும் மக்களிடம் அக்கறையும் கொண்ட பெண்ணை டாக்டராக்குவதுதான் சரியாக இருக்கும் என்று பெற்றோர் ஒருமித்து முடிவு செய்தனர். அந்த முடிவுதான் 'ரத்தினச்சுருக்கமான' பெயர்கொண்ட சிவகாமி வேல்விழியை மதுரை மருத்துவக்கல்லூரிக்கு அனுப்பிவைத்தது.

"சரி.. சரி.. நகரு.. நான் அடுத்த மாணவியிடம் பேச வேண்டும்" என்று ராஜன் சமாளித்த போது, அவனை அலட்சியமாகப் பார்த்து உதடுகளில் புன்னகை நெளிய அங்கிருந்து நகர்ந்தாள். அவள் பார்வையிலும், புன்னகையிலும் அவனுக்கு ஈர்ப்பு ஏற்பட்டதைத் தவிர்க்க முடியவில்லை.

இரண்டாவது பெண்ணின் தலையை அலங்கரிப்பதற்கான ஒருசரம் முல்லை மலர்கள் எல்லை தாண்டி கழுத்தைத் தழுவி முன்பக்கம் விழுந்திருந்தது. ஒடிசலான உருவம், மாநிறம், திட்டமான உயரம், கீரல் விழுந்த இசைத் தட்டுப்போல் அவளிடமும் மொண்ணையான கேள்வி.

"உன் பெயரென்ன"

"ரேவதி துரைராஜ்"

ராஜன் சந்தேகப்படுவது போல் தலையை நிமிர்த்தினான்.

"அப்பா பெயர் துரைராஜ்" என்று தெளிவுப்படுத்தினாள் ரேவதி.

துரைராஜ் தமிழ்நாடு போலிசில் டிஎஸ்பியாக இருக்கிறார். இவர் மிகவும் நேர்மையான அதிகாரி; நல்ல உயரம்; அடர்த்தி

யான மீசை; ஆஜானுபாகுவாக ராணுவ அதிகாரிபோல் இருப்பார். சொந்த ஊர் சிவப்பட்டி. பெற்றோரை இழந்த இவரைக் கணவரை இழந்த அக்கா தன் குழந்தையோடு குழந்தையாக வளர்த்துப் படிக்க வைத்தார். இவர் காவல் துறையில் கீழ்நிலையில் சேர்ந்து பல இடங்களைப் பார்த்து ஆய்வாளரானார். அவருக்கு இன்னொரு பெயர் உண்டு. என்கௌன்டர் துரைராஜ். இதில் நகைமுரண் என்னவென்றால் மிகவும் மனிதாபிமானம் உள்ளவர். துணை ஆய்வாளராக இருந்த காலத்திலிருந்து இப்போதுவரை வன்முறைக் கும்பல் களைக் கலைக்க பலமுறை துப்பாக்கிச்சூடு நடத்தியிருக்கிறார். இரண்டு பேர் ஓடும்போது கால்களுக்கு நடுவிலும் சுட்டிருக் கிறார். ஆனால், ஒரு சொட்டு ரத்தம் சிந்தியதில்லை. பிறகு எப்படி இவர் என்கௌன்டர் துரைராஜ் ஆகியிருந்தார். “என்கௌன்டருல போட்டுத்தள்ளிருவேன்னு” அடிக்கடி மிரட்டி அந்தப் பெயரைப் பெற்றிருந்தார்.

இவர் ஆய்வாளராக இருந்த போது, சிவப்பட்டிக்குப் பக்கத்துத் தாலுக்காவில் இருந்து வேறு ஒரு சமூகத்தைச் சேர்ந்த சாவித்திரி அம்மாளைக் காதலித்துத் திருமணம் செய்துகொண்டார். அவ்வளவுதான்! ஏதோ பூகம்பம் ஏற்பட்டது போல் சிவப்பட்டி அதிர்ச்சி அடைந்தது. வேல்விழி யின் தந்தை சீமைராஜாவும் மற்ற சிலரும் இவரிடம் பஞ்சாயத்து செய்ய வந்தனர். பேச்சு முற்றியது. சீமைராஜ் இவருக்கு அண்ணன் முறை. இருந்தாலும் எல்லையைக் கடந்ததால் கோபத்தில் சீமைராஜ் கன்னத்தில் ஓங்கி அடித்து விட்டார். பிறகு, “என் விஷயத்தில் உங்கள் விளையாட்டுகளைக் காட்டா தீர்கள்” என்று எச்சரித்தார்.

அன்றிலிருந்து இவருக்கும் சிவப்பட்டிக்குமான உறவு முறிந்தது. சிவப்பட்டியில் இருக்கும் பழமையும், தூக்கியெறிய வேண்டிய சாதி ஆதிக்க முறையும் பிடிக்காமல், தன்மனைவி, அக்காவின் சிறுபையனுடன் மதுரை பேருந்து நிலையத்தின் பின் ஆழ்வார் நகரில் உள்ள ஒரே சொத்தான வீட்டில் குடி யேறிவிட்டார். இவரது அக்கா, ரத்தப்புற்றுநோயால் இறந்து விட்டார். அக்கா மகனை டாக்டருக்குப் படிக்கவைத்தார்.

கல்லூரிப் பகடியின் தொடர்ச்சியாக மொக்கையான சில கேள்விகளுக்குப் பிறகு, நகைச்சுவை உணர்வை வெளிப்படுத்து வதாக நினைத்து ஒல்லியான உருவத்தை வைத்து ஒரு கேள்வியைப் போட்டான் ராஜன்.

"உன் அப்பா சரியாக சாப்பாடு போடுவதில்லையா"

ரேவதி முகத்தில் கோப ரேகை ஓடியது.

"நான் சும்மா விளையாட்டுக்குச் சொன்னேன். உன் போலிஸ் அப்பாவிடம் புகார் பண்ணிவிடாதே" என்று கூறி நமட்டுச் சிரிப்பு சிரித்தான்.

கொடியேற்றத்திற்கு ஒருவர்பின் ஒருவராகக் கூட்டம் சேர ஆரம்பித்தது. அதற்குள் மூன்றாவதாக இருந்த மாணவன் தானாக முன்வந்து நின்றான்.

முத்துமாணிக்கம் சிவப்பட்டி தாலுக்காவில் பெரும்பான்மை சமூகத்தில் ஏழை விவசாய குடும்பத்தைச் சேர்ந்தவன். ஆறடி உயரம். நல்ல உடல்வாகு கொண்டவன். முகத்தை சாதாரண மீசை அலங்கரிக்கும். எப்போதும் கதராடைதான் அணிவான். அதிர்ந்து பேசமாட்டான். யாரிடமும் அதிகமாக நெருங்கிப் பழகமாட்டான். சிவப்பட்டியில் சொந்தக்காரப் பெண்ணைக் காதலித்தான். அவளும் காதலித்தாள். ஆனால், சந்தர்ப்பச் சூழ்நிலையால் அவளுக்கு வேறு இடத்தில் திருமணம் முடிந்து விட்டது. அதனால் திருமணமே செய்து கொள்வதில்லை என்று பீஷ்மரைப் போல் வைராக்கியம் கொண்டான். மக்களுக்கு சேவை செய்வதை லட்சியமாக்கினான். எங்கிருந்தாலும் டாக்டர் அம்பேத்கர் மன்றம் ஒன்றை நடத்துவான். அதில் அவன்தான் தலைவர், செயலாளர், பொருளாளர், உறுப்பினர் எல்லாம். மதுரை மருத்துவக்கல்லூரியிலும் இது தொடர்ந்தது. மாதம் ஒருமுறை கூட்டம் நடக்கும். முக்கியமான அரசியல் சமூகப் பிரச்சனைகள் அலசப்படும். கூட்ட இறுதியில் எல்லோருக்கும் தேநீர் செலவு இவனுடையதாகவே இருக்கும்.

"ஏம்பா! நீ வாட்ட சாட்டமா இருக்கியே, நான் வேணும்னா துரைராஜ் சாரிடம் சொல்லி காவல் படையில் சேர்த்து விடட்டுமா"

ராஜன் கேள்வியால் வேல்விழியும், ரேவதியும் சிரித்தனர். முத்துமாணிக்கம் நினைவுச் சுழலுக்குள்ளிருந்து மீண்டு வெளிவந்தான். இன்னும் என்னென்ன கேள்விகளோ- கேலி களோ என்ற தவிப்புடன் நின்றிருந்தான்.

ராஜனின் அறைத் தோழன் விஷ்ணுராமன் அப்போது மூச்சிரைக்க ஓடி வந்தான்.

“ஏண்டா! உன்னை எங்கெல்லாம் தேட்றது? எங்கிட்ட இருந்த ஒரே ஒரு சிகரட்ட ஒளிச்சுவச்சுட்டு இங்க வந்து ஜூனி யர்ஸ்கிட்ட வம்பா பண்ணிக்கிட்டிருக்க” என்று கேட்டான்.

விஷ்ணுராமன் அருமையான நண்பன், அறைத்தோழன், சிறந்த மனிதன். ஆனால் சிகரெட் இல்லாமல் இருக்க முடியாது. நாகர்கோவில் அருகே இருக்கும் தக்கலையைச் சேர்ந்தவன். அவன் குடும்பம் பொற்கொல்லுத் தொழில் செய்வது, ஓரளவு வசதியானது.

திடீரென விஷ்ணுராமன், ராஜனைப் பார்த்து, “உன் கிளியோபாட்ரா வராடா” என்று நக்கல் செய்தான். அவளைக் கிளியோபாட்ரா என்று சொன்னது அழகுக்காக மட்டுமல்ல. இன்னொரு காரணமும் இருந்தது.

விஷ்ணுராமன் மழைக் காலத்தில் குடை எடுத்துக்கொண்டு மருத்துவமனை வார்டுக்குச் சென்றிருந்தான். மல்லிகாவிற்கு அதேவார்டில் போஸ்டிங், அப்போது மழைவிட்டு வெயிலடித் துக் கொண்டிருந்தது. அவள் கேலியாக, “என்ன ராமன் சார், வெயில்பட்டா தோல் நிறம் கறுத்திடும்னு குடை கொண்டு வந்துட்டீங்களா” என்று அவன் கருப்பு நிறத்தைக் குத்திக் காட்டினாள்.

விஷ்ணுராமனும் கொஞ்சமும் சளைக்காமல் பக்கத்துப் படுக்கையில் வெளிறிய நிலையில் படுத்திருந்த ஒரு பெண் ணைக் காண்பித்து, “இவர், ரத்த சோகைக்காக இரண்டு வாரத்திற்கு முன் சேர்க்கப்பட்டார். கொடுக்கப்படும் சிகிச்சையி னால் இன்னும் இரண்டு வாரத்தில் பழைய நிறம் வந்துவிடும். நீங்களும் யாராவது சொன்னார்கள் என்று இரும்பு மாத்திரை எடுத்துக் கொள்ளாதீர்கள். உங்கள் நிறம் போய்விடப்போகி றது” என்று சிரித்தான்.

இந்தச் சம்பவத்திலிருந்து அவன் பெயரைக் கேட்டாலே மல்லிகா வெடிப்பாள். நண்பர்களிடம், காட்டான் என்றுதான் இவனை அறிமுகம் செய்வாள். இவனும் அவளைக் கிளியோ பாட்ரா என்று கேலியாகக் கூறுவான்.

“இவள்தான் உலகத்திலேயே மகா அழகின்னு நினைத்துக் கொண்டிருக்கிறாள்” என்றான் விஷ்ணுராமன்.

“மதுரை மருத்துவக்கல்லூரியில் இரண்டு பேர் அப்படி நினைக்கிறார்கள். ஒன்று மல்லிகா மேக்டெலின். இரண்டாவது

நான். ஏனென்றால் இது காலத்தின் கட்டாயம்" என்கிறான் ராஜன். எல்லோரும் கலகலவென சிரித்தது, வெண்கலப் பாத்திரத்தில் சோழி உருண்டதுபோல் இருந்தது.

வேல்விழி சிரித்தபோது அவளின் அழகிய முகம், வாய்க் கேற்ப ஒரு சிறந்த பல்மருத்துவ வல்லுநர் அமைத்துப் பொருத்தி யிருப்பது போல் தோன்றியது பற்கள். அவை முத்து நிறத்தில் மின்னின. "சிதறிய முத்துக்களை எடுக்கவா" என்று நாடக பாணியில் ராஜன் நிலம் நோக்கிக் குனிந்தான். இவனது கற்பனையை எல்லோரும் ரசித்தார்கள். அதிலும் வேல்விழி அதிகம் ரசித்தது போல் தோன்றியது.

காரின் திடீர் பிரேக் ராஜனை முன்னுக்குத் தள்ளியது. கண்ணாடி வழியாகத் திரும்பிப் பார்த்தார். அவருக்கு எந்த மருத்துவமனை மன உளைச்சலை ஏற்படுத்தியதோ அங்கே தான் கார் நின்றது.

ட்ரைவர் இப்பதான் மத்திய கைலாஷ் வந்திருக்கோமா "டிராஃபிக் ஹெவியா இருக்கே! நேரத்துக்கு மீனம்பாக்கம் போயிட முடியுமா" ராஜன் சந்தேகத்தை எழுப்பினார்.

"போயிடலாம் சார்." நம்பிக்கை தந்த டிரைவர், "சுதந்திர தினம், குடியரசு தினம் அப்படி இப்படின்னு முக்கிய நாள் வந்துட்டா இப்படித்தான் பெரிய மனிதர்கள் எப்ப வருவாங்க? போக்கு வரத்த எப்ப நிறுத்துவாங்க? எப்ப அனுப்புவாங்க? யாருக்கும் தெரியாது" என்று அலுத்துக்கொண்டார்.

ராஜனின் மனமோ கல்லூரியின் கிளியோபாட்ராவைக் காணப் பறந்து சென்றது.

❐

3

மல்லிகா மாக்டெலின் நாகர்கோவிலைச் சேர்ந்தவள். இவள் பெற்றோர் நல்ல வசதி படைத்தவர்கள். தந்தை ஆசீர்வாதம், தாய் கேரல் ஆசீர்வாதம். நாகர்கோவிலில் உள்ள ஓர் உயர்நிலைப் பள்ளியில் ஆசீர்வாதம் ஆங்கில ஆசிரியராகவும், தலைமை ஆசிரியராகவும் பணியாற்றுகிறார். அவரது மனைவி கேரல் ஆசிர்வாதம் இன்னொரு உயர்நிலைப் பள்ளியில் ஆங்கில ஆசிரியராக இருக்கிறார்.

மல்லிகாவிற்கு ஒரு அண்ணன், ஒரு தங்கை. வெண்மையும், சிவப்பும் குழைத்தது போன்ற நிறம் இவளுக்கு. நல்ல உயரம். வட்டமும் இல்லாத சதுரமும் இல்லாத வசீகர முகம். குண்டு மல்லிகை மொட்டுப்போல் மூக்கு, மெல்லிய ஃப்ரேமுடன் விலையுயர்ந்த கண்ணாடி, முகத்திற்கு மேலும் அழகு சேர்த்தது. எடைக்கு எடை எனும் துலாபாரம் போல உடலின் அழகு எவ்வளவோ அவ்வளவுக்கு உள்ளத்தில் அகங்காரம் கொண்டவள். எப்போதும் ஆங்கிலத்தில்தான் பேசுவாள். தனக்குப் பயனில்லை என்று கருதுபவர்களைத் துச்சமாக நினைத்துத் தூக்கியெறிந்து பேசுவாள். அதில் கூர்மையும், கர்வமும் வெளிப்படும்.

இவளின் அறைத்தோழி குந்தவையைக் கூட வா... போ... என்று கூட அழைக்கமாட்டாள். வாடி, போடி என்றுதான் உத்தர விடுவாள். குந்தவை மிகவும் ஏழை குடும்பத்தை சேர்ந்தவள். நாகர்கோவிலில் மல்லிகாவின் பெற்றோரின் ஆதரவில்தான் வளர்ந்து வந்தாள். குந்தவை மருத்துவக் கல்லூரியில் படிப் பதற்கும் அவர்கள்தான் காரணம். ஒரு ஞாயிற்றுக்கிழமை காலை ஒரு பக்கம் ராஜன், இன்னொரு பக்கம் குந்தவை, நடுவில் மல்லிகா என மூன்று பேரும் கோயிலுக்குச் சென்றுகொண்டி ருந்தார்கள். அப்போது திடீரென ஒரு நாய், குந்தவைப் பக்கம் ஓடிவர, அவள் பயந்து ஒதுங்கும் போது மல்லிகாவின் ஒரு ஷீவை மிதித்துவிட்டாள். அவ்வளவுதான். மல்லிகா பத்ரகாளி யாக மாறிவிட்டாள். விடுதி அறையில் கோபம் வந்தால் கையில் கிடைப்பதைக் கொண்டு குந்தவையை அடித்துவிடுவாள் என்று ராஜன் கேள்விப்பட்டிருக்கிறான். அதனால் மல்லிகா கோபத்துடன் “நாயே” என்று கத்தியபடி கீழே குனிய ஏதாவது அசம்பாவிதம்

நடந்துவிடுமோ என்று ராஜனுக்கு அச்சம் ஏற்பட்டது. உடனே சிலை போல் உறைந்து நின்று கொண்டிருந்த குந்தவையைத் தள்ளிவிட்டு, குனிந்து அவன் கைக்குட்டையால் மல்லிகாவின் மிதிப்பட்ட ஷீவை துடைத்து விட்டு மோசமான நிகழ்வைத் தவிர்த்தான்.

இப்படிப்பட்ட மல்லிகா வருவதற்குமுன் ஏற்கெனவே வந்திருந்த மூன்று பேரையும் அனுப்பிவிட வேண்டும் என்று ராஜன் நினைத்தான். அதற்குள் அவள் வந்துவிட்டாள். உயர் ராணுவ அதிகாரி அணிவகுப்பைப் பார்வையிடுவது போல் அவர்களைப் பார்வையிட்டாள். வேல்விழியின் முன்னால் நின்று ராஜனையும் பார்த்து "எதற்கு இந்தப் பெண்ணின் காலில் விழுந்தாய்" என்று ஆங்கிலத்தில் கேட்டாள்.

முத்துமாணிக்கம் பக்கம் திரும்பிய ராஜன், "இவன் பெயர் முத்துமாணிக்கம். அதனால் தரையில் முத்துக்களையும், மாணிக்கத்தையும் தேடினேன்" என்று கூறி சமாளித்தான்.

"ஓகே" என்று கூறிய மல்லிகா, தன்னைவிட வேல்விழி கொஞ்சம் உயரமானவள் என்று மதிப்பிட்டு விட்டாள். பின்னர் அவர்களைப் பார்த்து, "என்னைப் பார்க்கும்போது பணிவோடு குட்மார்னிங் சொல்லி வணங்க வேண்டும். ஓகே" என்று ஆங்கிலத்தில் உத்தரவிட்டாள்.

முத்துமாணிக்கமும், ரேவதியும் "எஸ் மேடம்" என்றனர். வேல்விழி மட்டும் "எஸ் மேம்" என்று கூறியது அவளுக்கு ஆச்சரியமாக இருந்தது. கொஞ்சம் மகிழ்ச்சியும் அடைந்தாள். ஆங்கிலவழிப் பள்ளிகளில் தான் பெண் ஆசிரியர்களை "மேம்" என்று அழைப்பார்கள். அதனால் வேல்விழியிடம் "நீ எந்தப் பள்ளியில் படித்தாய்" என்று கேட்டாள்.

"சிவப்பட்டி போர்ட் உயர்நிலைப் பள்ளி" வேல்விழியின் கம்பீரமான பதில்.

"சரி, ஷேக்ஸ்பியர் நாடகங்கள் பற்றி தெரியுமா? சொல் பார்க்கலாம்."

ஆங்கில ஞானம் தனக்கே அதிகம் என்ற இறுமாப்பு கலந்ததாக மல்லிகாவின் கேள்வி இருந்தது.

அதனை அடித்து நொறுக்குவது போல் ஷேக்ஸ்பியர் எழுதிய 46 நாடகங்களின் பெயர்களையும் மடைதிறந்த தண்ணீர்போல் கடகடவென்று கூறினாள். மல்லிகா குறுக்கே நிறுத்தி, "போதும், போதும் உனக்குப் பிடித்த நாடகம் எது" என்று கேட்டாள்.

“ஜூலியஸ் சீசர்”

“அப்படியா? அதில் மார்க் அந்தோனியின் உரையைப் பேசிக்காட்டு” மல்லிகாவின் ஆணை.

நாடகத்தில் நடிப்பதுபோல் மார்க் அந்தோனியின் உரையைத் தத்ரூபமாக, குரலில் ஏற்ற இறக்கத்தோடு வேல்விழி பேசிக்காட்டினாள். இதனால் ஆச்சரியமும், எரிச்சலுமடைந்த மல்லிகா, “சரிசரி போய்த் தொலையுங்கள்” என்று வேண்டா வெறுப்பாகக் கூறினாள். போகும்போதும் எரிச்சலூட்ட வேண்டும் என்ற எண்ணத்தோடு “ஹலோ, ஆங்கிலத்தில் என்ன கிரேட்” என்று நக்கலாகக் கேட்டாள்.

“டி மேம்” என்பது வேல்விழியின் பதில். மல்லிகாவின் கர்வபிம்பம் மேலும் உடைந்து நொறுங்கியது. அதனை வெளிக் காட்டிக்கொள்ளாமல் சமாளித்து சிரித்தபடி, வேல்விழியிடம் கைபிடித்து வாழ்த்தினாள். ஆனால் அந்தத் தகுதியை ரேவதிக்கோ, முத்துமாணிக்கத்திற்கோ கொடுக்கவில்லை.

ராஜன் பக்கம் திரும்பி, “வா, போகலாம் எல்லோரும் வந்து விட்டார்கள்” என்று ஒருவித உரிமையோடு “வா” போட்டு அழைத்தாள் மல்லிகா. அது உத்தரவு போலவும் இருந்தது.

வழக்கமாக அவள் சொல்வதை அப்படியே கேட்டு நடப்பவன்தான் ராஜன். ஆனால், இன்று அவன் மனதில் ஒரு நெருடல் இருந்தது. ஒரு தமாஷுக்காகத் தரையை நோக்கிக் குனிந்ததைப் பார்த்து “ஏன் காலில் விழுந்தாய்” என்று கேட்டதை அவனால் ரசிக்க முடியாமல் போனதும் ஒரு காரணம். அதனால், “விஷ்ணுராமனுடன் பிறகு வருகிறேன்” என்று சொல்லிவிட்டு அவர்கள் பக்கம் திரும்பினான்.

மல்லிகா கோபப்பார்வையை வீசிவிட்டு விருட்டென அங்கிருந்து நகர்ந்துவிட்டாள். அந்த நடையும் அவளது மனவருத்தத்தைச் சொல்வதாக இருந்தது.

ராஜன் இம்மானுவேலும் மல்லிகா மாக்டெலினும் சந்தித்துக்கொள்வதைத் தவிர ஞாயிறு காலையில் தேவாலயம், மாதா கோவிலில் பூசை வழிபாட்டிற்குச் செல்வார்கள். பின்னர் உணவகத்தில் சிற்றுண்டி முடித்து விடுதிக்குத் திரும்புவார்கள். வேறு எங்கே சென்றாலும் ஒன்றாகவே செல்வார்கள். ராஜன் அவளிடம் மிகவும் எச்சரிக்கையுடன்தான் பழகுவான். அவளைத் தொடுவதாயிருந்தாலும் அனுமதி கேட்டுதான் தொட முடியும் என்ற அளவுக்குக் கடுமையானவள். அவள் பொதுவாக

ஆங்கிலத்தில்தான் பேசுவாள்; இவன் தமிழில்தான் பேசுவான் இவனுக்கு மருத்துவக்கல்லூரியில் மட்டுமின்றி மற்ற வெளிக் கல்லூரிகளிலும் அநேக நண்பர்கள் உண்டு. இவனது பழக்கம் ஜனரஞ்சகமாக சகஜமாக இருக்கும்.

ஆனால், மல்லிகா சமூகத்தில் உயர்ந்த நிலையில் இருப்ப வர்களுடன்தான் பழகுவாள். நட்போடு இருப்பாள். இவளின் உற்ற நண்பர்களில் ஒருவர் சித்ரா சுப்ரமணியம். ஒரு பெரிய வழக்கறிஞரின் மகள். மற்றொருவர் சௌந்தரியா சாம்பசிவம். மிகவும் பரப்பரப்பான தனியார் மருத்துவமனை மருத்துவரின் மகள்.

இப்படி இரண்டு பேரின் குணாம்சங்களும் இரு துருவங் களாக எதிரும் புதிருமாகத்தான் இருந்தன. இருந்தாலும் எதையும் தாங்கிக்கொள்ளும், எளிதாக எடுத்துக்கொள்ளும் ராஜனின் குணத்தால் நட்பு நீடித்தது.

வேல்விழியைப் பார்த்து ராஜன் பேசினான். “என் பெயர் ராஜன் இம்மானுவேல். என் தந்தை நெல்லை மாவட்டம், தாய் கன்னியாகுமரி மாவட்டம். இனி நான் உங்களைப் பார்க்கும் போது வணக்கம் சொல்கிறேன். உங்களுக்கு விருப்பம் இருந்தால் எனக்கு வணக்கம் சொல்லலாம்.

இப்போது சென்ற மல்லிகா மாக்டெலினும் நானும் ஒரே ஆண்டில் இருக்கிறோம். இருவரும் நட்போடு பழகிக் கொண்டி ருக்கிறோம். கோர்ஸ் முடிந்தவுடன் திருமணம் செய்யும் விருப்பத்துடன் இருக்கிறோம். எங்கள் பெற்றோர்களுக்கும் தெரியும்.”

ராஜனை மல்லிகா ஒருமையில் அழைத்ததன் உண்மை இப்போது வேல்விழிக்கு விளங்கிவிட்டது.

மறைவில் புகைப்பிடிப்பதை முடித்த விஷ்ணுராமன், வெளியேவந்து ராஜனின் கையைப் பிடித்து “காலத்தின் கணிப்பு வலிமையாக மட்டுமல்ல, கொடுமையாகவும் இருக்கலாம்” என்று கூறி சிரித்தான்.

❐

4

விஷ்ணுராமன் சொன்னதும் சிரித்ததும் அந்த நாளில் மிகச் சாதாரணமாகப் பட்டது. ஆனால் காலம் அவனது சிரிப்புக்கு அர்த்தம் கொடுத்தது. அதை நினைத்தபோது காரிலிருந்த ராஜனுக்கும் சிரிப்பு வந்தது. வாய்விட்டே சிரித்துவிட்டார்.

"என்ன சார்? தனியா சிரிச்சிக்கிறீங்க? விமானப்பயணம் பற்றிய கற்பனையா"

ஓட்டுநரின் கேள்விகள் ராஜனை நினைவுச் சுழலிலிருந்து மீட்டது. ஓட்டுநரிடம் சொந்தக் கதையைச் சொல்வதற்கு இந்தப் பயணக் காலம் போதாது என்று ராஜன் நினைத்தார்.

"அதெல்லாம் ஒண்ணுமில்ல. கொஞ்சம் பழசு நினைவுக்கு வந்தது. வாய்விட்டுச் சிரிக்கணும்னு தோன்றியது. சிரிச்சிட் டேன் நீங்க போங்க. எங்கே வந்திருக்கோம்? அண்ணா யுனிவர்சிட்டியா"

"ஆமா சார், கத்திப்பாராவ தாண்டிட்டா வேகமா போயிட லாம்"

ஓட்டுநரின் பதிலை அரைகுறையாகக் காதில் வாங்கிக் கொண்ட ராஜன் மீண்டும் பழைய நினைவுகளுக்குள் பயணத் தைத் தொடர்ந்தார்.

மூன்றாம் ஆண்டு முடிந்த நிலையில் மருத்துவப்படிப்பு மட்டு மல்லாமல் விளையாட்டு, கலைநிகழ்ச்சி, பேச்சுப்போட்டி களுக்கு அமெரிக்கன் கல்லூரி, தியாகராயர் தொழில்நுட்பக் கல்லூரி, பெண்கள் கல்லூரி என பல கல்லூரிகளிலிருந்து மதுரை மருத்துவமனை மருத்துவ கல்லூரிக்குத் தகவல் வந்தால் ராஜன் கலந்துகொள்வான். வேல்விழி ஒரு பெரிய குழு சூழ வருவாள். அநேக நேரங்களில் போட்டிகளிலும் கலந்துகொள் வாள். சில நேரங்களில் ரேவதியும் முத்துமாணிக்கமும் இருப்பார்கள்.

இந்த நிகழ்ச்சிகளில் ராஜனுக்கு ஒரு புது நண்பன் கிடைத் தான். அவன் பெயர் சின்னசாமி. அமெரிக்கன் கல்லூரியில் முதலாம் ஆண்டு சரித்திரம் படித்தான். அவரது தாய் ராஜாஜி மருத்துவமனையில் செவிலியராகப் பணிபுரிந்தார். சின்னசாமி

சிறுவயதிலேயே தந்தையை இழந்தவன். மாலை நேரங்களில் இப்படிப்பட்ட நிகழ்ச்சிகளுக்கு விடுதி அறைக்கு வந்து ராஜனைக் கையோடு அழைத்துச் செல்வான். சில நேரங்களில் ராஜனின் அறைத்தோழன் விஷ்ணுராமனும் செல்வான். அன்று தன் கல்லூரியில் நடந்த பேச்சுப் போட்டிக்கு அழைத்துச் சென்றான். தலைப்பு "பெண் விடுதலை". வேல்விழி கலந்து கொண்டு மிகவும் சிறப்பாகப் பேசினாள். விழா முடிந்ததும் அவளைப் பாராட்ட, ராஜன் தனது வலது கையின் நான்கு விரல்களை மடக்கி கட்டை விரலை நிமிர்த்தி "பிரமாதம்" என்றான். வேல்விழிக்கு இரட்டை மகிழ்ச்சி. ஒன்று அவனை சந்தித்தது. இன்னொன்று அவன் தன்னைப் பாராட்டியது. அருகே வந்த சின்னசாமியும், "அக்கா, சிறப்பாகப் பேசினீர்கள்" என்றான். வேல்விழி நன்றி தெரிவித்தாள்.

இந்தச் சந்திப்பைப் பயன்படுத்தி ஏதாவது பேச வேண்டும் என்று வேல்விழி விரும்பினாள். அப்போது அவசரத்தில் வாய்க்கு வந்ததைக் கேட்டு வைத்தாள். "டாக்டர் உங்கள் பிறந்தநாள் எது"

"டாக்டர் என்கிற ஃபார்மாலிட்டியெல்லாம் வேண்டாம். நீ, நான் என்று ஒருமையிலேயே பேசலாம்" என்று தனது நெருக்கமான மனவோட்டத்தை வெளிப்படுத்திய ராஜன், "எனது பிறந்த நாள் உலகைக் குலுக்கிய மாதத்தின் 7 வது நாள். ஆண்டு 1944" என்று புதிர் போடுவது போல் பதிலளித்தார்.

சரித்திர மாணவனாகிய சின்னசாமி புரிந்துகொண்டான். வேல்விழி கொஞ்சம் யோசித்தாள். சற்று நேரத்தில் சின்னசாமி புதிரை விடுவித்தான். "சோவியத் புரட்சி நாள், நவம்பர் 7".

"எனது பிறந்த ஆண்டு தெரியுமா? 1945. பிறந்தநாள் சென்ற ஆண்டு அமெரிக்காவை உலுக்கிய சோகநாள்" வேல்விழியும் புதிர் போட்டாள்.

சின்னசாமி யோசித்து முடிப்பதற்குள் ராஜன் முந்திக்கொண்டான். "நவம்பர் 22, அமெரிக்க ஜனாதிபதி கென்னடி சுட்டுக்கொல்லப்பட்ட நாள்".

"அப்படின்னா, நீங்க எனக்கு ஒரு வருஷம் 15 நாள் மூத்தவர்" என்று சொல்லி சிரித்தபடியே நகர்ந்தாள் வேல்விழி.

கொஞ்சதூரம் சென்றபின் திரும்பி வந்த வேல்விழி, "ராஜன், என்னுடன் ஒல்லியாக ரேவதி என்ற பெண் இருப்பாளே!

அவள் இன்று சோர்வாக இருந்தாள். இப்போது கூட என்னோடு வருவதாகக் கூறினாள். நீங்கள் பார்த்தீர்களா?" என்று கேட்டாள்.

ராஜன், 'இல்லை' என்பதுபோல் தலையசைத்து உதட்டைப் பிதுக்கினான்.

ஏமாற்றம், அச்சம், இரக்கம் கலந்த முகத்தோடு வேல்விழி அங்கிருந்து புறப்பட்டாள்.

ராஜனும், சின்னசாமியும் தல்லாக்குளம் பேருந்துகள் நிற்கும் இடத்திற்கு வந்தனர். அப்போது சின்னசாமி பரபரப்பாகி, "அண்ணே! அண்ணே! ரேவதி அந்த பஸ்சில் ஏறுகிறார். நாமும் செல்வோம்" என்று கத்தினான்.

இருவரும் வேகமாக ஓடி அந்தப் பேருந்தில் ஏறிவிட்டார்கள். சின்னசாமிக்கு சிறுவயதில் இளம்பிள்ளைவாதத்தின் பாதிப் பால் இடதுகால் கொஞ்சம் விந்தி நடப்பான். மிகவும் கஷ்டப் பட்டு ராஜனின் கைப்பிடித்து பஸ்சில் ஏற ஓடியதால் பாதம் கொஞ்சம் பிறழ்ந்து வலி ஏற்பட்டது.

பஸ்சிற்குள் ரேவதி பிரமை பிடித்தவள் போல் நின்றிருந்தாள். பேருந்து நிலையத்தில் எல்லோரும் இறங்கினார்கள். ரேவதி ரயிலடி செல்லும் திசையில் வேகமாக நடந்தாள். மங்கம்மா சத்திரத்திற்கு எதிராக நின்று வடக்குவெளி தெருவைக் கடந்து செல்வதற்கு முயன்றாள். வாகனங்கள் போக்குவரத்துக் காரணமாக முன்னால் செல்வதும் பிறகு பின்னால் நகர்வது மாக இருந்தாள். வேகவேகமாக வந்து ராஜனும் அவள் பின்னால் நின்றான். பேருந்து நிலைய திசையிலிருந்து ஒரு லாரி வேகமாக வர, ரேவதி முன்னோக்கி ஓட கலக்கமடைந்த ராஜன் விபரீதமாகிவிடக் கூடாதே என்று அவள் தோளில் கை போட்டு பின்னுக்கு இழுக்கவும் லாரி ஓட்டுநர் சடன் பிரேக் போட்டு நிறுத்தவும் சரியாக இருந்தது. ரேவதியைப் பார்த்து லாரி ஓட்டுநர் கடும் கோபத்துடன் கத்தினார்.

ராஜன் கை கூப்பி, "மன்னித்துக் கொள்ளுங்கள். அவசரமாக சாலையைக் கடக்க நினைத்தோம்" என்று சமாளித்தான்.

லாரி கடந்து சென்றபின் ரேவதியைப் பார்த்து, "என்ன ஆச்சு? ஏன் இப்படி நடந்து கொள்கிறாய்" என்று கடிந்து கொண்ட ராஜன் அவளை, தரதரவென்று ஓரமாக இழுத்துவந்து கன்னத்தில் அறைந்தான்.

ஏன் என்னை நிறுத்துனீங்க. விட்டிருந்தா நான் செத்திருப் பேனே? என்றாள் ரேவதி.

என்ன முட்டாள் தனமா பேசற "உன் பெற்றோருக்கு நீ ஒரே குழந்தை. அப்பா மதுரை மாவட்டத்தில் பெரிய அதிகாரி. எல்லோரும் மரியாதை வச்சிருக்காங்க. உங்கம்மா இதைக் கேள்விப்பட்டால் உயிரையே விட்டுடுவாங்க. என்ன செய்றோம்னு தெரிஞ்சுதான் செய்றியா? உனக்கு என்ன கொற? சொல்லு"

ராஜன் அமைதியாக ஆனால் அழுத்தமாகக் கேட்டான்.

பிரம்மையிலிருந்து விடுபட்ட ரேவதி 'ஓ' வென அழுதாள். சிறிது நேரத்தில் சுயநிலைக்குத் திரும்பிய அவள் "அண்ணே! வாங்க விடுதிக்குப் போகலாம். தயவுசெய்து இத யார்கிட்டயும் சொல்ல வேண்டாம்." என்று வேண்டிக்கொண்டாள்.

"சரி வாங்க போகலாம்"

மூவரும் பஸ்சில் ஏறி மருத்துவமனை அருகே இறங்கினார் கள். பக்கத்தில் இருந்த உணவகத்தில் காஃபி அருந்தினர். அங்கிருந்து புறப்படும்போது "நாங்கள் இரண்டுபேரும் எனக்குப் பழக்கமான வார்டில் காத்துக்கொண்டிருக்கிறோம். நீ பெண்கள் விடுதிக்குச் சென்று வேல்விழியை அழைத்துக் கொண்டுவா. ஒரு பெண் இன்னொரு பெண்ணிடம்தான் அந்தரங்க விஷயத்தைக் கூறமுடியும்" என்று சின்னசாமியிடம் ராஜன் கூறினான்.

சின்னசாமி சென்ற சிறிது நேரத்தில் வேல்விழியுடன் திரும்பி வந்தான். பிறகு அவன் விடை பெற்றுக் கொண்டான்.

வேல்விழியைப் பார்த்த ரேவதி குமுறி வந்த அழுகையை அடக்கிக்கொண்டாள். மாலையில் என்ன நடந்தது என்பதை ராஜன், வேல்விழியிடம் விவரித்தான். "நான் சற்று விலகி இருக்கிறேன். நீங்கள் பேசுங்கள்" என்று கூறி ராஜன் எழுந்தான். "பரவாயில்லை நீங்களும் இருங்கள்" என்று இருவரும் கேட்டுக்கொண்டனர்.

நடந்தது இதுதான். ரேவதியின் தந்தை துரைராஜ், அக்காவிடம் பட்ட நன்றிக் கடனுக்காக அவரது மகனைத் தன் வீட்டிலேயே வளர்த்து வந்தார். எம்பிபிஎஸ் படிக்கவைத்தார். அவனும் படிப்பில் கெட்டிக்காரனாக இருந்து டில்லி அகில இந்திய மருத்துவ விஞ்ஞானக் கழகத்தில் எம்டி படிப்பில் சேர்ந்தான். சமீபத்தில் மதுரை வந்திருந்த அவன் துரைராஜிடம் தான் ரேவதியை மணக்க

விரும்புவதாகக் கூறினான். அவரும், ரேவதி படிப்பு முடிந்தவுடன் திருமணத்தை வைத்துக் கொள்ளலாம் என்றார். தந்தையின் சம்மதம் தெரிந்தபின் ரேவதியிடமும் பேசினான். டில்லி அகில இந்திய மருத்துவ விஞ்ஞானக் கழகத்தில், தான் பணிபுரிய விரும்புவதாகவும், திருமணத்திற்குப்பின் ரேவதியை டில்லிக்கு அழைத்துச்சென்று எம்டி படிக்க வைப்பதாகவும் கூறினான். இந்தச் சமயத்தில் அவளிடம் அளவுக்கு அதிகமான உரிமையும் எடுத்துக் கொண்டான்.

ஆனால் கொஞ்ச நாள் கழித்து அக்காவின் மகன் எழுதிய கடிதத்தை மனைவி சாவித்திரி அம்மாவையும் ரேவதியையும் அழைத்து துரைராஜ் காட்டினார். தன்னுடன் படிக்கும் டாக்டரை டில்லியில் பதிவுத் திருமணம் செய்து கொண்டதாகவும், அடுத்த வாரம் அமெரிக்கா செல்லவிருப்பதாகவும் அந்தக் கடிதத்தில் எழுதியிருந்தான்.

கடிதத்தைப் படித்தபின், சிவப்பட்டி மனிதர்கள் யாரையும் நம்ப முடியாது என்று கோபத்துடன் கூறினார் துரைராஜ். ரேவதிக்குத் தலையில் இடிவிழுந்ததுபோல் இருந்தது. ஆனால் வெளிக்காட்டிக் கொள்ளாமல் அங்கிருந்து நகர்ந்துவிட்டாள். அந்த வெளிப்பாடுதான் இப்போது மதுரை மங்கம்மா சத்திரத்திற்கு எதிரே நடந்தது.

“ரேவதி! கவலைப்படாதே. மனம் தளராமல் பிரச்சனைகளை எதிர்கொள்ள நாம் பழக வேண்டுமே தவிர, தொட்டா சிணுங்கிபோல் சோர்ந்து சுருங்கிவிடக் கூடாது. நாம் மூவரும் வீட்டுக்குப் போவோம். நான் சித்தப்பாவிடம் பேசுகிறேன்” என்று வேல்விழி ஆறுதல் கூறினாள். மனதைத் தேற்றிக் கொண்ட ரேவதி வீட்டுக்குச் செல்ல சம்மதித்தாள்.

மூவரும் வீட்டுக்குச் செல்வதற்கு முன் ரேவதி வருவதற்குத் தாமதமானதால் வீடே அல்லோல கல்லோலப்பட்டது. தகவலை சாவித்திரி அம்மா துரைராஜுக்குத் தெரியப்படுத்தினார். அவரும் அவருக்குத் தெரிந்த சில காவல் அதிகாரிகளும் பல இடங்களிலும் ரேவதியைத் தேடி அலசினார்கள். அந்தச் சமயத்தில் மூன்று பேரும் வீட்டுக்குள் வந்தனர்.

ரேவதியைக் கண்டவுடன் அம்மாவுக்கு, ஒருபக்கம் மகிழ்ச்சி, இப்போதாவது வந்து சேர்ந்தாளே என்று. இன்னொரு பக்கம் கோபம் - சொல்லாமல் கொள்ளாமல் தாமதப்படுத்தி தவிக்க

விட்டுவிட்டாளே என்று. வேல்விழியும் ராஜனும் உடன் வந்ததால் ஏதோ ஒன்றாக சேர்ந்து விழாவிற்குச் சென்று தாமத மாகத் திரும்பியிருக்கிறார்கள் என்று நினைத்துக்கொண்டார் கள்.

உண்மை வேறாக இருந்தது. நேரடியாக விஷயத்தைப் போட்டுடைத்து பெற்றோர் மனதைச் சிதறடிக்காமல் சித்தப்பா, சித்தி என்ற உறவுமுறையைப் பயன்படுத்தி பிரச்சனையை லகுவான சூழலுக்குக் கொண்டுவந்தாள் வேல்விழி. அதேசமயம் எதையும் மறைக்காமல் ரேவதியின் மனநிலையையும் எடுத்துரைத்தாள். அசம்பாவிதம் ஏதும் நடக்காமல் இருக்க ராஜனின் பங்குதான் சிறப்புக்குரியது என்பதையும் கூறினாள். முள்ளின்மேல் விழுந்த சேலையைக் கிழிந்துவிடாமல் பக்குவமாக எடுப்பது போல் ரேவதியின் பெற்றோர் மனம் கலங்கிவிடாமல் எடுத்துச்சொன்ன பாங்கு வேல்விழியை ஒரு ராஜதந்திரியாக ராஜனைப் பார்க்க வைத்தது. துரைராஜும், சாவித்திரி அம்மாவும் மூவரையும் கட்டியணைத்து ஆனந்தக் கண்ணீர் வடித்தனர். அன்றிலிருந்து வேல்விழியை சொந்த மகளாகவும் ராஜனை சொந்தமகனாகவும் அவர்கள் மனங் கொண்டனர்.

வேல்விழியோடு மல்லிகாவை ஒப்பிட்டுப் பார்ப்பது ராஜனுக்குப் பழக்கமாகவே மாறிவிட்டது. அமெரிக்கன் கல்லூரியில் வேல்விழி பரிசும் பாராட்டும் பெற்றதாலோ என்னவோ மல்லிகா அதையும் தாண்டி செல்ல விரும்பி யிருப்பாள் போல் தெரிகிறது. சென்னை ஸ்டான்லி மருத்துவக் கல்லூரியில், கல்லூரிகளுக்கு இடையேயான போட்டிகள் நடைபெற்றன. இதில் ஆங்கிலப் பேச்சுப் போட்டியில் கலந்து கொள்ள மல்லிகா விரும்பினாள். அதற்குப் பெயர் கொடுத்து விட்டு “நாம் சென்னைக்குப் போகலாம். உங்கள் வீட்டிலேயே தங்கிக்கொள்ளலாம்” என்று ராஜனிடம் சொன்னாள்.

ராஜனும் மகிழ்ச்சியாக ஏற்றுக்கொண்டான். ஆனால் ஒரு நிபந்தனை போட்டான். உனது நண்பர்கள் யாரையாவது துணைக்கு அழைத்து வரவேண்டும்.

என்ன செய்வது? அறைத்தோழி குந்தவை நாகர்கோவில் சென்றுவிட்டாள். வேறு நண்பர்கள் யாரும் அவளுடன் சென்னைக்கு வரும் மனநிலையில் இல்லை. சாட்சிக்காரன் காலில் விழுவதைவிட சண்டைக்காரன் காலில் விழலாம் என்பார்களே அதுபோல வேல்விழியிடமே உதவி கேட்டு விடலாம் என்று துணிந்தாள் மல்லிகா.

“வேல்விழி! பேச்சுப் போட்டிகளில் வெற்றிபெறும் நீ சென்னை ஸ்டான்லி மருத்துவக்கல்லூரியில் நடக்கும் தமிழ்ப் பேச்சுப் போட்டிக்குப் பெயர் கொடு. நான் ஆங்கிலப் பேச்சுப் போட்டிக்குப் பெயர் கொடுத்திருக்கிறேன். ராஜனும் வருகிறார். அவர் வீட்டிலேயே தங்கிக் கொள்ளலாம்” என்று மல்லிகா மிகவும் இதமாகப் பேசி இணங்க வைக்க முயற்சி செய்தார்.

வேல்விழியோ “என் தந்தை ஒப்புக்கொள்ள மாட்டார்” என்று தயங்கினாள்.

மல்லிகா தனக்குக் காரியம் ஆகவேண்டும் என்றால் சகல காய்களையும் நகர்த்துவாள். அதன்படி அவளின் நகர்வு வேல்விழியிடமிருந்து ரேவதியை நோக்கி இருந்தது.

“ரேவதி! நீ உன் அம்மாவிடம் சென்று வேல்விழியுடன் ரெண்டு நாட்கள் சென்னைவர ஏற்பாடு செய். தங்குகிற இடம் பிரச்சனை இல்லை. ராஜன் வீடு இருக்கிறது. அவரும் நம்முடன் வருகிறார். வேல்விழி தமிழ் பேச்சுப் போட்டிக்குப் பெயர் கொடுத்தால் நிச்சயம் வெற்றிபெறுவாள். அது உனக்கும் கல்லூரிக்கும் பெருமைதானே!”

காரியம் சாதிக்க எவ்வளவு தூரம் இறங்கிவர முடியுமோ அவ்வளவு தூரம் இறங்கி வந்து பேசினாள். வேல்விழி சென்னைக் கல்லூரியில் வெற்றி பெறுவது சிறப்பாகத் தானே இருக்கும் என்று ரேவதியையும் நினைக்கத் தூண்டிவிட்டாள். பாதிக்கிணறு தாண்டியாகி விட்டது. மீதிக் கிணறையும் ரேவதி நிச்சயம் தாண்டிவிடுவாள் என்று மல்லிகா நம்பினாள். நம்பிக்கை வீண்போகவில்லை.

ராஜனின் வீட்டில் தங்குவது, ராஜனும் துணைக்குச் செல்வது. கல்லூரிப் போட்டி என்ற காரணங்களால் ரேவதி யின் தாயார் ஒப்புக் கொண்டுவிட்டார். வேல்விழியின் தந்தை சீமைராஜாவின் ஒப்புதலையும் பெற்றாகிவிட்டது.

மூன்று பெண்களுடன் ராஜனின் சென்னைப் பயணம் தொடங்கியது. ஸ்டான்லி மருத்துவக்கல்லூரி போட்டிகளும் முடிவுகளும் பலராலும் எதிர்பார்க்கப்படுபவை. முதலிலேயே பெயர் கொடுத்து விழுந்து விழுந்து தயார் செய்திருந்த மல்லிகா ஆங்கிலப் பேச்சுப் போட்டியில் இரண்டாவது பரிசைத்தான் பெற முடிந்தது.

திடீரெனப் பெயர்கொடுத்து பெரிதாகத் தயாரிப்பு எதுவும் செய்யாமல் கலந்துகொண்ட வேல்விழி தமிழ் பேச்சுப் போட்டியில் முதல் பரிசைப் பெற்றாள்.

இதற்காக மல்லிகா பெருமைப்பட்டதைவிட பொறாமைப் பட்டதுதான் அதிகம். தும்மலை அடக்குவதுபோல வெளிக் காட்டிக்கொள்ளாமல் சிரமப்பட்டு மறைத்துக்கொண்டாள். என்னதான் மறைத்தாலும் குப்பையின் நாற்றம் வெளிவந்து விடுவதுபோல் மல்லிகாவின் மனம் அவ்வப்போது குப்பையைக் கிளறிக் கொண்டுதான் இருந்தது.

ஒருமுறை ராஜன் சிவப்பட்டியில் தங்கவேண்டிய நிர்பந்தம் ஏற்பட்டது. அப்போது ராஜன் தனது வீட்டில் தங்கியிருந்ததாக முத்துமாணிக்கம் கூறினான். இது ஒரு சாதாரண விஷயம். ராஜன் எங்கே தங்கினால் என்ன? முத்துமாணிக்கத்தை சிறுமைப்படுத்த வேண்டும் என்பதுதான் மல்லிகாவின் ஆசை. அதனை வெளிப்படுத்தினாள்.

"உங்க வீடு ரொம்பவும் சின்னது என்று சொன்னார்கள். அந்த வீட்டிலா ராஜன் தங்கினார்?" என்று கேலியும் குத்தலு மாகக் கேட்டார்.

இவரோடு நமக்கென்ன விவாதம் என்று நினைத்த முத்துமாணிக்கம், "எங்க வீட்டுக்குப் பக்கத்தில் என்னோடு படித்த ஒருவர் வீடு இருக்கு. அது மிகப் பெரிய வீடு. அந்த வீட்டில் ராஜனைத் தங்க வைத்தேன்" என்று சமயோசிதமாக சமாளித்தார்.

அப்படியும் விடாமல் மிகவும் பழைய சம்பவத்தைத் துருவ ஆரம்பித்தாள். "ஞாபகம் இருக்கா? சுதந்திர தினத்தன்று நீங்களும், ரேவதியும், வேல்விழியும் ராஜனுடன் பேசிக் கொண்டிருக்கும் போது அவர் குனிந்து எதையோ எடுப்பது போல் இருந்தாரே உண்மையில் என்ன செய்தார்?" என்று பழைய குப்பையைக் கிளறினாள்.

"அதுவா, வேல்விழி எதற்கோ கலகலவென சிரித்தார். பரிகாசம் செய்வதற்காகக் குனிந்த ராஜன், 'சிதறிய முத்துக் களை எடுக்கவோ கோர்க்கவோ' என்று கேட்டார்?

முத்துமாணிக்கம் வெள்ளந்தியாக சொன்ன பதிலால், மல்லிகாவின் முகம் விகாரமாக மாறிவிட்டது.

‘இவர் பெயர் முத்துமாணிக்கம். முத்தும் மாணிக்கமும் சிதறிக் கிடக்கிறதா என்று தேடினேன் என அன்று சொல்லி ராஜன் சமாளித்ததை மறந்துபோய் மல்லிகாவிடம் உண்மையை ஏன் சொல்லித் தொலைத்தோம்’ என்று முத்துமாணிக்கம் வருத்தப்பட்டார். அதனால் ஒரு பயனும் இல்லை. வேல்விழி மீதான பொறாமையால் ராஜனிடம் இதைக் குத்திக்காட்டிப் பேசியதுதான் மிச்சம்.

தனக்கு மேலானவராக, யாரையும் சிந்திக்க முடியாத மல்லிகா தானே எல்லோரையும் விட சிறப்பாக சிந்திப்பதாக வும் காட்டிக்கொள்வாள். சென்னையிலிருந்து மதுரை திரும்பும்போது ரயில் பயணத்தில் இதுதான் நடந்தது.

ஸ்டான்லி மருத்துவக்கல்லூரி அனுபவத்தையோ, பேச்சுப் போட்டி பற்றியோ பேசாமல், அடையாறு வீட்டை ராஜனின் தந்தை எப்போது வாங்கினார்? ஏன் அதை அப்படியே வைத்திருக்கிறார்? அதுவும் ஒரு பாஷ் ஏரியாவில் என்று கேள்விமேல் கேள்வி கேட்டுத் துளைத்தாள் மல்லிகா. ராஜன் எதற்கும் அசையவில்லை. அவளது குணம் அவனுக்கு மிகவும் நன்றாகத் தெரியும் என்பதால் அமைதி காத்தான்.

மல்லிகா ஒருபடி மேலே சென்றாள். “உங்க அப்பா ஏன் அந்தக் கிராமத்தில் இருக்க வேண்டும்? பணி ஓய்வு பெற்றபிறகு தனியாகத் தொழில் நடத்தலாம் அல்லது தனியாரிடம் பணிபுரியலாம்” என்று யோசனை கூறியதோடு நிறுத்திக் கொள்ளவில்லை, அடுத்தப்படிக்குச் சென்றாள். தனது தந்தையின் பெருமை பேசினாள். “எங்க அப்பாவ பாருங்க, ஓய்வு பெற்றபின் பயிற்சிக் கல்லூரியைத் தொடங்க இப்போதே முதலீடு செய்திருக்கிறார்.”

பொறுமைக்கும் எல்லை உண்டுதானே! மல்லிகாவின் சுய புராணத்திற்கு முற்றுப் புள்ளி வைக்க சூடாக ஏதாவது சொல் லியே ஆக வேண்டும். ராஜன் வாயைத் திறக்க முற்பட்டான்.

ரயிலின் வேகத்தைவிட அதிவேகமாக செயல்பட்ட வேல்விழி, “பார்வையிலேயே ஒன்றும் பேச வேண்டாம்” என்று சொன்னாள். ரேவதி விஷயத்திலும் அதற்கு முன்பும் அவள்மீது அதிக மதிப்பு வைத்திருந்த ராஜன் “கண்களின் செய்தியால்” மூளையை அமைதிப்படுத்திக் கொண்டான்.

❐

5

டாக்டர் குழலியின் திருமணம் முடிந்து விட்டாலும் டாக்டர்கள் வேல்விழி- பிரபு வீட்டில் பரபரப்பு குறைய வில்லை. வெளியூர்களிலிருந்து வந்தவர்கள் ஊர்திரும்பவில்லை என்பதால் வெளியே போவதும் வருவதுமாக இருந்தார்கள். வெளியேயிருந்து வருபவர்களை உபசரிப்பது, வெளியே செல்பவர்களுக்கு வழிகாட்டுவது என சுறுசுறுப்பாக இயங்கிக் கொண்டிருந்தார் வேல்விழி. இன்றைய வேலைகளுக்கு நடுவி லும் நாளை நடக்கப்போகும் விழா பற்றிய சிந்தனையும் ஓடிக் கொண்டே இருந்தது.

சென்னை-மதுரை-சியாட்டில் இதழ்களின் தொகுப்பைத் தரையில் விரித்து அழகுபார்த்தார். இதழைத் தொடங்கி 25 ஆண்டுகள்..... வெள்ளிவிழா... இது திட்டமிட்டதல்ல... தத்தி தவழ்ந்து... நடந்து-ஓடி இந்த இடத்திற்கு வந்துள்ளது. இந்த இதழ் ஏன் தொடங்கப்பட்டது? இதன் நோக்கம்தான் என்ன? எண்ணச் சிறகுகள் விரிந்தன....

நேற்றைக்குத் திருமணம் நடந்ததுபோல் இருக்கிறது. ஓடிவிட்டன 42 ஆண்டுகள். அமெரிக்காவுக்கு வந்து டாக்டராக வேலைபார்த்தாலும் மதுரை மருத்துவக் கல்லூரியில் படிப்புக்குமேல் கற்றுக் கொண்டது வேல்விழியை சும்மா இருக்கவிடவில்லை. ‘மரம் சும்மா இருந்தாலும் காற்று சும்மா இருக்க விடாது’... மாவோ சொன்னது வெறும் சொற்களாகுமா? தோழர் ராஜனும் முத்துமாணிக்கமும் சின்னசாமியும் மதுரை யின் ஹால்களிலெல்லாம் சுற்றிவந்து கேட்ட கூட்டங்கள், பேசிய வார்த்தைகள், விவாதித்த விஷயங்கள் எல்லாம் அமெரிக்கா சென்ற பிறகும் அலைஅலையாய் எழுந்தன.

வேலைக்குப்போய் வீடு திரும்பியபின் என்ன செய்வது? பழக்கம் விடவில்லை. எதையாவது படிக்க வேண்டும். குறிக் கோள் இல்லாத படிப்பு வெறும் படிப்பாகத்தான் இருக்கும். பயனுள்ளதாகப் படிக்க வேண்டும். என்ன படிக்கலாம்? அமெரிக்காவில்தான் வாழ்க்கைன்னு ஆயிடுச்சி. முதலில் அமெரிக்கா பற்றி படிக்கலாம் என்று தொடங்கினாள்.

அமெரிக்காவின் பூர்வ குடிகள் செவ்விந்தியர்கள் என்று படித்தபோது வேல்விழியின் மனம் மகிழ்ச்சியில் துள்ளியது. அவர்கள் யாரோ? எவரோ? இந்தியர்கள் என்ற பெயருடன் இருக்கிறார்களே!

இருந்தாலும் என்ன? இந்தியா எப்படி பிரிட்டிஷ் காலனி நாடாக இருந்ததோ அப்படித்தான் அமெரிக்காவும் இருந் துள்ளது. ஆனால் இந்தியாவைவிட சில நூற்றாண்டுகள் முன்ன தாகவே, இன்னும் சொல்லப்போனால் இந்தியா பிரிட்டிஷ் ஆட்சிக்குள் வருவதற்கு முக்கால் நூற்றாண்டுக்கு முன்பே 1783-ல் அமெரிக்கா விடுதலையே பெற்றுவிட்டது என்ற வரலாறு வேல்விழிக்கு வியப்பை ஏற்படுத்தியது.

அமெரிக்காவின் தலைநகர் வாஷிங்டன். இந்த நாட்டின் தேர்ந்தெடுக்கப்பட்ட முதலாவது அதிபரும் வாஷிங்டன். இது தமிழ்நாட்டில் சிதம்பரம், பழனி, திருப்பதி, ஏழுமலை என்று ஊரின் பெயர் மனிதருக்கு இருப்பது போன்றதா? கொஞ்சம் தேடிப் படித்தார் வேல்விழி. வாஷிங்டன் என்ற நகரின் பெயர் முதலாவது அதிபர் ஜார்ஜ் வாஷிங்டனின் ஒருபாதிதான். மனிதர்களுக்கு இனிஷியல் இருப்பது போல். அது என்ன வாஷிங்டன் டி.சி. மீண்டும் தேடல். டி.சி. என்றால் டிஸ்ட்ரிக்ட் ஆஃப் கொலம்பியா என்பதன் சுருக்கமாம். இதுதான் வாஷிங்ட னின் பூர்வீகப் பெயர். கொலம்பியா என்பது அமெரிக்கக் கண்ட த்தைக் கண்டறிந்த கொலம்பசின் நினைவாக சூட்டப்பட்ட பெயர்.

கொலம்பஸ் என்றதும் இன்னொரு பெயர் வேல்விழியின் நினைவுக்கு வந்தது. இந்தியாவைக் கண்டறிந்ததாகக் கூறப்படும் வாஸ்கோடாகாமா என்ற போர்ச்சுகீசியர் பெயர்தான் அது. அவரது பெயர் கோவா மாநிலத்தில் ஒரு நகருக்குப் பெயராக சூட்டப்பட்டுள்ளது. நாடு வேறு வேறாக இருந்தாலும் மனித மனம் ஒன்று போலவே இருப்பதற்கு இதுவும் ஓர் உதாரணமோ என்று எண்ணினார்.

அமெரிக்காவைப்பற்றி, வாஷிங்டன் பற்றி, வெள்ளை மாளிகையின் எதேச்சதிகாரம் பற்றியெல்லாம் பேசியிருக்கி றோம். அப்போதெல்லாம் இவை ஏன் எவ்வாறு என்று யோசிக்கத் தோன்றவில்லை. இப்போது அமெரிக்காவில் குடியேற்றம் என்று ஆகிவிட்டதால், நேரமும் கிடைப்பதால் யோசிக்கும் தேவை ஏற்பட்டுள்ளதோ! அதுமட்டுமல்ல அதற்கும்மேலே.

உலகத்தை.... சமூகத்தை.... மக்களை... நாடுகளை.... அவற்றின் அரசியலை... கலாச்சாரத்தைத் தெரிந்துகொள்ளும் ஆவல்.

அமெரிக்கா எல்லோருக்கும் ஈர்ப்பை ஏற்படுத்துகிறது. தமிழ் நாட்டின் மேட்டுக்குடி மக்கள் என்மகன் ஸ்டேட்ஸ்ல இருக் கான்... என் மகள் ஸ்டேட்ஸ்ல இருக்கா? இப்படிச் சொல்லிக் கொள்ளும்போது... முகத்தில் காணப்படும் புளகாங்கிதமே தனி...

இப்படிப் பெருமைப்படும் அந்த நாட்டில் அடிமைகள் விற்பனை அமோகமாக இருந்ததைப் படிக்கும்போது வேல் விழிக்கு அதிர்ச்சி ஏற்பட்டது. பத்தொன்பதாம் நூற்றாண்டில் அடிமைகளை விற்பதும் வாங்குவதும் சட்டபூர்வமாகவே இருந்தது என்பதை நம்பவே முடியவில்லை. அடிமைகள் என்றாலே அவர்கள் கருப்பு இனத்தவர்கள்தான். கருப்பு என்பதும் ஒரு நிறம்தானே! நம்ம ஊரிலும் ஆட்களைக் கருப்பு சிவப்பு என்று தானே சொல்கிறார்கள். ஆனால் நிறத்துக்கு இவ்வளவு வெறுப்புகாட்டிப் பார்த்ததில்லை. கருப்பு இன மக்களின் காலகாலமான அடிமைத்தனம் எவ்வளவு தூரம் நீடிக்கும். சூடேறினால் தண்ணீரே கொதிக்கிறதே. மனிதர்களின் மனம் கொதிக்காதா? இந்தக் கொதிநிலையின் விளைவுதான் கருப்பு இனமக்களின் தலைவரான ஆபிரகாம்லிங்கன் அதிபராகத் தேர்ந்தெடுக்கப்பட்டது. குடியரசுக் கட்சியின் முதல் அதிபர் என்ற வரலாறும் அவருக்கு இருந்தது.

என்ன வரலாறு இருந்து என்ன பயன்? அவர் தேர்ந் தெடுக்கப்பட்டதிலிருந்து கருப்பு வெள்ளை போட்டி... வெறும் போட்டி அல்ல - போரே தொடங்கிவிட்டது. உள்நாட்டுப் போர். அடிமைமுறை ஒழிப்பு, கருப்பு இன மக்களின் உரிமை கள், சுதந்திரம் என களம் விரிந்தது. அடிமைத் தளையிலிருந்து லட்சக்கணக்கான கருப்பு இன மக்கள் விடுதலை செய்யப்பட்டனர். இதுமட்டும் நடக்கவில்லை. இன்னொன்றும் நடந்தது. அது கோரமானது. மனிதகுலம் வெட்கப்பட வேண்டி யது. உள்நாட்டுப் போர் என்றால் மக்களும் ஈடுபடுவதால் கருப்பு இனமக்கள் வெள்ளை இனத்தவர் ராணுவ வீரர்கள் எனப் பல லட்சம் பேர் இறந்தனர். நிறபேதம் எவ்வளவு ஆழமாக வேரூன்றியிருந்தது என்பதை வேல்விழி உணர்ந்து கொண்டார். நெஞ்சு வலித்தது.

இந்த வலி ஒன்றும் வேல்விழிக்குப் புதிதாகத் தெரியவில்லை. சொந்த ஊரில் சொந்த வாழ்க்கையில் அனுபவித்த வலிதானே!

கருப்பு-சிவப்பு என்ற நிறவெறி அமெரிக்காவில் என்றால், இந்தியாவில் மேல், கீழ் என்ற சாதி வெறி. தொடவே கூடாது; தொட்டால் தீட்டு என்று 21 ஆம் நூற்றாண்டிலும் இருக்கிறதே!

ஒரு லட்சத்திற்கும் கொஞ்சம் கூடுதலான மக்கள் தொகையைக் கொண்ட ஊர்தான் சிவப்பட்டி. மதுரைக்குப் பக்கத்தில் உள்ளது. சுமார் 30 கிலோ மீட்டர் தூரம். இருந்தாலும் மதுரைதான் இந்த ஊர் மக்களுக்குப் பக்கம். இந்த ஊரில் பாதி பேருக்கும் அதிகமானவர்கள் வேல்விழியின் சமூகத்தைச் சேர்ந்தவர் கள். மற்றவர்களோடு ஒப்பிடும்போது இவர்கள் உயர் ஜாதிக்காரர்கள். அதனால் ஆதிக்கம் செலுத்துபவர்கள். இதற்கு அடிப்படையான காரணம் இவர்களுக்குச் சொந்தமாக இருக்கும் நிலத்தின் அளவுதான். மற்றவர்களில் பெரும்பாலோர் இவர்களின் நிலத்தில் வேலை செய்து வாழ்க்கை நடத்து பவர்கள். அப்புறம் என்ன? இவர்கள்தானே படி அளக்கும் பகவான்கள்! இவர்கள் கிழித்தக் கோட்டை யாரும் தாண்ட மாட்டார்கள். போதாக் குறைக்கு இவர்களின் செல்வாக்கை நிலைநிறுத்திக் கொள்ள ஆளுங்கட்சிக்கு ஆதரவாக நின்று கொள்வார்கள், அதன் தலைவர்களுக்கு நெருக்கமானவர்கள் என்று காட்டிக்கொள்வார்கள். இது கலெக்டர் ஆஃபிஸ் முதல் காவல்துறை வரை இவர்களின் செல்வாக்கு அம்பைச் செலுத் தும் வில்லாகப் பயன்படும்.

இதையெல்லாம் நன்றாகவே தெரிந்துவைத்திருந்த வேல்விழியின் தந்தை சீமைராஜா காங்கிரஸ் கட்சியின் பிரமுகராக வலம்வந்தார். காந்தி, நேரு, காமராஜ் பெயர்களைத் தனது பேச்சில் அடிக்கடி உச்சரிப்பார். இவர்களின் கொள்கை பற்றியோ, செயல்பாடுகள் பற்றியோ அறிந்து கொள்ளவும், அதன்படி நடக்கவும் எள்முனை அளவும் ஆர்வம் இல்லாதவர்.

காந்தியின் தீண்டாமை ஒழிப்பு, ஹரிஜனங்களை சமமாக மதித்தல், நேருவின் சமதர்மம், அறிவியல் ஆர்வம், காமராஜரின் எளிமை, நேர்மை, தன்னல மறுப்பு ஆகியவற்றிற்கும் சீமை ராஜாவுக்கும் வெகுதூரம். அவருக்கு மட்டுமல்ல நிலமும், நிலத்தால் பணமும், பணத்தால் செல்வாக்கும் போதாக் குறைக்கு மேல்சாதி என்ற திமிரும் படைத்த எல்லோரின் நிலையும் இதுதான்.

பெரும்பான்மை சமூகத்தினர் சாதிக்கலப்பு திருமணத்தை எதிர்த்தனர், வெறுத்தனர். இந்த வெறுப்பின் விளைச்சல்,

சாதிக்கலப்புத் திருமணம் செய்து கொண்டவர்கள் கடுமையான தண்டனையைத்தான் அறுவடை செய்ய வேண்டியிருந்தது.

சிவப்பட்டியில் இரு சாதியினர் கலப்புத் திருமணம் செய்து கொண்டால் ஆண் எந்த சமூகத்தைச் சேர்ந்தவனாக இருந்தாலும் மாயமாகிவிடுவான். மந்திரத்தால் அல்ல! சாதித்திமிர் கொண்டவர்கள் அவனைக் கடத்தி விடுவார்கள். அப்புறம் கொல்வார்களா? விரட்டிவிடுவார்களா? என்பதெல்லாம் யாருக்கும் தெரியாத மர்மம்.

வேல்விழி பள்ளி மாணவியாக இருந்தாள். அப்போது வேறு சமூகத்தைச் சேர்ந்த இரண்டு பையன்கள் இரண்டு பெண்களை ரகசியமாகத் திருமணம் செய்துகொண்டார்கள. அவ்வளவு தான்! இரண்டு ஆண்களும் மாயமானார்கள். பெண்களில் ஒருத்தி அதிர்ச்சியிலிருந்து மீளமுடியாமல் மனநிலை பிறழ்ந்து பிதற்றிக் கொண்டிருந்தாள். மனதிற்குப் பிடித்தவனைத் திருமணம்செய்து வாழ வழிவிடாத பெற்றோர்கள் பிறகு அவளைப் பார்த்துப் பார்த்துக் கலங்கி அழுதுகொண்டே காலத்தைக் கடத்தினார்கள்.

இன்னொரு பெண் தனது சமூகத்திலேயே இன்னொருவரைத் திருமணம் செய்து கொண்டாள். குழந்தைகளையும் பெற்றாள். எப்போதும் முகத்தைத் தொங்கப்போட்டுக் கொண்டு அமைதியாக இருப்பாள்; அது சாந்தமல்ல சங்கடங் களை அழுத்தி அழுத்தி வைத்திருக்கும் வெடிமனம். ஏதாவது பிடிக்காத சொற்பொறி பட்டுவிட்டால் வெடித்துவிடுவாள்; ‘ஓ’ வென அலறுவாள்; அழுவாள்; எதையோ பறிகொடுத்தது போல் தலையில் அடித்துக்கொள்வாள். பார்க்கப் பரிதாபமாக இருக்கும். சிரிப்பையே காணமுடியாத வறண்ட முகத்தோடு அவள் வாழ்க்கை ஓடியது.

கல்லூரிகாலத்தில் வேறொரு அனுபவம். வேல்விழி சமூகத் தைச் சேர்ந்த ஓர் இளைஞன் வேறு ஒரு சமூகத்துப் பெண் ணைத் திருமணம் செய்துகொண்டு ஊரை விட்டே சென்று விட்டான். மாயமாக்கத் தேடியவர்களின் கண்கள் பஞ்சடைந்து பாழாய்ப் போனதுதான் மிச்சம். அடுத்து என்ன செய்வது? சீமைராஜாவைத் தேடி வருகிறது பஞ்சாயத்து.

வேல்விழி இப்போது பள்ளி மாணவி அல்ல; கல்லூரி மாணவி. பஞ்சாயத்தை வேடிக்கை பார்க்க விரும்பவில்லை. மனக்கொதிப்பை வார்த்தைகளாய்க் கொட்டினாள். “இருப தாம் நூற்றாண்டில் இப்படிப்பட்ட கேவலமா? மனதிற்குப் பிடித்த

இரண்டு பேர் சேர்ந்துவாழக் கூடாதா? வயது வந்தவர்களைப் பிரித்துவைக்க பஞ்சாயத்து கூடி பேசுவதே சட்டவிரோதம் "வேணும்னா சம்பந்தப்பட்டவங்க போலீஸ்ல புகார்குடுங்க. அதை விட்டுட்டு சாதிப்பஞ்சாயத்து நடத்த அனுமதிக்க முடியாது?" என்று வேல்விழியின் குரல் கடுமை யானது. யாரும் இதை எதிர்பார்க்கவில்லை. அதுவும் சீமைராஜா வின் பஞ்சாயத்துக்குப் பெண்கள் வந்ததில்லை; வந்தாலும் பேசியதில்லை. ஆனால் இன்று வேல்விழியின் வார்த்தைகள் இடியென இறங்கின. அதுவும் ஊர்ப்பஞ்சாயத்து பேசும் சீமைராஜா மகளின் வாயிலிருந்து... முடிவெடுக்காமல் பஞ் சாயத்து கலைந்துவிட்டது. மற்றவர்களுக்கு இது பிடிக்க வில்லை என்பது வேறு. சீமைராஜாவுக்கே இது பிடிக்கவில்லை.

அவர் துண்டை உதறித் தோளில் போட்டுக்கொண்டு விருட்டென வீட்டுக்குள் சென்றார். வேல்விழியும் பின் தொடர்ந்தாள். முகத்தில் கோபம் கொப்பளிக்க, "வேல்விழி! நமது சமூகத்தின் மாண்புகள், மரபுகள் பற்றி உனக்குத் தெரியும். சமீபகாலமாக அது மாறிவருவதை அனுமதிக்க முடியாது. நீ எனக்கு ஓரே மகள் என்றாலும் சமூகத்திற்கு வெளியே ஒரு வரைத் திருமணம் செய்ய அனுமதிக்க மாட்டேன். அதற்காக எந்த விலையும் கொடுப்பேன்".

கடுகு பொரிவதுபோல் வார்த்தைகளைப் பொரிந்துவிட்டார் சீமைராஜா. சமூக மாண்புகள் மரபுகள் என்பதை வைத்து செய்யப்படும் கொடுமைகள் ஆண்களுக்கான எச்சரிக்கை என்பதைவிடப் பெண்களுக்குத்தான் அதிக எச்சரிக்கை. இனி சாதிமாறி யாரையும் மனதில் வைக்கக்கூடாது. வைத்தால் அவனோடு வாழ முடியாது. ஒருவனை மனதார விரும்பி இன்னொருவனுக்கு வாழ்க்கைப்பட முடியாமல் இவளும் சாக வேண்டும். தப்பித்தவறி இன்னொருவனைத் திருமணம் செய்துகொண்டால் நிம்மதியாக இருக்கக்கூடாது. எவ்வளவு குரூரத்தை மனதுக்குள் பொத்திப் பாதுகாக்கிறது சாதி! இந்த குணம் ஆண்களை மட்டும் ஆக்கிரமித்திருக்கவில்லை. பெண் களையும் கூட என்பது வேல்விழியின் வேதனையை அதிகப் படுத்தியது.

சாதிவெறியாக இருந்தாலும் நிறவெறியாக இருந்தாலும் மனிதர்களை சாகடிப்பதாகத்தான் மாறுகிறது. அமெரிக்க வரலாற்றில் நிறவெறி சாமானிய மனிதர்களைக் கொன்றதோடு நிற்கவில்லை. தலைவர்களையும் கொன்றது என்பதை அறியும் போது வேல்விழி

நெஞ்சம் பதைபதைத்தது. குடியரசுக் கட்சியின் முதலாவது அதிபர் என்ற பெருமையைப் பெற்றாலும் வடமாகாணங்களில் மிக அதிகமாக வாழும் கருப்பு இனத்தவரின் வாக்குகளே அவரது வெற்றிக்குக் காரணம் என தெற்கு மாகாணங்களில் அதிகமாக வாழும் வெள்ளை நிறத்தவர் எண்ணினர். அது மட்டுமல்ல கருப்பின மக்கள் விடுதலை செய்யப்பட்டால் வெள்ளையர்களின் விவசாயப் பண்ணைகளில் வேலை செய்வது யார் என்ற உறுத்தல் அவர்களின் மூளையைக் குடைந்தது. இதுவே உள்நாட்டுப் போருக்கும் ஒருவகையில் காரணமானது.

இந்த எண்ணம் மனவெளியில் கள்ளிச் செடியாக வளர்ந்து வன்மமாக மாறியது. வன்மம் தலைக்கேறினால் மனிதன் மிருகமாகிறான். பசிக்கு வேட்டையாடுவதைத்தவிர உயிர பிமானம் அதற்கு இருக்காது. அப்படித்தான் மிருகமாக மாறிப் போன ஜான் வில்கிம் பூத் என்ற தெற்கு மாகாணத்தவன் ஆபிரகாம் லிங்கனைச் சுட்டுக் கொன்றான்.

ஒரு மனிதன் மற்றொரு மனிதனை மதிக்க வேண்டும். சமத்துவமாக நடத்த வேண்டும். இதற்கு நிறமோ இனமோ தடையாக இருக்கக்கூடாது என்று சொன்னது தப்பா? மதம் ஒன்றாக இருந்தாலும் நிறம் வேறவேறதான் என்று வெறி கொண்டவனுக்கு லிங்கன் பலியாகிப்போனது 200 வருஷத்துக் குப் பிறகும் மனிதர்களுக்குப் பாடம் கற்றுக் கொடுத்து விட்டதா?

இல்லை என்பதற்கு இந்தியாவே உதாரணமாகிவிட்டதே என்று வேல்விழி எண்ணியபோது கண்களில் நீர் முட்டியது. நிறத்தை மறந்து மனிதர்களாக வாழ்வோம் என்று கூறியதற்காக லிங்கன் கொல்லப்பட்டு 80 ஆண்டுகள் கழித்து இந்தியாவின் மகாத்மா கொல்லப்பட்டார். மதத்தால் மக்கள் மனம்கோணி மாச்சரியம் நிரம்பவேண்டாம் என்று மன்றாடியவர். மதமோதல்களை ஒற்றை மனித ராணுவமாகத் தடுத்து நின்றவர். 'ரகுபதி ராகவ ராஜாராம் ஈஸ்வர அல்லா தேரேநாம்' என்று கடவுள்களை இணைத்து மனிதர்களையும் இணைப்பதற்கு அந்தப் பொக்கைவாய் மனிதர் கடைசி நேரத்தில் கூட உண்ணாவிரதம் இருந்தார். பிரார்த்தனைக் கூட்டத்தில் கும்பிட்டுக் கொண்டே வந்த கொடியவன் 'கோட்சே' கைக்குள் மறைத்துவைத்திருந்த துப்பாக்கியால் அந்த அண்ணலைக் கொன்றான். நிறவெறி வன்மம் லிங்கனைக் கொன்றதென்றால் மதவெறி வன்மம் மகாத்மாவைக் கொன்றது என்ற நினைவு களால் வேல்விழி மனம் வெதும்பிப் போனார்.

அமெரிக்க வரலாற்றைப் படிப்பதும் இந்தியாவோடு ஒப்பிட்டுப்பார்ப்பதும் அவரின் மனதில் அலைமோதல்களாய் இருந்தன. படிப்பதோடு நின்று விடுவதா? மற்றவர்களையும் பயனடையச் செய்வதா? என்ற கேள்விகள் தலைதூக்கின. இந்த அடியுரத்தில் விழுந்த விதைகள் வீண்போகவில்லை. மனதுக் குள் விழுந்த கருத்துக்களும் மண்ணுக்குள் விழுந்த விதைகளும் சும்மா இருப்பதில்லை. 1990 பிறந்த போது மதுரை-சியாட்டில் தொடர் இதழாக முளைத்து வெளிவந்தது. இதழின் ஆசிரியர் டாக்டர் வேல். மூன்று மாதங்களுக்கு ஒருமுறை வரும் காலாண்டு இதழுக்கு அமெரிக்காவின் ஐக்கிய மாகாணங்களி லிருந்து நான்குபேர், இந்தியாவிலிருந்து டாக்டர் ராஜன், முனைவர் சின்னசாமி ஆகிய ஆறுபேர் ஆசிரியர் குழு.

ஊடகத்துறையில் அமெரிக்க நண்பர்கள் பேருதவி செய்த னர். அமெரிக்காவைப் பற்றி அறிந்திருந்த தகவல்களை வேல் விழி சுவைபட எழுதினார். இளைய தலைமுறையினருக்கு நினைவூட்டலாகவும் சுவையுள்ளதாகவும் இருந்த இந்த இதழ் சியாட்டில் மக்களிடம் பரவலாகச் சென்றது. இந்தியாவின் சமூக அரசியல் கட்டுரைகளுக்கு சின்னசாமியின் பங்களிப்பு அதிமாக இருந்தது. ஐக்கிய அமெரிக்க வரலாறு, அண்மைக் கால நிகழ்வுகள், உலக அரசியல், உள்ளூர் சியாட்டில் செய்திகள் எனக் கலவையாக இருந்ததால் வாசகர்களிடம் வரவேற்பைப் பெற்றது. வாசகர் வட்டமும் பெருகியது. நாளைய வெள்ளிவிழாவோடு இதை இணைத்துப் பார்த்த வேல்விழிக்கு எல்லாம் கனவு போல் இருந்தது. தொடங்கும்போது விளை யாட்டுப்போல் தோன்றினாலும் உண்மையும், தேவையும், அறிதலுக்கான கருவும் அடங்கியிருந்தால் அதுவே செயல்வடி வம் கொண்டு உந்தி உந்தி முன்னேறிவிடும். இதனால்தான் ‘விளையாட்டு வினை (செயல்) ஆகும்’ என்று பெரியவர்கள் பழமொழி சொல்லியிருப்பார்கள் போலிருக்கிறது. வெள்ளி விழா முடிந்தபின் வெளிவரும் இதழுக்கு ஒருதலைப்பு கருக் கொண்டு விட்டது என்று வேல்விழி நினைத்தார்.

❐

6

ராஜன் பயணம் செய்த கார் கத்திப்பாரா சந்திப்பைக் கடந்து ஜிஎஸ்டி சாலைக்குச் சென்றது. விசாலமான சாலை. சாலையின் இருப்பக்கங்களிலும் ஆளுயரத்தைப் போல் இரண்டு மடங்காக நிற்கும் தமிழ்நாடு முதலமைச்சரின் கட்அவுட்கள். அதன் அடிப்பகுதியில் சரியாக முதலமைச்சரின் கால்களில் தொடங்கு வதுபோல் மாநில அமைச்சரின் பெயர். இப்படி மாறி மாறி வேறு வேறு வடிவங்களில் முதலமைச்சரின் உருவங்களும் அமைச்சர்களின் பெயர்களும் கண்ணில் பட்டன.

மாவட்டம், வட்டம், ஒன்றியம், கிளைக்கழகங்களில் அவர வர் வகிக்கும் பதவிக்கேற்ப கேபினட் சைசிலிருந்து பாஸ் போர்ட் சைஸ்வரை படங்கள் அச்சிட்ட பேனர்கள். இவர்க ளெல்லாம் வாழ்த்த வயது போதாமல் முதலமைச்சரை வணங்கிக்கொண்டிருந்தார்கள்.

தமிழ் நாட்டில் அடுத்த ஆண்டு மே மாதம்தான் சட்ட சபைக்குத் தேர்தல். இருந்தாலும் அரசு செய்த சாதனைகளை சுதந்திர தின விழாவைக் காரணமாக வைத்து போஸ்டர்களாக ஒட்டியும், பேனர்களாகக் கட்டியும் வைத்திருந்தார்கள்.

இந்தத் தேர்தல் மனோநிலையைப் பார்த்துக் கொண்டே பயணித்த ராஜனுக்கு கொஞ்சம் குறைச்சலாக 50 ஆண்டு களுக்குமுன் நடந்த கல்லூரித் தேர்தலும் அதன் பிறகான நிகழ்வுகளும் நினைவுத் திரையில் ஓடின.

1966 ஆம் ஆண்டு பொங்கல் விழாவையொட்டி மதுரை மருத்துவக்கல்லூரியில் தமிழ் மன்றத் தேர்தல் நடக்கவிருந்தது. வேல்விழிக்கு நண்பர்கள் வட்டமும் ஆதரவுக்கூட்டமும் பெருகியது.

ஒருவர் மீது ஈர்ப்பும் செயலில் நம்பிக்கையும் இனியபழக்க மும் இருந்துவிட்டால் அவர் எந்தப் பொறுப்புக்கு வருவதையும் பெரும்பாலானவர்கள் விரும்புவார்கள். இந்த உளவியல்படி தமிழ்மன்றத் தேர்தலில் தலைவர் பொறுப்புக்கு வேல்விழி போட்டியிட வேண்டும் என்று அவளின் தோழியர்கள், தோழர்கள் விரும்பினார்கள். இவர்களுக்கும் அப்பால் கல்லூரியின்

பெரும்பாலான மாணவ-மாணவியரும் அவளது பேச்சை மேடைகளில் கேட்டுவியந்த, அவளது உயர்வான குணங்களை நன்கறிந்த சின்னசாமி போன்ற வெளிக் கல்லூரி களைச் சேர்ந்த மாணவ-மாணவியரும் இதே விருப்பத்தைக் கொண்டிருந்தனர்.

இவ்வளவு பேரின் அன்பையும் ஆதரவையும் ஏற்கமறுப்பது அவர்களை அவமதிப்பது போலாகும் என்று நினைத்த வேல்விழி தேர்தலில் போட்டியிட முடிவு செய்தாள். வெற்றிக்கு சூத்திரதாரியாக மகாபாரதத்தில் பாண்டவர்கள் கிருஷ்ணனை எண்ணியதுபோல் வேல்விழி, ராஜனை மனதில் கொண்டாள். அதனால் சில மாணவர்கள் உடன்வர ராஜனை சந்தித்தாள்.

“நீங்கள் தமிழ் மன்றத்தில் ஏற்கெனவே பொறுப்பில் இருக்கிறீர்கள். அதனால் வெளிப்படையாக எனக்கு ஆதரவு கேட்க வேண்டாம். ஆனால் என்னை முன்மொழியுங்கள்” என்று ராஜனிடம் வேல்விழி கேட்டுக்கொண்டாள். அவனும் ஏற்றுக்கொண்டான்.

வேல்விழிக்கு எதிராக அவளுடன் படிக்கும் இன்னொரு மாணவர்தான் போட்டியிட்டார். அவருக்கும் ஓரளவு செல்வாக்கு இருந்தது. ஊர் இரண்டுபட்டால் கொண்டாட்டத் திற்குக் குறுக்கே சிலர் வருவார்கள் அல்லவா? மூன்றாவது குழுவிலிருந்தும் ஒருவர் போட்டிக் களத்திற்கு வந்தார்.

ராஜன் தலைமையில் நடந்த போராட்டங்களில் அவனது வழிகாட்டுதல்படி நடந்தவர்கள் இந்தக் குழுவினர். ஏற்கெனவே இரண்டுபேர் போட்டியிடுவதால் வாக்குகள் சிதறும். அந்தச் சிதறலால் மூன்றாவது அணிக்கு வெற்றிவாய்ப்பு கிடைக்கும் என்பது அவர்களின் கணக்கு. ராஜனைச் சந்தித்துத் தங்களின் கணக்கைப் போட்டுக்காட்டினர். இது தப்புக் கணக்காகக் கூட இருக்கலாம். ஆனால் பலநேரங்களில் துணைநின்ற இவர்களை ஆதரிக்க வேண்டும் என்பது நியாயம்தான். ஆனால் முன்மொழிந்தது வேல்விழியை, ஆதரவு இன்னொருவருக்கு என்பது நியாயமாக இருக்காதே!

மூன்று மணி நேர விவாதத்திற்குப்பின் மூன்றாவது அணியி னர் ஒரு நிபந்தனை விதித்தனர். இனி யாருக்காகவும் ராஜன் வாக்கு கேட்கக் கூடாது என்பதே அந்த நிபந்தனை. மன்றப் பொறுப்பில் இருப்பதால் வெளிப்படையாக யாருக்கும் ஆதரவு கேட்கக் கூடாது என்பது மன்றத்தின் விதி. அதனால் நிபந்தனையை ராஜன் ஏற்றுக்கொண்டான்.

மறுபக்கம் வேல்விழிமேல் இருக்கும் காழ்ப்புணர்ச்சியால் மல்லிகா அவளுக்கு எதிராக வேலை செய்தாள். ராஜன், மல்லிகாவை சந்தித்த போது, இரண்டு மாதங்களுக்குமுன் நடந்த சென்னைப் போட்டியில் கலந்துகொள்ள வேல்விழிக்காகவே சென்னை வந்ததாகக் கூறினான். இதனால் மேலும் கடுப்பான மல்லிகா, வேல்விழியை ராஜனுடன் இணைத்து ஆங்கிலத்தில் கேவலமாகத் திட்டினாள். வேல்விழிக்கு எதிராக மல்லிகா தீவிரமாகக் களமிறங்க இதுவும் ஒரு காரணம்.

ராஜன் எந்தப் பக்கமும் ஆதரவு இல்லை என நடுவாக நின்றதும் - வேல்விழிக்கு எதிராக மல்லிகா படுவேகத்துடன் களத்தில் இறங்கியதும் - ஒரு வாக்கு வித்தியாசத்தில் வேல்விழி வெற்றிவாய்ப்பை இழக்கச்செய்தன. மூன்றாவது அணியினரும் குறைந்த வாக்குகள் பெற்று வேல்விழியின் தோல்விக்கு வழி ஏற்படுத்தி விட்டனர். ஆனால் ராஜன் இந்த விஷயத்தில் சொதப்பிவிட்டதாக மூன்றாவது அணியினர் குற்றம் சாட்டினர். தோற்றவர்கள் காரணம் கண்டுபிடிப்பது இயல்புதானே!

வேல்விழியோ இயல்புக்கு மீறிய குணாம்சம் உடையவளாக இருந்தாள். அவள் தனது ஆதரவாளர்களையெல்லாம் ஒன்று திரட்டினாள். "பொறுப்பில் இல்லாமலேயே தமிழ்மன்ற நிகழ்வுகளில் பங்கேற்றுப் பணிபுரிய முடியும், சேவை செய்ய முடியும்" என்று தெம்பூட்டினாள். அதே நேரத்தில் இந்தத் தேர்தல் முடிவால் ராஜன் காயப்படுத்தப்பட்டுள்ளார். தன்னை அவர் முன்மொழிந்ததால் மூன்றாவது அணியினருக்குக் கோபம், மல்லிகாவுக்கும் கோபம். ராஜனின் மனக்காயத்தைத் தணிக்க ஆறுதலாக இருக்கலாமென்றால் மல்லிகா இன்னும் கோபமாகிவிடுவார். என்ன செய்வதென்று தெரியாமல் வேல்விழி இருதலைக்கொள்ளி எறும்புபோல் தவித்தாள்.

தமிழ்மன்றத் தேர்தலுக்குப்பின் மற்ற கல்லூரிகளில் நடைபெறும் கருத்தரங்குகளில் ராஜனும் வேல்விழியும் கலந்து கொண்டதால் ஏற்பட்ட சந்திப்பு இருவருக்கும் ஆறுதலாக இருந்தது. ராஜனுடன் சின்னசாமி கட்டாயம் இருப்பான். சில நேரங்களில் விஷ்ணுராமனும் இருப்பான். இந்தச் சந்தர்ப்பங்க ளில் இடதுசாரி மாணவர்களின் அறிமுகமும் நட்பும் கிடைத்தது.

கல்லூரி சந்திப்புகளின்போது, ராஜனும் வேல்விழியும் தனியாக பேசிக்கொள்வார்கள். அந்தரங்க விஷயங்களின் பரிமாற்றமும் இருக்கும்.

ஆனால் ராஜன் திருமணம் செய்துகொள்ளவிருக்கும் மல்லிகாவுடனான நட்பும் உறவும் இதற்கு நேர்மாறாக இருந்தது. நெருங்கிப் பழகினார்கள் என்றாலும் மனம்விட்டுப் பேசுவார்கள் என்று சொல்ல முடியாது. ஒருமுறை விடுதிப்பக்கம் நெருங்கிப் பேசிக் கொண்டிருந்தபோது மல்லி காவின் இடுப்பை மெல்லக் கிள்ளிவிட்டான் ராஜன். அவ்வளவு தான் அரைமணி நேரம் ஆங்கிலத்திலும், தமிழிலும் அர்ச்சனை செய்துவிட்டாள். அவளின் முகத்தைப் பார்த்து அச்சமடைந்த ராஜன், புராண நாடகங்களில் இவளுக்குப் பத்திரகாளி வேடம் கொடுத்தால் தத்ரூபமாக இருக்கும் என்று நினைத்தான். சுற்றியிருந்தவர்களின் கவனம் இவர்கள் பக்கம் திரும்பியது. நிலைமையை சமாளிக்க ஆங்கிலத்திலும் தமிழிலும் பலமுறை மன்னிப்பு கேட்டு அவளை சமாதானப்படுத்தினான்.

தனிப்பட்ட பழக்கத்தில் மட்டுமல்ல, வாழ்க்கையிலும் சமூக அணுகுமுறையிலும் கூட இவர்கள் எதிர் எதிர் துருவங்களாக இருந்தனர். நன்றாகப் படிக்க வேண்டும், பட்டம், மேற்படிப்பு, தனியாக மருத்துவமனை, வசதியான வாழ்க்கை என்பதிலேயே மல்லிகா குறியாக இருந்தாள். ராஜனோ, படிப்பு, பட்டம், பதவி எல்லாமே மக்களுக்காக, சமூக சேவைக்காக இருக்க வேண்டும் என்று நினைத்தான். நினைவு தெரிந்த நாளிலிருந்தே ஜனநாய கவாதியாக இருக்கிறான். இடதுசாரி கருத்து கொண்டுள்ளான். எதையும் மன்னிப்போம் மறப்போம் என்பதில் உறுதியாக இருக்கிறான். யாரோடும் மோதல் போக்கு இருக்கக் கூடாது என்பதில் கண்ணும் கருத்துமாக இருப்பவன். இதற்காகத் தனது நிலையிலிருந்து இறங்கிவந்து பிரச்சனைக்கு முற்றுப்புள்ளி வைக்கவும் தயங்கியதில்லை.

ஒரு நாள் ராஜன், மல்லிகா, குந்தவை ஆகிய மூவரும் சேர்ந்து கோயிலுக்குச் செல்லும் போது குந்தவையின் கால் மல்லிகா வின் செருப்புமீது பட்டுவிட்டது. காலில் ஏதோ கெமிக்கல் பட்டுவிட்டது போல மல்லிகா பதறிவிட்டாள். குந்தவையை அவள் பார்த்த பார்வை 'என்ன திமிரிருந்தா என் காலில் மிதிப்பாய்' என்று கேட்பதுபோல் இருந்தது. வேண்டாத குந்தவையின் கால்பட்டால் மட்டுமல்ல கை பட்டாலும் மல்லிகாவுக்குக் குற்றம்தான் என்பதை உணர்ந்தவன் ராஜன். எனவே நிலைமை மோசமடைவதற்கு முன்னால் அவனே குனிந்து மல்லிகாவின் செருப்பைத் தன் கைக்குட்டையால் துடைத்துவிட்டான்.

உண்மையைச் சொன்னால் ராஜனுக்குத்தானே பெருமை சேரும்! அதனால் திரித்து, தன்னிடம் தவறாக நடந்ததற்காக ராஜன் காலைத் தொட்டு மன்னிப்புக் கேட்டார் என்றொரு கதையை உலவவிட்டாள் மல்லிகா. இது கசிந்து கசிந்து ராஜனின் காதுக்கே வந்துவிட்டது. காயப்பட்டாலும் தனக்குள் வருந்துவதைத் தவிர அவனால் வேறெதுவும் செய்ய முடியவில்லை.

குளத்தில் கல்லெறிந்தால் அவை அலையாய் விரிவது போல ராஜனின் மனக்குளத்தில் அலை அலையாய் மேலும் சில நினைவுகள் வருவதைத் தடுக்கவும் முடியவில்லை, தவிர்க்கவும் முடியவில்லை.

சென்னை ஸ்டான்லி மருத்துவக்கல்லூரி நிகழ்ச்சிக்குப்பின் ரயிலில் திரும்பும்போது, தந்தையை உயர்த்திப் பேசிய மல்லிகா, ராஜனின் தந்தையைப் பிழைக்க தெரியாதவர் என்று இழிவு படுத்தியதை ராஜனால் ஜீரணிக்கவே முடியவில்லை.

மருத்துவக்கல்லூரி தமிழ்மன்றத் தேர்தலில் வேல்விழியை முன்மொழிந்திருந்தாலும் நடுநிலை வகிக்க வேண்டிய நிர்பந்தம் ஏற்பட்டது. இந்தச் சூழலையும் பயன்படுத்தி வேல்விழிக்கு எதிராக மல்லிகா வேலை செய்தாள். அத்தோடு நிற்கவில்லை. வேல்விழியை சாதாரணமாக ராஜன் பார்ப்பதைக் கூட திரித்து இணைத்து நீசத்தனமாகப் பேசியது பெண்கள் விடுதியில் காட்டுத்தீயாய்ப் பரவிவிட்டது. இதனால் ராஜனுக்கு ஏற்பட்ட வேதனை சொல்லித் தீராதது.

என்னதான் ஒரே மதம், இருவரின் பெற்றோர்களுக்கும் உடன்பாடு என்றிருந்தாலும் மல்லிகாவுடன் திருமண உறவை ஏற்படுத்திக் கொள்ளும் விருப்பம் இல்லாமல் ராஜனின் மனம் தாமரை இலைமேல் தண்ணீர் போல் உருண்டு கொண்டி ருந்தது. மருத்துவப்படிப்பில் இறுதியாண்டுக்கு வந்தபோது தடுமாற்றம் மேலும் அதிகரித்தது. ஓராண்டு பயிற்சி முடித்தபின் மருத்துவர் என்ற நிலை வந்துவிடும். அதற்கு முன்பே திருமணம் பற்றி இருவீட்டாரும் பேச ஆரம்பித்து விடுவார்கள். இதி லிருந்து எப்படி விடுப்பட்டு வெளியேறுவது என்ற சிந்தனை ராஜனுக்கு மேலெழுந்தது. மல்லிகாவிடமே பேசிவிடலாமா என்று நினைத்தான். எப்படிப் பேசுவது? என்ன பேசுவது? என்ற தெளிவு இல்லை. அழுத்தத்தைக் குறைக்க யாரிடமாவது பேசிவிடுவது நல்லது என அவனது மருத்துவ மனம் கூறியது.

ஒருமுறை மகளிர் கல்லூரி நிகழ்ச்சி ஒன்றில் வேல்விழியைச் சந்தித்த ராஜன் குளிர்ந்த காற்று பட்டவுடன் மேகம் மழையைக் கொட்டுவதுபோல், உள்ளக் குமுறல்களை அவளிடம் கொட்டித் தீர்த்துவிட்டான். கடைசியில் "திருமணத்தில் எனக்கு விருப்பமில்லை என்று மல்லிகாவிடம் நேரடியாகவே சொல்லிவிடலாம்" என நினைக்கிறேன் என்றான்.

வேல்விழிக்கு இது அதிர்ச்சியாக இருந்தது. ஏனெனில் முதன் முதலில் ராஜனைப் பார்த்தபோது இவளுக்கு ஈர்ப்பு உண்டானது. ஆனால் அவன் மல்லிகா மாக்டலினை அறிமுகப்படுத்தி இருவரும் மணக்கவிருக்கிறோம் என்று கூறியதைக் கேட்டபிறகு எந்த எண்ணத்தையும் வேல்விழி வளர்த்துக் கொள்ளவில்லை. அதே நேரத்தில் இருவரின் மனப்போக்கும் ஒரே மாதிரி இருப்பதை உணர்ந்திருந்தாள். ராஜனும் இதை உணராமல் இல்லை. அதனால் வாய்ப்பு கிடைக்கும் போதெல் லாம் சந்தித்துக் கருத்துக்களைப் பரிமாறிக் கொண்டார்கள்.

அதுபோன்ற வாய்ப்புகளில் ஒன்றாகத்தான் இது இருக்கும் என்று வேல்விழி நினைத்தாள். சொல்லப்பட்டது தலைகீழாக இருந்ததால் அதிர்ச்சி ஏற்பட்டது. ராஜனை சமாதானப்படுத்தி மனச்சுமையை இறக்கி வைப்பதுதான் இப்போதைய கடமை என முடிவு செய்தாள் வேல்விழி. அதன்படி ஆலோசனையை முன்வைத்தாள்.

"இப்போது மல்லிகாவிடம் இதுபற்றி நீங்கள் பேச வேண்டாம். ஒருவேளை மல்லிகா இந்த முறிவை விரும்பாமல் இருக்கலாம். ஒருவேளை முறிவு ஏற்பட்டால் அதற்கு நீங்கள்தான் பொறுப்பேற்க வேண்டும். நீங்கள் மற்றவர்கள் போல் இல்லை. சமூக மாற்றத்திற்காக நிற்கும் போராளி. ஒரு பெண்ணிடம் நம்பிக்கை துரோகத்திற்கு நீங்கள் காரணம் என்ற அவப்பெயர் உங்களுக்கு ஏற்பட்டுவிடக் கூடாது. அப்படி அவப்பெயர் ஏற்பட்டால் உங்கள் மனச்சான்று உறுத்திக் கொண்டே இருக்கும்.

நீங்கள் இருவரும் இரு துருவங்களாக இருக்கிறீர்கள். ஆனாலும் உங்கள் திருமணத்தில் பெற்றோர் உறுதியாக இருக்கிறார்கள். மருத்துவப் படிப்பு முடிந்தவுடன் மல்லிகா மேல்படிப்பை விரும்பலாம். நீங்களும் மேல்படிப்புக்குப் போகலாம். அப்படியே அரசு மருத்துவமனையில் வேலைக்குச் சேர்ந்தாலும் ஒரு உறுதியான நிலை ஏற்பட நான்கு ஆண்டுகளாவது ஆகும். அதற்குள் மாற்றங்கள் ஏற்படலாம். பக்குவப்பட்ட நிலை வரலாம்.

மல்லிகா எப்போதும் உயர்வான நிலைக்கு ஆசைப்படு வதால் உங்களின் எளிமையான வாழ்க்கை முறையை அவர் விரும்பாமலும் போகலாம். அவரே திருமண உறவைத் தவிர்க்க உங்களிடம் ஆலோசனை கேட்கலாம். இதுபோன்ற சிக்கல் களுக்குக் காலம் சரியான முடிவைச் சொல்லும்.

அதனால் திருமணத்தைப் பற்றியோ, அதில் விருப்பமில்லை என்பது பற்றியோ மல்லிகாவிடம் இப்போது பேச வேண்டாம்."

காரண காரியங்களோடு வேல்விழி ராஜனுக்கு ஆலோசனை கூறினாள். ராஜனைப் பொறுத்தவரை வேல்விழி சிறந்த நண்பர், நிதானமான சிந்தனையாளர், உண்மையான வழிகாட்டி என்பதால் அவளின் ஆலோசனையை அறிவுரையாகவே ஏற்றுக்கொண்டான். விருப்பமின்மையை வெளிக்காட்டிக் கொள்ளாமல் மல்லிகாவுடனான ராஜனின் பழக்கம் நீடித்தது. இறுதித் தேர்வு நெருங்கும்வரை.

வேல்விழி ஆண்டுக் கணக்கில் நடக்கும் என்று போட்ட கணக்கையெல்லாம் பொய்க்கணக்கு ஆக்குவதுபோல் அவ்வளவு சீக்கிரம் ஒரு செய்தி வரும் என்று ராஜன் எதிர் பார்க்கவில்லை.

தேர்வுக்கு இரண்டு நாள் இருக்கும் போது நூலகத்திற்குச் சென்று படித்துவிட்டு விடுதிக்குத் திரும்பிக் கொண்டிருந்தான் ராஜன். குந்தவை மூச்சிரைக்க ஓடிவந்தாள், "அண்ணா! அண்ணா!" என்று அவள் கூப்பிட்ட வார்த்தைகள் மூச்சைப் போலவே ஏற்ற இறக்கத்தோடு இருந்தன. ராஜன் திரும்பிப் பார்த்துவிட்டு நின்றான்.

"அண்ணா! உங்களை எங்கேயெல்லாம் தேடினேன். உங்க ளுக்குத் தகவல் தெரியுமா" குந்தவையின் கேள்வியில் குழப்ப மிருந்தது. 'என்ன தகவல்? ஏனிந்த அவசரமும், படபடப்பும்? எங்கெல்லாமோ தேடிக் கண்டுபிடித்து சொல்ல வேண்டிய அளவுக்கு முக்கியமான தகவல் என்னவாக இருக்கும்?' ராஜன் முகத்தில் சந்தேகக் கேள்விகள் சுருக்கங்களாகத் தோன்றி மறைந்தன.

"என்ன குந்தவை சொல்லுங்க, மேல்மூச்சு கீழ்மூச்சு வாங்க ஓடிவந்து சொல்கிற அளவுக்கு என்ன முக்கியமான தகவல்?" ராஜன் பெரிதாக எதையும் எதிர்பார்க்காததால் நிதானமாகக் கேட்டான்.

"மல்லிகா மேடத்துக்கு... மல்லிகா மேடத்துக்கு..." குந்தவை தயங்கினாள்.

“மல்லிகாவுக்கு என்னாச்சு குந்தவை?”

“மல்லிகா மேடத்துக்கு ஒண்ணும் ஆகல. அவங்களுக்கு நிச்சயதார்த்தம் நடக்கப் போகுது. நாகர்கோவில் ஜான்சன் டாக்டரோடு தான் திருமணமாம். நம்ம மருத்துவக்கல்லூரியில் சேரும்போது அவர் இறுதியாண்டு மாணவராகவோ பயிற்சி மருத்துவராகவோ இருந்திருப்பார்.”

குந்தவை மளமளவென்று மனதில் இருந்ததையெல்லாம் கொட்டிவிட்டாள். ராஜன் இதனை சீரியசாக எடுத்துக் கொள்ளவில்லை என்பதை அவனது முகத்தின் அலட்சிய சிரிப்பு காட்டியது.

“இன்று சனிக்கிழமை, நாளை ஞாயிறு, அடுத்தநாள் திங்கள். நான் தேர்வு எழுத வேண்டும், நீங்க என்னை ஏப்ரல் ஃபூல் ஆக்கத்தானே பாக்குறீங்க குந்தவை?”

ராஜனுக்கு இவ்வளவுக்குப் பிறகும் நம்பிக்கை வரவில்லையே என்றெண்ணிய குந்தவை, “ஐயோ, அண்ணா! ஏன் நீங்க புரிஞ்சிக்க மாட்டேங்குறீங்க” மேடம் இதை ரொம்பவும் ரகசியமா வச்சிருக்காங்க. அவங்களோட நெருக்கமான நண்பர்கள் சித்ரா சுப்ரமணியம், சௌந்தர்யா சாம்பசிவம் இவர்களுடன், காலையில நாகர்கோவிலுக்குப் போயிட்டாங்க? என்றாள்.

“அப்படியா?” ராஜன் ஆச்சரியமாகக் கேட்டான். அந்தக் கேள்வியின் தொனி அவன் நம்பத் தொடங்கிவிட்டதைக் காட்டியது.

“அதுமட்டுமல்ல, திருமணத்திற்கும் நாள் குறித்துவிட்டார் கள். அதற்குமுன், உங்களுக்குத் தான் தெரியுமே, கோயிலில் மூன்று முறை ஓலை-பேண்ட்- படித்துவிடுவார்கள். நான் உங்களிடம் சொன்னது அந்த ராட்சசிக்குத் தெரிந்தால் என் தோலை உரித்து விடுவாள்.”

குந்தவை சொன்னதெல்லாம் ராஜனுக்குக் காதைக் குடைந்து கொண்டிருந்தது. இப்படியொரு மாற்றம் வருவதை விரும் பியவன்தான் ராஜன். என்றாலும் இவ்வளவு தூரம் பழகிய நம்மிடம் சூசகமாகக்கூட எதுவும் சொல்லாமல் திருமணத் தேதி குறிக்கும் அளவுக்கு வேகமடைந்தது ஏன்? எப்படி? ஏமாற்றினாளா? ஏமாந்தேனா? கேள்விகள் நெருஞ்சி முட் களாய் மனதை நெருடின.

ராஜனின் மனவோட்டத்தை உள்நுழைந்து அறிய முடியாத குந்தவை தனக்கு ஏற்பட்ட அச்சத்திற்கான காரணத்தைப் பின்னோட்டக் காட்சி போல் விவரித்துக் கொண்டிருந்தாள்.

“ஒரு வருடத்திற்கு முன் நீங்கள் என் மானத்தைக் காப் பாற்றினீர்கள் நினைவிருக்கா...

சர்ச்சுக்குப் போகும்போது நான் தவறுதலாக மல்லிகா மேம் காலணியை மிதித்து விட்டேன். அதற்கு அவர் மிகவும் கோபப் பட்டு முறைத்தார். இதிலே வேடிக்கை என்னன்னா அன்று காலையில் அவரது காலணிகளுக்குப் பாலிஷ் போட்டுப் பளபளக்கச் செய்ததே நான்தான். அந்த நன்றிகூட இல்லை.

நீங்கள் மட்டும் சமயோசிதமாக என்னைக் கொஞ்சம் தள்ளிவிட்டு தரையில் குனிந்து மேடம் காலணியைக் கைக் குட்டையால் துடைக்காமல் போயிருந்தால்? அந்தக் காலணி யைக் கழற்றி அடித்திருப்பார். என் மானம் போயிருக்கும். நான் டாக்டர் ஆனபிறகும் அந்த வடு வாழ்நாள் முழுவதும் இருந்திருக்கும். காலத்தில் நீங்கள் செய்த உதவியை நான் உயிரோடிருக்கும் வரை மறக்க மாட்டேன்.”

குந்தவையின் பேச்சு ராஜனை நெகிழச் செய்திருக்க வேண்டும். ஆனால் ஏதோ கதைகேட்பது போல்தான் அவன் உணர்வு இருந்தது. குந்தவை தான் செய்ய நினைத்த கடமையைச் செய்துவிட்டதாக எண்ணினாள்.

மல்லிகா மேக்டலினை மணக்கவிருக்கும் டாக்டர் ஜான்சனின் விலாசத்தையும், தொலைபேசி எண்ணையும் ஒரு காகிதத்தில் குறித்துக் கொடுத்தாள். இருந்தாலும் என் மூலம் இது தெரிந்ததாகக் காட்டிக்கொள்ளக் கூடாது என்றும் வேண்டினாள்.

குந்தவையின் நிலைமையைப் புரிந்து கொண்ட ராஜன் அந்த உறுதியைத் தந்தான். அத்தோடு அந்த விவரம் குந்தவையின் கையெழுத்தில் இருக்க வேண்டாம் என்று உடனே முடி வெடுத்து வேறொரு காகிதத்தில் தனது கைப்பட எழுதி பர்சில் வைத்துக்கொண்டான். குந்தவையின் மனபாரத்தை இறக்கி வைத்து கடமையைச் செய்து விட்ட திருப்தியோடும், ராஜன் மீதான அனுதாபத்தோடும் அங்கிருந்து புறப்பட்டாள்.

❐

7

ராஜனின் மனம் இருண்டிருந்தது. வெளிச்சக் கீற்று தென்படாதா எனத் தவித்தது. எங்கே தேடுவது? சிறிது நேரம் காலாற வெளியே சென்றுவந்தால் மனம் ஆறுதல் கொள்ளுமோ என்று நினைத்தான். விடுதியிலிருந்து வெளியே மருத்துவமனை அருகே நடந்து கொண்டிருந்தான். மருத்துவத் துறை உதவிப் பேராசிரியர் டாக்டர் ராதாகிருஷ்ணன் தனது மோட்டார் பைக்கை அவனை ஒட்டி நிறுத்தினார். சட்டென்று திரும்பிய ராஜனிடம் “நான் டவுன் ஹால் தெருவுக்குச் செல்கிறேன். அந்தப்பக்கம் போவதாயிருந்தால் வரலாம்” என்று அவர் அழைப்பு விடுத்தார்.

எங்கே செல்வதென்ற திட்டம் இவனுக்கு இல்லாததாலும் உதவிப்பேராசிரியரே கூப்பிடுகிறார் என்பதாலும் வண்டியில் ஏறிக்கொண்டான். டவுன் ஹாலில் ஓட்டல் தாஜ் அருகே இறங்கிக்கொண்டு நன்றி தெரிவித்தான்.

“இன்னும் அரைமணி நேரத்தில் திரும்பிவிடுவேன். வேலையை முடித்து இங்கேயே வந்தால் விடுதியில் விட்டு விடுவேன்” என்ற தனது பயணத் திட்டத்தின் தகவலுடன் டாக்டர் ராதாகிருஷ்ணன் புறப்பட்டார். பக்கத்தில் இருந்த சிற்றுண்டிக் கடையில் தேநீர் அருந்திவிட்டு அங்கும் இங்குமாக உலாவி அரைமணி நேரத்தைப் போக்கினான் ராஜன்.

ராதாகிருஷ்ணன் சொன்ன நேரம் தவறாமல் திரும்பி வந்துவிட்டார். ராஜனும் அவர் வண்டியின் பின்னால் ஏறி அமர்ந்தான். வண்டியை இயக்கத் தொடங்குவதற்குள், “சார்..., சார், சார்...” என்ற கோரஸ் குரல்களுடன், “ராஜன்...” என்ற வேல்விழியின் தனித்துவக் குரலும் ஒலித்தது. திரும்பிப் பார்த்த ராஜன் வண்டியிலிருந்து இறங்கிக் கொள்வதாகக் கூறினான். ராதாகிருஷ்ணன் சில நிமிடங்கள் காத்திருப்பதாகக் கூறினார். அதற்குள் முத்துமாணிக்கமும், வேல்விழியின் மற்ற நண்பர்க ளும் ராஜனை சூழ்ந்து கொண்டார்கள்.

எப்போதும் கலகலப்பாக இருக்கும் ராஜனின் முகம் களையிழந்து சோர்வாக இருப்பதைக் கண்டு எல்லோரும் ஆச்சரியப்பட்டார்கள். வேல்விழிக்குக் கூடுதல் ஆச்சரியமும்,

சங்கடமும். நிலைமையைப் புரிந்துகொண்ட ராஜன், வேல் விழியைத் தனியாக அழைத்து நடந்ததைக் கூறினான். குந்தவை கொடுத்த குறிப்பை அவசரமாக வேறொரு தாளில் எழுதி வேல்விழியிடம் கொடுத்த ராஜன், "குந்தவை பெயர் வெளியே தெரிய வேண்டாம்" என்று சொல்லித் தகவலை உறுதி செய்யு மாறு கேட்டுக் கொண்டான்.

வேல்விழி எதையோ கேட்க வாயைத் திறந்தாள். வார்த்தை வெளிவருவதற்குள் ராதாகிருஷ்ணனின் உரத்த குரல் தடை போட்டுவிட்டது.

"ராஜன்! எனக்கு இன்று மருத்துவப்பகுதி டியூட்டி. ஒரு மணி நேர அனுமதியோட வந்திருக்கிறேன். பயிற்சி மருத்துவர்களில் ஒருவரான மல்லிகா மேக்டெலின் தனக்குத் திடீர் நிச்சயத் தார்த்தம் என்று சொல்லிவிட்டுப் போய்விட்டார். குந்தவை தான் இப்போது இருக்கிறார். உடனே போக வேண்டும். உட்காருங்கள் ராஜன்" விளக்கத்தோடு விரைவும்படுத்தினார்.

மறுத்துப் பேச முடியாமல், வேல்விழியோடு அடுத்தக் கட்டத்தை விவாதிக்க முடியாமல் வண்டியில் ஏறினான் ராஜன். ஒருவழியாக விடுதிக்கு வந்து சேர்ந்தான். தாமதமாக வருவதாக மெஸ்சில் எழுதாததால் இரவு சாப்பாடும் இல்லை. சமாளித்த படி அறைக்கு வந்தான். அங்கே விஷ்ணுராமன் காத்திருந்தான். முகம் உள்ளத்தை வெளிப்படுத்தும் கண்ணாடி என்பார்கள்.

ராஜனின் மனக்குழப்பமும் ஏமாற்றமும் அவனது கண்ணாடி முகத்தில் கரும்புகைப் படலம்போல் இருந்தன. இதனை உணர்ந்த விஷ்ணுராமன், "என்னடா? என்ன ஆச்சு" என்று கேட்டான். உற்ற நண்பன் என்பதால், குந்தவையின் பெயரைத் தவிர எல்லா விவரங்களையும் ராஜன் அவனிடம் கூறினான். மின்சாரம் ஷாக் அடித்ததுபோல் அதிர்ச்சியடைந்தான் ராமன். இருந்தாலும் ராஜன் குறிப்பு வைத்திருந்த தாளை ராமன் பார்த்ததும் அதிர்ச்சியைத் தாண்டி ஆச்சரியத்துக்கு மாறினான்.

"டேய், இந்த டாக்டர் ஜான்சன் வேறயாருமில்ல. நாம் மருத்துவக்கல்லூரியில் சேரும்போது இவர் இறுதி ஆண்டுக் கும் முன் ஆண்டு படித்தவர். சீனியர் என்றாலும் எங்கள் சீட்டுக்கச்சேரியில் அவரும் சேர்ந்துவிடுவார். எனக்கு நல்ல நண்பராக இருந்தவர்."

பேசிக்கொண்டே வேகமாகத் தொலைபேசி இடத்திற்குச் சென்றான். சற்று நேரத்தில் படபடப்புடன் திரும்பிவந்த

விஷ்ணுராமன், "சாரிடா மச்சான்! நீ சொன்னது உறுதியாகி விட்டது. ஜான்சனுக்கும், மல்லிகா மாக்டெலினுக்கும் நாளை நிச்சயதார்த்தம். இன்னும் மூன்று அல்லது நான்கு வாரங்களில் திருமணமாம்" என்று தொலைபேசியில் அறிந்த செய்தியை ஒப்புவித்தான்.

இவன் பேச்சை முடிக்கவும் ரேவதி, முத்துமாணிக்கம், ரோஸ்மேரி, கந்தமாறன் ஆகிய நண்பர்கள் புடைசூழ வேல்விழி அறைக்குள் நுழையவும் சரியாக இருந்தது.

மல்லிகாவின் இணைபிரியா தோழி சித்ரா, சௌந்தர்யா வோடு தொலைபேசியில் உரையாடித் திருமணத் தகவலை உறுதிசெய்து கொண்டாள் வேல்விழி. அதனை ராஜனுக்கும் எடுத்துக் கூறினாள்.

மல்லிகாவின் நம்பிக்கை துரோகம் இரண்டு தகவல்களால் உறதிசெய்யப்பட்டுவிட்டது. இதனால் இதுவரை சாந்தமாக இருந்த விஷ்ணுராமன், சூடுபட்ட சோளம் போல் பொரிய ஆரம்பித்தான். வெடிப்பு வார்த்தைகளாகச் சிதறின. பொது வாகப் பேசினாலும் அவனது இலக்கு வேல்விழி போலவே தோன்றியது.

போராட்டம், பிரச்சாரம் என்று ராஜனை சென்னை, பெங்களூர், கல்கத்தா என்று அனுப்பிவைத்தீர்கள். இறுதித் தேர்வு நேரத்தில் ஸ்ரீபெரும்புதூர், சென்னை என்று மூன்று மாதம் அலையவிட்டீர்கள். இந்தத் தேர்வில் 4 'பதக்கங்களை' வாங்கிக்கொடுத்தீர்கள்! (நான்கு பாடங்களில் ராஜன் தேர்ச்சிப்பெறாததைக் குத்திக்காட்டினான்) கடைசியில் சொந்த வாழ்க்கையையும் கெடுத்துவிட்டீர்கள். மகிழ்ச்சிதானே! இப்போதும் ஒன்றும் கெட்டுவிடவில்லை. டில்லிக்கு அனுப்பிவையுங்கள்"

சரவெடிபோல் விஷ்ணுராமன் வெடித்ததைக் கேட்டு அங்கிருந்த எல்லோரும் செய்வதறியாமல் திகைத்து நின்றார் கள். முன்கோபக்காரனான கந்தமாறன் ஆவேசத்துடன் விஷ்ணு ராமனை அடிக்க நெருங்கினான். ஆனால் வேல்விழியின் பார்வை அவனைப் பெட்டிப் பாம்புபோல் அடங்கிச் சுருள வைத்தது.

தனது பேச்சின் ஊசிக்குத்தல் மற்றவர்களை எப்படி உறுத்தி யிருக்கும் என்று விஷ்ணுராமன் உணர்ந்தான். நிலைமையைச் சமாளித்து இயல்புக்குக் கொண்டுவர ராஜனுக்கு அறிவுரை கூறத் தொடங்கினான்.

"நான் பலமுறை ராஜனிடம் சொன்னேன். ஆனால் மல்லிகாமேல் வைத்திருந்த மயக்கத்திலிருந்து அவன் மீள வில்லை. மல்லிகா காரியம் ஆகணும்னா காலைப்பிடிப்பாள். ஆகிவிட்டால்

காலைவாரிவிட்டுவிடுவாள். ராஜனின் தந்தை மூலமாக மல்லிகாவின் அண்ணனை அவளது தந்தை நல்லவேலையில் அமர்த்திவிட்டார். அவ்வளவு ஏன்? ஒரு மாதத்துக்கு முன்புகூட, சென்னை செல்லுமுன் மல்லிகாவின் தங்கையுடன் எங்கள் அறைக்கு அவர் வந்திருந்தார். அறையில் தங்கிய ஒருமணி நேரத்தில் ராஜனிடம் அன்பொழுகப் பேசினாள். அறையை சரிசெய்தாள். என்னை எப்போதும் துச்சமாக நினைக்கும், பேசும் அவள், சார், சார் என்று பலமுறை அழைத்தாள். இவ்வளவுக்கும் காரணம், அவர்கள் வந்ததன் நோக்கம் மல்லிகாவின் தங்கைக்கு சென்னைக் கல்லூரி ஒன்றில் விரிவுரையாளர் பதவிக்குப் பரிந்துரைக்க வேண்டும் என்பதுதான். அதில் வெற்றியும் பெற்றார்கள். இனிமேல் ராஜன் மூலமோ அவனது தந்தை மூலமோ ஆகவேண்டிய காரிய மில்லை. அதுதான் கழற்றிவிட்டுவிட்டாள்.!

ராஜன்! இந்தச் சூழலில் உன்னால் மதுரையில் உட்கார்ந்து படிக்க முடியாது. மன உளைச்சல்தான் மிஞ்சும். சென்னை சென்று அக்டோபர் தேர்வுக்குத் தயார் செய். இல்லை யென்றால் சென்னை மருத்துவக்கல்லூரிக்கு மாற்றுதல் வாங்கி அங்கே இறுதி ஆண்டு படிப்பை முடித்துக்கொள். பயிற்சி மருத்துவத்தையும் அங்கேயே செய்.."

விஷ்ணுராமனின் நீண்ட அறிவுரையில் வேல்விழி குறுக்கிட்டாள். "அண்ணா! எங்கள மன்னிச்சிடுங்க. இன்று சனிக்கிழமை. அடுத்தவாரம் திங்களிலிருந்து தியரி தேர்வுகள். இன்னும் எட்டுநாள்தான் இருக்கிறது. திங்கட்கிழமை சமூக நோய்த் தடுப்பு மருத்துவம் நாங்கள் எழுதுகிறோம். நீங்கள் சென்ற டிசம்பரில் முடித்துவிட்டீர்கள். ராஜன் முடிக்காததால் அதை எழுத வேண்டும். அறுவை சிகிச்சை, மகப்பேறு மருத்துவம் நீங்கள் இரண்டுபேரும் எழுத வேண்டும். பிறகு கிளினிக்கல் தேர்வு. ஒவ்வொன்றுக்கும் நல்ல இடைவெளி இருக்கிறது. நமது தேர்வுகளில் கிளினிக்கல்தான் முக்கியம். அது நடக்கும்போதுதான் தியரி தாள்களைப் பார்ப்பார்கள். கிளினிக்கல் நன்றாக செய்தால் தேர்வில் வெற்றி பெற்று விடலாம். ராஜனைப்பற்றி எனக்கு நல்லாத் தெரியும். நன்றாக செய்யக்கூடியவர்தான். நான் அவருக்குப் பயிற்சி கொடுத்து நான்கு தேர்விலும் வெற்றிப்பெறச் செய்வேன்."

வேல்விழி உறுதியாகக் கூறினாள். விஷ்ணுராமனும் சமாதானமடைந்தான். ராஜனுக்கும் நம்பிக்கை ஏற்பட்டது. ஏனென்றால் வேல்விழி தனதுநிலை மாணவர்களுக்கும் ஏன்?

இறுதி ஆண்டு மாணவர்களுக்கும்கூட உதவிப் பேராசிரியர் போல் கிளினிக்கல் மருத்துவப் பயிற்சியில் டிஸ்கஸ் பண்ணு வதை இவனும் பார்த்திருக்கிறான். கலந்து கொண்டும் இருக்கிறான்.

இந்த ஆலோசனை ஏற்கெனவே ரேவதி மனதிலும் ஓடியது. உடனே ரேவதி தொலைபேசியில் சாவித்திரி அம்மாவிடம் பேசினாள். அவரும் "புத்தகங்கள், துணி மணிகளை எடுத்துக் கொண்டு வீட்டுக்கு வந்துடுங்கன்னு" ராஜனிடம் கூறினார். ராஜன், ரேவதி வீட்டிற்கு செல்வதென ஒரு மனதாகத் தீர்மானிக்கப்பட்டது.

தீர்மானத்தை நிறைவேற்ற விஷ்ணுராமனும், முத்துமாணிக்க மும் முன்வந்தார்கள். விடுதி அறைக்குச் சென்று ராஜனுக்கு வேண்டிய புத்தகங்களையும், ஆடைகளையும் மற்ற பொருட் களையும் கைப்பெட்டியில் அடைத்துக்கொண்டு வந்தார்கள்.

ராஜனின் முகத்தில் மாற்றம் இல்லாமல் சுருங்கியிருந்தது. விஷ்ணுராமனுக்கு இது பிடிக்கவில்லை. கோபக்காரனாக மட்டுமில்லாமல் குறும்புகாரனுமான விஷ்ணுராமன் ஏதாவது ஒருவகையில், ராஜனின் மனநிலையை மாற்ற விரும்பினான்.

"ராஜன்! மல்லிகா உன்னைக் கைவிட்டால் என்ன கொறஞ்சிடப்போவுது? மல்லிகாவின் தங்கை, மல்லிகாவைவிட அழகாகவும் சிவப்பாகவும் இருக்கிறாள். நீதான் அன்றைக்கு அறையில் பார்த்தாயே! அவளுக்கு ஒரு விண்ணப்பத்தைப் போட்டுவை. அழகான பெண்ணோடு வரதட்சணையும் கொடுப்பார்கள்"

ஜோக் என்ற பெயரில் உளறிக் கொட்டினான் விஷ்ணுராமன். வேல்விழி கண்களில் கோபம் கொப்பளிக்க, "விஷ்ணுராமன் சார், நிலைமை தெரிந்தும் இப்படியா பேசுவீங்க?" என்று அதட்டலாகப் பேசினாள். நீண்டநாக்கைச் சுருட்டிக்கொண்டு 'சாரி' சொல்லி சமாளித்தான் விஷ்ணுராமன்.

"நானும் ரேவதியும் ராஜனைப் பார்த்துக் கொள்கிறோம். இரவு நேரம் ஆகிவிட்டதால் நீங்கள் உங்கள் இடங்களுக்குச் செல்லுங்கள்" என்று மற்றவர்களைப் பார்த்து வேல்விழி கூறினாள்.

எல்லோரும் கூட்டாக இதனை மறுத்து விட்டனர். மனவருத்தத்தில் வாடிப் போயிருக்கும் ராஜனைப் பிரிந்து செல்ல அவர்களுக்கு மனமில்லை. விடுதிக்கு வெளியே வீட்டில் தங்கியிருக்கும் ரோஸ்மேரியும், "ரேவதி வீட்டுக்குச் செல்வதாகத் தொலைபேசியில் அம்மாவிடம் சொல்லி விட்டேன்"

என்கிறாள். நடப்பதை உணர்ந்த சின்னசாமியும் இவர்களுடன் சேர்ந்துகொண்டான்.

ரேவதியின் வீடு வேடந்தாங்கல் போல் மாறிவிட்டது. இதுவரை வராதவர்கள் எல்லாம் வந்திருந்தார்கள். துரை ராஜும் செய்தியறிந்து வீட்டுக்கு வந்துவிட்டார். ரேவதியின் நண்பர்களாக இவ்வளவு பேர் வீட்டுக்கு வந்தது ஒருபுறம் சாவித்திரி அம்மாவுக்கு மகிழ்ச்சியாக இருந்தது. மறுபுறம் தனது மகளுக்கு மன உளைச்சல் ஏற்பட்டபோது ஆறுதல் கூறி ஓர் அண்ணன் போல் அக்கறையெடுத்து வீடுவரை கொண்டுவந்து விட்டுச் சென்ற பையன் ராஜன். அந்தப் பையனுக்கே இன்று மனவருத்தம். அவனது முகத்தைப் பார்த்து அந்த அம்மா பரிதாபப்பட்டார். வேல்விழிதான் அவருக்கு ஆறுதல் கூறினாள்.

"ஒண்ணும் கவலைப் படாதீங்கம்மா. இது தற்காலிக மனப் பிரச்சனைதான். வரும்போதே டூட்டியில் இருந்த மருத்தவரிடம் ரத்த அழுத்தம், இசிஜி எல்லாம் சோதித்ததில் சீராகத்தான் உள்ளது."

வேல்விழியின் வார்த்தைகளால் கொஞ்சம் மனம்தேறிய சாவித்திரி அம்மா, வந்தவர்களுக்கெல்லாம் காஃபி, தேநீரோடு சிற்றுண்டியும் தயார் செய்து வழங்கினார். புது இடம் என்பதால் எல்லோரும் அமைதிகாக்க, வேல்விழிதான் எல்லோரிடமும் பேச்சுக்கொடுத்து நிலைமையை இயல்பாக்கிக் கொண்டிருந் தாள். அப்போது ராஜன் நாற்காலியிலிருந்து எழுந்திருக்க முற்பட்டான். அவனுக்குத் தான் தள்ளாடுவது தெரிந்தது. கால்கள் நிற்க மறுத்தன. அவன் கீழே விழப்பார்த்தான். வேல்விழி பரபரப்பாகப் பாய்ந்துவந்து அவனைக் கெட்டியாக அரவணைத்துப் பிடித்து நாற்காலியில் உட்காரச் செய்தாள்.

இந்த அலம்பலில் ராஜனுக்கு முடக்குவாதம் வந்துவிட்டது போல் ரேவதியும், சாவித்திரி அம்மாவும் 'ஓ'வென அழ ஆரம்பித்துவிட்டனர். அருகில் இருந்தவர்களிடம் ராஜனைப் பார்த்துக்கொள்ளச் சொல்லிவிட்டு, அவர்கள் இருவரையும் அடுத்த அறைக்கு அழைத்துச் சென்றாள் வேல்விழி.

"இந்த மாதிரி மன அழுத்த நேரத்தில் இப்படி ஏற்படுவது சகஜம்தான். சீக்கிரம் சரியாகிவிடும். அழாதீங்க பயப்படா தீங்கம்மா" என்று அவள் அழுத்தமாகக் கூறினாள். என்றாலும் அந்த வார்த்தைகளில் ஏற்பட்ட உடைவுகள் அவள்

விம்முவதைக் காட்டிக்கொடுத்தன. இதனை வெளியே இருந்த ராஜ னும் உணர்ந்தான்.

அறையிலிருந்து விரைவாக வெளியேறி வந்த வேல்விழி, ராஜனை ஒரு சாய்வு நாற்காலியில் அமரவைத்தாள். ராஜனின் கை கால்களைத் தனது கைகளால் அமுக்கியும், நீவியும் ரத்த ஓட்டத்தைச் சீராக்க முயற்சி செய்தாள். ராஜன் சிறிது நேரத்தில் தளர்வு நீங்கி இயல்பு நிலைக்குத் திரும்பினான்.

அப்போது அங்கே வந்த துரைராஜ், ஒரு 'பெக்' விஸ்கியை ராஜனிடம் கொடுத்து "இதனை அருந்துங்கள்; இது உடலையும், ரத்த ஓட்டத்தையும் சீராக்கும் என்றார்."

ராஜனும் அருந்தினான். லேசான தளர்வுடன் அவனால் நடக்க முடிந்தது. இருந்தாலும், துரைராஜ் குடும்பத்தினர் எடுத்த முடிவை வேல்விழியிடம் சொல்லி அதைச் செய்ய வற்புறுத் தினார்கள். இரவு பத்துமணியைக் கடந்துவிட்டாலும் உடனடி யாக மனநல மருத்துவர் டாக்டர் தயாளனியிடம் ராஜனைக் கவுன்சிலிங்குக்கு அழைத்துச்செல்ல வேண்டும் என்பதுதான் அந்த முடிவு.

டாக்டர் தயாளனி ஒரு சிறந்த மனநல மருத்துவர். மதுரை மருத்துவக் கல்லூரியில் பேராசிரியராக இருப்பவர். தொழில் ரீதியாகவும், விஞ்ஞான ரீதியாகவும் எதையும் அணுகுபவர். இதற்கும் மேலாக அவர் சிறந்த மனிதநேயம் கொண்டவர். துரைராஜ் குடும்பத்திற்கு மிகவும் நெருக்கமானவர். குடும் பத்தில் ஒருவர் போலவே இருப்பவர்; டாக்டர் ஐம்பது வயதைத் தாண்டியவர் என்றாலும் நடுவயதினர் போலத்தான் தெரிவார். அவரிடம் கனிவு இருந்தாலும் கண்களும் உடல் தோற்றமும் கடுமைகாட்டும். குரலில் அதிகாரத்தொனி இருக்கும்.

வேல்விழியும் டாக்டர் தயாளனிக்கு வேண்டியவர்தான். மருத்துவ மாநாட்டிற்குச் செல்லும்போது, கட்டுரை தயாரிப் பதற்கு, மனநல மருத்துவ சிகிச்சைகளில், கட்டுரைகள் அனுப்பு வதற்கு வேல்விழி உதவி செய்திருக்கிறாள். அதுமட்டுமல்ல நான்கு ஆண்டுகளுக்கு முன்னால் ரேவதிக்கு ஒரு பிரச்சனை ஏற்பட்டபோது எளிய முறையில் கையாண்டு சரிசெய்தவர்.

அழைத்த 15 நிமிடங்களில் டாக்டர் தயாளனி துரைராஜின் வீட்டிற்கு வந்துவிட்டார். அனைவரும் வரவேற்றனர். ராஜன் இருக்கும் அறைக்கு வேல்விழி அழைத்துச் சென்றாள். ராஜனுக்கு எதிரே போடப்பட்டிருந்த நாற்காலியில் தயாளனி அமர்ந்தார். வேல்விழி, ராஜனுக்குப் பின்னால் நெருக்கமாக

நின்றுகொண்டிருந்தாள். 'என்றுமில்லாத அளவிற்கு வேல்விழியைச் சார்ந்திருக்க வேண்டிய நிலை ஏற்பட்டிருப் பதை' ராஜன் உணர்ந்தான். அதனால் கவுன்சிலிங் நேரத்தில் வேல்விழி கூடவே இருக்க வேண்டும் என்று அவன் விரும்பினான்.

வேல்விழிக்கு ராஜன்மேல் இருந்த ஈடுபாட்டையும், நெருக்கத்தையும் பார்த்தவுடனேயே புரிந்து கொண்டார் டாக்டர் தயாளனி. மனநல மருத்துவராயிற்றே! கண்கள் கச்சிதமாக எடைபோட்டுவிட்டன. ஆனால், வெளியே காட்டிக் கொள்ளவில்லை.

நள்ளிரவு நேரத்தில் எல்லோருக்கும் சிரமம் கொடுக்கும் இந்த ஏற்பாடெல்லாம் கொஞ்சம் மிகைப்படுத்தலாக ராஜனுக்குப்பட்டது. உள்ளுக்குள் உறுத்திக்கொண்டிருந்த சொற்கள் வெளியே வந்துவிட்டன.

"மனத்தளவில் பெரிய அதிர்ச்சி ஏற்பட்டு அதனால் உடல் தளர்ந்து போனது உண்மைதான். ஆனால் இப்போது இயல்பு நிலைக்கு வந்துவிட்டேன். இரவு தூங்கினால் சரியாகிவிடும்" என்று தானும் மருத்துவராகப் போகும் ஒரு மாணவன் என்பதுபோல் அழுத்தமாகக் கருத்தைக் கூறினான்.

சூடாகிப்போன டாக்டர் தயாளனி நாற்காலியிலிருந்து சட்டென எழுந்தார். "மகிழ்ச்சி! உங்களுக்கு உடலும், உள்ளமும் சரியாகிவிட்டது. நான் எதற்கு?" என்று கூறி, கைப்பையை எடுத்தார்.

வேல்விழியும், ராஜனும் மாறி மாறி சாரி கேட்டனர்.

"சரி! சரி!" என்று சமாதானமடைந்து டாக்டர் நாற்காலியில் அமர்ந்தார்.

வேல்விழி நிம்மதிப் பெருமூச்சுவிட்டாள்.

டாக்டர் கேட்டுக்கொண்டதற்காக, மல்லிகா மேக்டெலினை முதன் முதலாகப் பார்த்தது முதல் நேற்றுவரையிலான உறவை ஒளிவுமறைவின்றி முழுமையாகக் கூறினான் ராஜன்.

நீதிமன்றத்தில் சாட்சிகள் விசாரணை நடப்பதுபோல, மனநல மருத்துவரின் விசாரணை தொடங்கியது.

"மல்லிகாவிடம் நெருங்கிப் பழகியபோது அவளிடம் எதை கவனிப்பீர்கள்? ஆடை அலங்காரத்தையா? அல்லது உடலழகையா?"

"ஆடை அலங்காரத்தை உன்னிப்பாய் கவனிப்பேன் மேடம்! ஒளிவு மறைவு இல்லாமல் இருக்கும். அது என் ஆசையை அதிகமாகத் தூண்டும். மற்ற மாணவர்கள் சற்று தூரத்தில் இருந்து உற்று உற்றுப் பார்ப்பார்கள். ஏங்கி ரசிப்பார்கள். நான் அருகே இருந்து பார்ப்பேன். ரசிப்பேன். அதுதான் வித்தியாசம். அவள் அருகே நடந்துபோனால் வாசனைத் திரவியங்களையும், பூக்களையும் சுமந்த ஒரு நகரும் கடைபோல இருக்கும். அதுவும் என் ஆசையைத் தூண்டும்."

"அது ஆசையா? மோகமா? காதலா?"

"அதை எப்படியும் எடுத்துக்கொள்ளலாம். என்னைப் பொறுத்தவரை எல்லாம் கலந்ததாகவும் இருக்கலாம்."

"சரி ராஜன்! நிச்சயதார்த்தத்திற்குப் பிறகு ஏதோ ஒரு காரணத்தால் உங்களுடன் இணைய விருப்பப்பட்டால் உங்கள் நிலை என்னவாக இருக்கும்?"

" அது இருவருக்கும் சரியாக இருக்காது. மனதளவில் நாங்கள் இரு துருவங்கள். இப்படியான மனநிலை இருப் பவர்கள் புரிதல் இல்லாமல் திருமணம் என்ற முடிவுக்கு வந்ததே செயற்கையானது. ஏற்கெனவே நான் வேல்விழியுடன் கலந்து பேசியிருக்கிறேன். அவள் சரியான வழிகாட்டுதலையும் தந்திருக்கிறாள்."

மல்லிகாவுடனான உறவுப் புரிதல் பற்றி வேல்விழியுடன் மனம் திறந்து பேசிய முழு விவரத்தையும் ராஜன் கூறினான்.

"அப்படியென்றால் நீங்கள் கூற விரும்பியதை, எடுக்க விரும்பிய முடிவை மல்லிகாவே எடுத்திருக்கிறாள். பிறகு ஏன் உங்களுக்கு அதிர்ச்சி... மன அழுத்தம்... உடல் தளர்வு ஏற்பட வேண்டும்."

"உண்மைதான் மேடம்! ஆனால் மல்லிகா எடுத்த முடிவை விட முடிவெடுத்த முறை என்னை அதிகம் பாதித்துவிட்டது. ஒரு மாதத்திற்குமுன் சந்தித்தபோதுகூட எந்த அறிகுறியும் இல்லை. என்னோட இறுதித்தேர்வு முடிந்தபின் இந்த முடிவை எடுத்திருந்தால் இவ்வளவு பாதிப்பு ஏற்பட்டிருக்காது. முடிவை ரகசியமாக வைத்து, திருமணம் வரை எனக்குத் தெரியக்கூடாது என்றிருந்தது காதலுக்கு நல்லதா? ஏன் சாதாரண நட்புக்குக்கூட நல்லதல்ல. இல்லையா மேடம்? குத்துச்சண்டையில் பெல்ட்டுக்குக்கீழே குத்துவதற்கும் நட்பில் முதுகில் குத்துவதற்கும் சமமாகவே இதை நான் பார்க்கிறேன்."

"உங்கள் அதிர்ச்சியும், ஆதங்கமும், கவலையும் சரிதான் ராஜன்! ஒருவேளை மல்லிகாவின் நிச்சயத்தார்த்தத்திற்கு முன் டாக்டர் ஜான்சனின் நெருங்கிய உறவினர் மல்லிகாவுடனான உங்கள் பழக்கம் பற்றிக் கேட்டால் என்ன சொல்வீர்கள்?"

"அந்தப் பேச்சையே தவிர்த்து விடுவேன் மேடம். வேறு பேச்சுக்குச் சென்று விடுவேன்?"

"வேல்விழி! எங்க ரெண்டு பேருக்கும், சூடா கொஞ்சம் காஃபி கொண்டு வர்ரியா?"

"சரிங்க மேடம்?" என்று சொல்லிவிட்டு அறையிலிருந்து வேல்விழி வெளியே சென்றாள்.

"ராஜன்! என்னை வீட்டிலிருந்து இங்கே அழைத்துவரும் போது உங்கள் அறைத் தோழன் விஷ்ணுராமனும், முத்து மாணிக்கமும் ஒரு விவரத்தைச் சொன்னார்கள். வேல்விழி மற்ற மாணவர்களுடன் நெருக்கமாகப் பழகினாலும் உங்களுடன் தான் உடல்தொட்டுப் பழகுவாள் என்றார்கள். அதையும் அவர்களாகச் சொல்லவில்லை. நான்தான் அவர்களிடமிருந்து வரவழைத்தேன். நான் காதல், கல்யாணம் பற்றிக் கூறவில்லை. சாதாரணமாக ஒரு ஆணுக்கு ஒரு பெண்ணிடம் ஏற்படும் ஈர்ப்பு கூட உங்களுக்கு வேல்விழியிடம் இல்லையா?"

"மேடம்! உண்மையைச் சொல்வதென்றால், நான் பார்த்ததில் வேல்விழிதான் சிறந்த அழகி. தேக்கு நிறத்தில் கொஞ்சம் கருப்பு சாயத்தை குழைத்துப் பூசியதுபோல் அவளின் நிறம். கையில் வளையல், கடிகாரம், கால்களில் குதிகால் தூக்காமல் படிந்து கிடக்கும் காலணிகள். கழுத்தில் மெல்லிய சங்கிலி அலங்கரிக்கும். மல்லிகாவைவிட இந்த விஷயங்களில் வேல்விழியை எனக்கு ரொம்பப் பிடிக்கும். என்னதான் இருந்தாலும் வேல்விழியின் நட்பும், தோழமையும் எனக்கு ஈர்ப்பை, மதிப்பை ஏற்படுத்தியிருக்கின்றன. இச்சையை ஏற்படுத்தியதில்லை."

நீண்ட தட்டில் இரண்டு காஃபியுடன் வேல்விழி உள்ளே வந்தாள். டாக்டரும், ராஜனும் காஃபி அருந்தியபின் டாக்டர் அறையிலிருந்து வெளியே சென்றார். தேர்வு முடிவுக்காகக் காத்திருப்பதுபோல் எல்லோரும் டாக்டரைச் சூழ்ந்து கொண்டார்கள்.

❐

8

“மதம் மக்களுக்கு அபினாக இருக்கிறது” சென்னைக் கல்லூரி பேச்சுப் போட்டியில் இப்படிச் சொல்லி பேச்சை ஆரம்பித்தது வேல்விழியின் நினைவுகளில் பசுமையாக இருந்தது. ஆனால் காரல் மார்க்சின் இந்த மேற்கோளை நூற்றுக்குநூறு புரிந்துகொண்டு பேசியதாக அவள் நினைக்க வில்லை. மதம்பற்றிய மார்க்சின் கருத்தில் சாரம் இருப்பது தெரிந்தது. பேச்சைத் தொடங்கும்போது பார்வையாளர்களின் கவனத்தை ஈர்க்கும் கருத்து முதலாவதாக இருப்பது நல்லது என்பது டாக்டர் ராஜனின் அறிவுரை. இப்படிப் பேசத் தொடங்கியதற்கு இதுவும் ஒரு காரணம். அவரின் அறிவுரை அனுபவ பூர்வமானது என்பது பார்வையாளர்களின் முகப் பரவசத்திலிருந்து தெரிந்தது. மனம் நன்றி சொன்னது, வாய், பேச்சைத் தொடர்ந்தது.

போட்டி முடிந்தபின் ராஜனுடன் வந்த சின்னசாமி வேல் விழியைப் பாராட்டினான். “நல்லாப் பேசினீங்க” என்பதோடு நிறுத்தவில்லை. “பேச்சின் ஆரம்பமே எடுப்பாக இருந்தது” என்று பாராட்டினான். இந்தப் பாராட்டின் பரவசம் முகம் முழுவதும் பரவி இதயம் வரை இறங்குவதற்குள், “மதத்தை அபின் என்று மார்க்ஸ் ஏன் கூறினார் என்று புரிந்து பேசினீங் களா? புரியாம பேசினீங்களா? வேல்” என்று கேட்டு அணை போட்டுவிட்டான்.

“புரிந்துதான் பேசினேன்! ஏன் கேக்குறீங்க?”

“என்ன புரிஞ்சுது சொல்லுங்க?”

“அபின் என்பது ஒரு போதைப்பொருள். அது போலத்தான் மதமும்; மனிதர்களுக்கு மயக்கத்தை ஏற்படுத்தி மீளவிடாமல் கட்டுக்குள் வைத்திருக்கிறது.”

“ஹூம்... இப்படித்தான் மார்க்சோட கருத்த தப்பாப் புரிஞ்சிக்கிறாங்க. மதத்தை போதைப் பொருளோடு ஒப்பிட்டுப் பேசிவிட்டார் என்று அவதூறு பரப்புகிறார்கள். அதை நீங்களும் நம்புறீங்களா?”

“அப்படித்தானே எல்லாரும் விளக்கம் சொல்றாங்க?”

“எப்பொருள் யார் யார் வாய் கேட்பினும், அப்பொருள் மெய்ப்பொருள் காண்பது அறிவுன்னு சொல்லியிருக்காங் களே! அது உங்களுக்குந்தானே?”

“சின்னசாமி என்னைக்கேலி செய்கிறாரா? எனக்குப் புரியவைக்க முயற்சி செய்கிறாரா?” குழப்பமாக இருந்தது. அது முகத்தில் ஓடிய ரேகைகளில் தெரிந்தது.

“சின்னசாமி! வேல்விழியக் குழப்பாதீங்க. விளக்கமா சொல்லுங்க. இதுல எனக்கும் கொஞ்சம் கொழப்பம் இருக்கு”

“நீங்க டாக்டருக்குப் படிக்கிறவங்க. அந்த முறையிலேயே பேசுவோம். டாக்டர்கிட்ட வயிற்றுவலின்னு ஒருத்தர் போனா வலி மாத்திரைய குடுத்து அனுப்பிவிடுவாரா?”

“அனுப்ப மாட்டார்” என்பதுபோல் இருவரும் தலையசைப் பால் பதில் சொன்னார்கள்.

“வயிற்றை அழுத்திப் பார்ப்பார். எத்தனை நாளா வலிக்குதுன்னு கேப்பார். என்ன சாப்பிட்டீங்கன்னு கேப்பார். குடிக்கிற பழக்கம் இருக்கான்னு கேப்பார். பல கேள்விகளுக்கும் பதில் கிடைத்த பிறகு வலி எதனால் என்பதை அறிந்து மாத்திரையோ மருந்தோ தருவார். அப்படித்தானே?”

இதற்கும் ‘ஆமாம்’ என்று தலை அசைவுகள்தான் பதில் தந்தன.

“சரி! ‘மதம் மக்களுக்கு அபினாக இருக்கிறது’ என்று மார்க்ஸ் கூறிய ஒற்றை வரியையும் அபின் என்பது போதைப் பொருள் என்கிற குறுகிய புரிதலையும் வைத்துக்கொண்டு ஒரு முடிவுக்கு வருவதும் பேசுவதும்தான் அதிகம். அதற்கு மேல் இருக்கிற மூன்று வரிகளில் மார்க்ஸ் சொல்பவை மக்களின் மனவலி பற்றியவை. உடல்வலியால் அழுகையும் கண்ணீரும் வர டாக்டரிடம் போகிறவர்கள் மனவலிக்கு எங்கே போவார்கள்? அந்த வலியைப் போக்கிக்கொள்ள அவர்க ளுக்குத் தேவைப்படும் வலி நிவாரணிதான் கடவுள். அதற்காகத்தான் உடல் வலியைப் போக்குகின்ற ஒப்பியம் என்கிற அபினோடு கடவுளை ஒப்பிட்டுப் பேசுகிறார் மார்க்ஸ். போதைப்பொருள் என்ற அர்த்தத்தில் சொல்லவில்லை. ஒடுக்கப்பட்டவர்களின் ஏக்கப்பெருமூச்சு, இதயமில்லாத உலகத்தின் இதயம், ஆன்மாவற்ற நிலைமைகளின் ஆன்மா என்பதை முழுமையாக அபினோடு இணைத்துப் புரிந்துகொண்டால்தான் மெய்ப்பொருள் காண

முடியும். மனவலிக்கான காரணங்கள் என்ன என்பதையும் அவற்றைப் போக்குவதற்கு சரியான வழிகளையும் மக்களுக்குப் புரிய வைத்துவிட்டால் கடவுளை நாடுவது தானாகவே குறைந்து விடும் என்ற பொருளில்தான் மார்க்ஸ் கூறுகிறார்.

ஆனால் நிலைமை தலைகீழாகிவிட்டது. வலிக்காக என்று தொடங்கிய மக்கள் திரும்பத் திரும்ப அபினாகிய கடவுளிடம் அடைக்கலம் ஆனதால் அதுவே போதையாகிவிட்டது. போதை ஆக்கப்பட்டுவிட்டது. அதனால்தான் கடவுளை அபின் என்று சொன்னதை காலத்துக்கேற்ப சுருக்கிப் பார்த்து விட்டார்கள்."

சின்னசாமியின் பேச்சைக்கேட்ட வேல்விழிக்கும் ராஜனுக் கும் புதிய சிந்தனைக் கோடுகள் உள்ளுக்குள் ஓடத்தொடங்கி விட்டன. அவர்களின் நெற்றிச் சுருக்கக் கோடுகள் இதற்கு அடையாளமாயின.

"மேலோட்டமாகப் புரிந்து கொண்டு பேசிய எனக்கு ஆழமான கருத்தைச் சொல்லி தெளிவாக்கியிருக்கீங்க, அண்ணா! நீங்க சொன்னதுல ஒரு கருத்து என் மனதில் கூர்மையாகத் தைத்தது. கடவுளிடம் அடைக்கலமாவது போதையாகிவிட்டது, போதையாக்கப்பட்டுவிட்டது என்ற கருத்து நூற்றுக்குநூறு உண்மை. ஆக்கப்பட்டது யாரால், எதனால் என்பது புரிந்தது. கடவுளின் பேரால் நிறுவனங்கள் ஏற்படுத்தப்பட்டதும் அதற்கு சிலரே உரிமை கொண்டா டியதும்தான் காரணம்." தனது புரிதலை வெளிப்படுத்திய வேல்விழி, "சரிதானே அண்ணா" என்று தெளிவுக்கான கேள்வியையும் கேட்டார்.

மூன்று விரல்கள் நிமிர்ந்து நிற்க கட்டைவிரலையும் சுட்டுவிரலையும் இணைத்து 'ரொம்ப சரி' என்பதற்கான அடையாளமாக்கினார் சின்னசாமி.

"மனிதர்கள் தங்கள் சொல்படி நடக்கவும் தயவை நாடி நிற்கவும் அவர்களுக்கு அச்சமும் அதைரியமும் அவநம்பிக்கை யும் ஏற்படுத்தப்பட்டன. அவர்கள் எதையும் சிந்தித்து செயல்பட்டுவிடாமல் புதுப்புது அழுத்தங்கள் தரப்பட்டன. அதிலிருந்து திமிறி வெளியே வர முயற்சி செய்தால் கடவுளின் பேரால், விதியின் பேரால், சடங்குகள், சம்பிரதாயங்கள் பேரால் மீண்டும் அமுக்கி அடக்கப்பட்டனர். இவற்றிலிருந்து மக்களை விடுவிக்கக் காலம்தோறும் சிந்தனையாளர்கள் பிறந்துகொண்டேதான் இருந்தனர்; இருக்கின்றனர். ஆனால் இவர்களின் குரலைவிட எதிரில் இருப்பவர்களின் குரல் ஓங்கி

இடைவிடாமல் ஒலித்துக்கொண்டே இருப்பதால் உண்மை எடுபடாமல் பல நேரங்களில் காற்றில் கரைந்துபோகின்றன. ஆனாலும் கடலில் அலைகள் ஓய்ந்து போகுமா? சிந்தனையற்ற நம்பிக்கைகளிலிருந்து மக்களை விடுவிப்பவர்கள் மீண்டும் மீண்டும் பிறக்கிறார்கள்; இறக்கிறார்கள். சிலர் தீயவர்களால் கொல்லவும் படுகிறார்கள்."

சின்னசாமி அண்ணா உணர்ச்சி நிலையிலிருந்து வெளி யரங்க சொற்பொழிவுபோல் பேசினார்.

"சரி! எங்கேயோ தொடங்கி எங்கேயோ வந்து விட்டோம்" என்றார்.

"பரவாயில்லை சின்னசாமி! நீ பேசியது எங்களின் புரிதலுக்கு மிகவும் தேவையாக இருந்தது" என்று ராஜன் சமாதானப்படுத்தினான்.

நாற்பது ஆண்டுகளுக்கு முன் சின்னசாமி அண்ணன் சொன்ன சொல்... "சிலர் தீயவர்களால் கொல்லவும் படுகிறார் கள்" என்ற சொல்... உண்மையாகிப்போனது. மகாராஷ்ட்ராவில் நரேந்திர தபோல்கர் கொல்லப்பட்ட செய்தியைக் கேட்ட போது வேல்விழியின் நெஞ்சம் பதைத்தது. குழம்பியிருக்கும் மக்களைத் தெளிவு படுத்தியது குற்றமா? அவரைச் சுட்டுக் கொன்றவர்களைப் பொருத்தவரை குற்றம்தான். மக்கள் தெளிவடையும்போது குழப்பிக் கொண்டே அதில் வாழ்பவர்களின் பிழைப்பு போய்விடுமே! பிழைப்புவாதிகளின் மூளைச் சலவையால் தூண்டப்பட்ட பயங்கரவாதிகள்தான் முற்போக்குச் சிந்தனை உள்ளவர்களைப் பட்டப்பகலில் துப்பாக்கியால் சுட்டுக்கொன்றிருக்கிறார்கள். இதை அமெரிக் காவிலும் அம்பலப்படுத்தவே சென்னை-மதுரை-சியாட்டில் இதழில் தபோல்கர் படத்துடன் கட்டுரை எழுதினார் வேல்விழி. இதற்கு சின்னசாமியிடமும் ராஜனிடமும் கருத்து உதவிக்கேட்டார். வள்ளல்போல் இருவரும் வழங்கினார்கள். மக்களின் மனங்களை உலுக்குவதுபோல் அந்தக்கட்டுரை இருந்தது. இதனை வரவேற்று ஏராளமான கடிதங்கள். அவை ஒவ்வொன்றும் வேல்விழி மனத்துக்கு மகிழ்ச்சியைத் தர வில்லை. மாறாக நெஞ்சம் விம்மி விம்மி கண்களில் கண்ணீரைத்தான் வரவழைத்தது.

அறிவுக்கண் திறக்க அரும்பாடுபட்ட நரேந்திர தபோல்கரை மகாராஷ்ட்ரா மாநிலத்தோடு அடக்கி விடாமல் அமெரிக்கா வரை கொண்டு வந்தது வேல்விழிக்கு மன நிறைவைத் தந்தது. தபோல்கரைப் கொன்றவர்களுக்குப் பின்னால் இருந்தவர்கள் கடவுள்பேரால் மக்களை ஏமாற்றுபவர்கள் என்பதை அமெரிக்காவிலும் எடுத்துச் செல்லும் வாய்ப்பாக ஒரு இதழ் நடத்துவதை நினைத்து வேல்விழி பெருமைப்பட்டார்.

ஆனால் அமெரிக்காவிலும் தங்களின் அரசியல் வியா பாரத்தை நடத்துகின்றவர்களின் அடிமனங்களில் வன்மம் வேர்விட்டது.. "யார் இந்த வேல்விழி? தபோல்கருக்கு தத்துப் பிள்ளையா? இந்தியாவின் எங்கோ ஒரு மூலையில் நடந்ததை அமெரிக்காவில் சொல்ல இவள் யார்? இதுபோன்ற கள்ளிச் செடிகளை முளையிலேயே கிள்ளிப்போடவேண்டும்" இந்தியா விலிருந்து அமெரிக்காவில் குடியேறியிருப்பவர்களில் விரல்விட்டு எண்ணும் சிலரிடம் இந்த வன்மத்தீ பற்றியது.

வேல்விழியின் மனதில் வேறொரு தீ கனன்று கொண்டிருந்தது.

❐

9

“அந்த ரயில் பெட்டியில் திடீரென தீப்பற்றியது. மளமள வெனக் கொழுந்துவிட்டு தீ எரிந்து கொண்டிருந்தது. ரயில்பெட்டியில் தீப்பற்றியது ஏன்? எவ்வாறு? என்று ஆராய்ச்சி செய்ய முடியுமா? பெட்டிக்குள் இருந்த பயணிகள் நெருப்புக்கு அஞ்சி ஓடும் அணில்கள், முயல்கள் போல பரபரத்தனர். உயிர் பிழைத்தால் போதுமென்று உடைமைகளை அப்படி அப்படியே போட்டுவிட்டு ஓடினர்.

ரயில் பெட்டி தீப்பற்றியதை அறிந்ததும் அருகிலிருந்த குடியிருப்புவாசிகள் ஓடிவந்து மண்ணையும் மற்றதையும் வாரிப்போட்டு அணைக்க முயற்சித்தனர். தண்ணீரும் கொண்டுவரப்பட்டு தீயணைப்பு வேலை நடந்தது. சாதி, மதம் கடந்த மனிதாபிமானத்தை அங்கே காண முடிந்தது. ஆனால் மனிதாபிமானம் இல்லாத கொடுமைகளுக்கு இந்த நெருப்புதான் காரணமாகப்போகிறது என்று அப்போது எவரும் கற்பனையும் செய்திருக்கமாட்டார்கள்.

தீயில் வெந்த கரிக்கட்டைகளாக ஐம்பதுக்கும் அதிகமான உடல்கள். ரயில் பெட்டியில் கிடந்ததைக் கண்டு எல்லோரும் கண்கலங்கினார்கள். நாடே விக்கித்து நின்றது. கருகிப் போனவர்கள் அயோத்திக்குச் சென்று திரும்பிய ராமபக்தர்கள் என்பது முன்னுக்கு வந்தது. ராமபக்தர்கள்-பாபர் மசூதி இடிப்பு-இஸ்லாமியர்கள் கோபம் என்று கூட்டி, கழித்து, பெருக்கி, வகுத்து கணக்குக்கு விடை ‘சதி’ என்று எழுதப் பட்டது. அந்த சதிக்குக் காரணம் இஸ்லாமியர்கள் என்று விசாரணை இல்லாமலேயே தீர்ப்பெழுதப்பட்டது. ஆயிரத்துக் கும் அதிகமான இஸ்லாமியர்கள் கொல்லப்பட்டனர். பெண் கள் மானபங்கம் செய்யப்பட்டனர். கோழிக்குஞ்சுகளைக் கொலைவெறியோடு தூக்கும் வல்லூறுகள் போல் இஸ்லாமிய இளம்பெண்களைத் தூக்கிச்சென்ற வன்புணர்ச்சி செய்த கொடுமை... கருவிலிருந்த குழந்தையைக்கூட விட்டுவைக்காமல் வயிற்றிலிருந்து கிழித்தெடுத்து வாளில் சொருகி

தீயில் எரித்த அரக்கத்தனம்... மனிதாபிமானமும், மனிதநேயமும், மக்கள் ஒற்றுமையும் இந்தத் தீயில் எரிந்தன.

பாசிசம் என்கிற கொடிய கோடாரி சிறுபான்மை மக்களைத் தான் எதிரியாக நிறுத்தி வெட்டிச்சாய்க்கும். யூதர்கள், கருப்பினமக்கள், இஸ்லாமியர்கள் என நாடுகள் தோறும் பெயர்கள் வேறுபடலாம். ஆனால் பாசிசக் கோடாரி இவர் களைத்தான் பாய்ந்தழிக்கும். இதற்கான சாட்சிதான் கோத்ரா சம்பவம்."

இது, கோத்ரா ரயில் எரிப்பு பற்றி சென்னை-மதுரை சியாட்டில் இதழில் எழுதப்பட்டிருந்த முனைவர் சின்னசாமி யின் கட்டுரை. 2002-ல் எழுதப்பட்ட இந்தக் கட்டுரைக்கு எவ்வளவு பாராட்டுக்கள் வந்ததோ அவ்வளவு எதிர்ப்புகளும் வந்தன. இந்தியாவில் நடந்த சம்பவத்தை அமெரிக்கப் பத்திரிகையில் எழுதியதே தப்பு. அதிலும் இஸ்லாமிய சிறுபான்மையினருக்குப் பரிந்து பேசுவதை மன்னிக்க முடியாது என்று வந்த மிரட்டல்... வேல்விழியை ஒருகணம் திகைக்க வைத்தது உண்மைதான். ஆனால் உண்மையைத்தானே சொல்லி யிருக்கிறோம் என்று துணிவை வரவழைத்துக்கொண்டார். உண்மையைப் பார்த்து அஞ்சுவதும் சொன்னவர்களை மிரட்டுவதும்கூட பாசிசத்தின் குணம்தானே!

இப்படியாகத் தேற்றிக்கொண்டு உண்மையின் ஒளி எல்லா இருளையும் விரட்டும் என்ற நம்பிக்கையோடு தொடர்ந்து நடைபோட்டு பன்னிரண்டு ஆண்டுகளைக் கடந்துவிட்டார்.

விளக்குக்குக் கீழேயும் சிறு இருள் இருக்கும் என்பதுபோல் டாக்டர் பிரபுவின் மன மூலையில் லேசான அச்சம் பதுங்கிக் கொண்டுதான் இருந்தது. ஒருசில நேரங்களில் வேல்விழியுடன் இதை அவர் பரிமாறி இருக்கிறார். அப்போதெல்லாம் வேல்விழி "இனிப்பு மட்டுமா சுவை. கசப்பு, கரிப்பு, காரம் எல்லாமும் சுவைதானே டாக்டர். அனுபவிப்போம். மன அச்சம் நடையை சுருக்கி முடக்கிப் போட்டுவிடும் என்பது தானே உளவியலும் உடற்கூறியலும். அதற்கு நாமே ஆட்பட லாமா?" என்று பதில் சொல்லி மடக்கிவிடுவார்.

"என்னங்க டாக்டர், பழைய இஷ்ஷூஸக் கடைபரப்பி வச்சிருக்கீங்க. ஏதாவது ஆராய்ச்சி பண்றீங்களா?"

வேல்விழியைக் கலாய்த்தபடி உள்ளே வந்தார் டாக்டர் பிரபு. சாதாரண நேரங்களில் வேல், வேல்விழி, சிவகாமி என்று மாற்றி மாற்றிக் கூப்பிடும் பிரபு அவரிடம் கேலி பேசுவதென்றால் கொஞ்சலாக டாக்டர் என்றுதான் கூப்பிடுவார். பிரபுவின் வரவால் கவனத்தைத் திசைதிருப்பிக் கொண்டுவந்த வேல்விழி, "அதெல்லாம் ஒண்ணுமில்லீங்க. நாளைக்கு வெள்ளிவிழா வச்சிருக்கோமில்லியா! அதான் இதுவரைக்கும் உருப்படியா ஏதாவது செஞ்சிருக்கோமான்னு பொரட்டிப்பாக்கிறேன்" என்றார்.

"வேல்விழி! சத்தியத்தின் பாதையில் ஒருத்தர்சோதனை களைத் தாங்கி நடக்கும்போது எதிரிகள் உருவாயிட்டாங் கன்னா அவங்க சரியா இருக்கிறதுக்கு அதுதான் புரூஃப். அது தான் உனக்கு அப்பப்ப நடந்துகிட்டிருக்கே. அப்படின்னா உருப் படியா ஏதோ செஞ்சிக்கிட்டிருக்கேன்னுதானே அர்த்தம்!"

"மனிதநேயம். மக்கள் ஒற்றுமை, சமூக மேம்பாடு, ஒடுக்கப் படும் மக்களுக்கு ஆதரவு என்றுதான் நாம் எழுதுகிறோம். இதை எதிர்க்கவும் மிரட்டவும் கூட மனிதர்கள் இருக்கிறார்கள் என்பதுதான் வேடிக்கையாவும், வேதனையாவும் இருக்கு."

"நல்ல கருத்துகளுக்கு ஆதரவா இருக்கிறவங்க சாதுவான பறவைகள், அணில் போன்ற விலங்குகள் மாதிரி. எண்ணிக்கை யில் அதிகமா இருந்தாலும் அடக்கமா கவனிக்க மட்டும் செய்வாங்க. எதிரா இருக்கிறவங்க சிங்கம், புலி, பாம்பு மாதிரி. எண்ணிக்கையில் குறைவா இருந்தாலும் பயமுறுத்துவாங்க. மத்தவங்களைப் பயந்து ஒதுங்கச்செய்ய அதைப் பயன்படுத்து வாங்க."

"சரியா சொன்னீங்க பிரபு. சிவப்பட்டியிலிருந்து சியாட்டில் வரைக்கும் இதுதான் என்னோட அனுபவமும். காட்டுல இருக்கிற சிங்கம், புலிகள் அழிஞ்சிடாம பாதுகாக்குறமாதிரி நாட்ல இருக்கிற மனித மிருகங்களையும் சிலபேர் பாதுகாத்து கிட்டுத்தானே இருக்காங்க. அதற்குப் பின்னாலே எவ்வளவு 'பெரிய மனிதர்கள்' இருக்காங்க பாத்தீங்களா?"

இந்தப் 'பெரிய மனிதர்கள்' யாரு? அதிகாரத்துக்குவந்து அதை சர்வாதிகாரமா மாத்திக்கத் துடிக்கிறவங்கதானே! இந்த அதிகாரமெல்லாம் பாகன் கை அங்குசம், குரங்காட்டியின் கோல், ரிங்மாஸ்டரின் சவுக்கு போலத்தான். வதைபட்றவங்க துணிஞ்சு

எழுந்தா இதெல்லாம் ஒரு நொடியில் சடசடென வீழும்தானே வேல்!"

கணவன் மனைவியின் உரையாடல் கற்றுத்தேர்ந்த தத்துவ வாதிகளின் பேச்சுபோல் நீண்டது. அவ்வப்போது நடைபெறும் இதுபோன்ற உரையாடல்தான் இரண்டுபேருக்கும் சக்தியளிக்கும் டானிக்காக இருந்தது. அதிலும் வேல்விழி ரொம்பவும் ஊக்கம் பெற்றுவிடுவார்.

"வேல்விழி! சொல்ல மறந்துட்டேனே! டாக்டர் ராஜன் எனக்குப்போன்ல பேசினாரு." டாக்டர் பிரபு முடிப்பதற்குள் வேல்விழி அவசரப்பட்டார்.

"என்னங்க சொன்னாரு?... எப்ப வருவாராம்?"

வேல்விழியின் மனம் மகிழ்ச்சியால் நிரம்பிவழிந்ததைக் குழிவிழும் கன்னங்களின் சிரிப்பு அளந்துகாட்டியது.

"அநேகமா விடியகாலை வருவார்னு நெனைக்கிறேன்."

"ராஜனை ஏர்போர்ட்ல போயி கூட்டிகிட்டு வந்துட்றீங்களா"

"ஏன்? நீயும்தான் வாயேன்"

"வேண்டாம். வீட்ல வச்சு அவருக்கு ஒரு சர்ப்ரைஸ் தரப்போறேன். அவர் அப்படியே அசந்துடணும்"

வேல்விழிக்கு உற்சாகம் கரைபுரண்டது. அதைக்கட்டுக்குள் கொண்டுவந்து மனதுக்குள் முடிபோட்டுவைத்துவிட்டுப் பேச்சை மாற்றினார்.

"இதோ பாருங்க. இதெல்லாம் ராஜன் கட்டுரை இருக்கிற இதழ்கள். ரெண்டாவது இதழில் அவர், எழுதிய மே தினம் கட்டுரை இளைஞர்களைக் கவர்ந்தது. நிறைய இளம்பெண்கள் எனக்கே பேசினாங்க. இன்னும் தெரிஞ்சிக்க எதையெல்லாம் படிக்கணும்னு கேட்டாங்க எவ்வளவு மகிழ்ச்சியா இருந்தது தெரியுங்களா?"

சோழிகள் உருட்டியதுபோல் பேச்சும் சிரிப்பும் கலந்து வந்தது.

"ராஜன் எழுதின இன்னொரு கட்டுரை எனக்கு ரொம்ப புடிச்சது" டாக்டர் பிரபு ஆரம்பித்தார்.

“அப்படியென்ன கட்டுரைங்க அது? எங்கிட்ட நீங்க சொல்லவே இல்ல. ராஜன் வர்ராருனதும் உண்மையெல்லாம் வருதுபோல”

ஆவலையும் கேலியையும் கலந்து கொடுத்தார் வேல்விழி.

“தமிழ்நாட்டோட அடையாளத்துல ஒண்ணு சமூகநீதி. ஆயிரம் ஆயிரம் வருஷமா கல்வியும் வேலையும் மறுக்கப்பட்ட மக்களுக்கு இடஒதுக்கீடு வேணும்னு போராடின மாநிலம் தமிழ்நாடு. பழைய சென்னை ராஜதானியில் சமூகநீதிக்காகப் போராடியது நீதிக்கட்சி. பிரிட்டிஷ் ஆட்சிக்காலத்திலேயே கம்யூனல் ஜி.ஓ. போடவச்ச கட்சி அது. அந்த நீதி தமிழ் நாட்டோட சுருங்கிடாம இந்தியா முழுசும் பரவுச்சின்னா அதுக்குப் பாதை போட்டவர் வி.பி.சிங். அவரைப்பத்திதான் ராஜன் கட்டுரையில் படிச்சேன். இதுபத்தி இன்னொரு டாக்டர் நண்பர்கிட்ட சொன்னேன். அவரும் இந்த இஷ்யூவ வாங்கிப்படிச்சாரு.”

“அப்படியா? அவரு என்ன சொன்னாரு?”

“ஒரு மனிதரை இறந்தபின் பாராட்டுவதும் போற்றுவதும் இந்தியர்களின் வழக்கமாகிவிட்டது. இவர் வாழும் போதே இந்தக் கட்டுரை வந்திருந்தால் இன்னும் அதிகமான நண்பர் களுடன் ஷேர் பண்ணியிருப்பேன்...” என்று வருத்தப்பட்டுக் கொண்டார்.

“அமெரிக்காவைச் சேர்ந்த அவருக்கு இந்தியாவில் இவ்வளவு சாதிகள், சில சாதிகளுக்கு ஆயிரக்கணக்கான ஆண்டுகள் கல்வி கிடைக்காதது, அதை சகித்துக்கொண்டி ருந்தது என்பதெல்லாம் ஆச்சரியமாக இருக்கிறது” என்று வேதனையை வெளிப்படுத்தினார்.

“இருக்காதா பின்னே!. நிறப்பாகுபாடு, அடிமைமுறை எதிர்ப்பு, உழைப்பாளர்கள் உரிமை, பெண்ணுரிமை என்று பலதுக்கும் ஜனநாயக சிந்தனை கொண்ட அமெரிக்கர்கள் வழிகாட்டியிருக்கிறார்கள் என்பது உண்மைதானே! இருந்தா லும் இந்தியர்களுக்கு சகிப்புத்தன்மை கொஞ்சம் தூக்கல்தான்”

அமெரிக்க டாக்டர் பக்கம் நின்று பேசினார் வேல்விழி.

“உண்மைதான். சகிப்புத்தன்மை யாருக்கு? ஜனநாயக உரிமைகள் பற்றி தெரியாதவர்களுக்கு, தெரிந்துகொள்ளாமல் தடுக்கப்பட்டவர்களுக்கு, வழிகாட்டத் தலைமை இல்லாதவர் களுக்குத் தானே! இதைப் பயன்படுத்திக்கொண்டு அராஜகம் செய்கின்றவர்களுக்கு சகிப்புத்தன்மை இருக்கா? அப்படி

யிருந்தா ஒருவருஷத்துல இவ்வளவு கொலைகள், கொடுமைகள் நடந்திருக்குமா? சாதிமத வெறுப்பு என்ற நெருப்பு பல இடங்களிலும் பற்றியிருக்குமா? அப்பாவிகள் தாக்கப்பட்டிருப் பார்களா? இதுபற்றியெல்லாம் சென்ற ஆண்டு இஷ்யூல எவ்வளவு எழுதியிருக்காங்க! மறந்துட்டியா வேல்!''

டாக்டர் பிரபு சென்னை-மதுரை-சியாட்டில் இதழின் சிறந்த வாசகராக இருந்திருக்கிறார். அதனைப் புரமோட் பண்ணவும் செய்திருக்கிறார். அமைதியான போராளியைக் கணவராகப் பெற்றதை எண்ணி மனதுக்குள் மகிழ்வை அசைபோட்டுக் கொண்டார் வேல்விழி.

“மறக்க முடியுமா? உணவில், உடையில், காதலில், மத நம்பிக்கையில் தனிமனித உரிமைகளை மதிக்காமல் ஆயிரம் தலை ஆதிசேஷன் பாம்புபோல் மக்களை அதிலும் தலித்துகளை, இஸ்லாமியர்களைக் கொத்திக்கொலை செய்யப்படு வதை மறக்க முடியுமா? ஆயிரம் தலைகளில் சில அமெரிக்காவி லும் படமெடுத்து பயமுறுத்திக் கொண்டுதானே இருக்கிறது. இந்திய மக்கள் சாதுக்கள்தான். எதையும் சகித்துக்கொள்ளப் பழக்கப்பட்டவர்கள்தான். ஆனால் மிரண்டுவிட்டால் நாடு தாங்காது. அதிகாரத்தின் ஆணிவேரையே பிடுங்கிவிடுவார்கள்...''

ஆவேசத்தோடு வார்த்தைகளை வடித்தெடுத்த வேல்விழி. “அதுசரி வி.பி. சிங் பற்றி உங்க டாக்டர் நண்பர் அதுக்குமேல என்ன சொன்னார்?''

“ஏதோ மண்டல் கமிஷன் என்கிறீர்கள். அந்த அறிக்கையை அவர்தான் வெளியிட்டார். இதனால் பிற்படுத்தப்பட்ட வகுப்பினர் பயனடைந்தார்கள். இதைப் பொறுத்துக்கொள்ள முடியாதவர்கள் போராட்டங்களை நடத்தினார்கள் என்றெல் லாம் கட்டுரையில் இருக்கிறது. அமெரிக்கனாகிய எனக்கு இது விளங்கவில்லை. அதுபற்றி விளக்கமாக எழுதியிருந்தால் நன்றாக இருக்கும்'' என்றார்.

“அவரது விமர்சனம் சரியானது. நமக்குத்தான் தெரியுமே என்று சிலதை நாம் சுருக்கிவிடுகிறோம். நீங்கள் என்ன செய்தீர்கள்?'' வேல்விழி சந்தேகத்தைக் கேள்வியாக மாற்றினார். ‘ஏதாவது சொல்லியிருப்பாரா? அல்லது வெறுமனே கேட்டுக் கொண்டு வந்திருப்பாரா’ என்ற ஆவலும் ஏக்கமும் அவர் முகத்தில் திரைமாறுவது போல் மாறிக்கொண்டிருந்தன.

“அமெரிக்க டாக்டர் ஆர்வமாகக் கேட்கும்போது என்னோட ஞானத்தை வெளிப்படுத்திப் பெருமையடித்துக் கொள்ள எனக்கு ஆசை இருக்காதா என்ன? எனக்குத் தெரிந்த எல்லாத்தையும் விலாவாரியா சொல்லிட்டேன். நான் சொல்ல சொல்ல அவர் முகம்போன போக்கைப் பாக்கணுமே. ‘உரிமை களை யாராவது குடுத்தாதான் வாங்குவீங்க போலருக்கு. அதுசரி. நல்லகாரியம் செய்தவங்கள அதிகாரத்திலிருந்து நீக்கினா வேடிக்கைபார்த்து விட்டுடுவீங்களா?’ என்று கேட்கவும் செய்தார்.”

“நீங்க அசடுவழிஞ்சீங்களா?”

“வேற என்ன செய்யறது. ரெண்டுவருஷ ஆட்சியோட வி.பி.சிங் ஒதுக்கப்பட்டுவிட்டார்தானே! அரசியல் பகடையில் அவரைத் தோற்கடிக்க எத்தனை சகுனிகள் எழுந்தார்கள். ரதயாத்திரையெல்லாம் நடத்தினார்கள் என்பது எனக்குத் தெரியாதா”

“அதுபத்தியும் சொன்னீங்களா?”

தாம் நடத்தும் இதழ் ஏதோ ஒருவகையில் செயல்புரிகிறது என்ற மகிழ்ச்சியின் பொங்கலோடு இந்தக் கேள்வி வெளியே வழிந்தது.

“நெறைய சொன்னேன். வி.பி.சிங் ஆட்சியின்போது இந்திய மண்ணில் விழுந்த விஷவிதை இன்று சீமைக் கருவேல முள்காடுபோல எல்லா இடங்களிலும் பரவி இருக்கு. அந்தச் செடிகள் மண்ணின் நீரை உறிஞ்சுவதுபோல் இந்த செடிகள் மக்களை எப்படி உறிஞ்சுகின்றன என்பதையெல்லாம் சொன்னேன். அந்த நண்பர் பரிதாபப்பட்டார்.”

“நாளைக்கு வெள்ளிவிழா நிகழ்ச்சிக்கு அவரையும் கூப்பிடுங்க. நேரடி அனுபவத்தை சொல்வது வர்ரவங்களுக்கு நல்ல தூண்டுகோலா இருக்குமில்ல!”

“வர்ரேன்னுதான் சொல்லியிருக்கார். அவரோட நண்பர்கள் சிலரும் வருவாங்க...? அவங்கள்ல ஒரு பெண் டாக்டர். ஈராக் மேல அமெரிக்கா தொடுத்த யுத்தம் பற்றிய கட்டுரை நல்லா இருந்ததுன்னு சொன்னாங்க”

“அப்படியா. அமெரிக்காவைக் கடுமையா விமர்சனம் பண்ணியிருக்கோமே அதுபத்தி சங்கடப்படலியா”

வேல்விழி வியப்போடு வினவினார். அந்த அறையின் தொலைபேசி மணி ஒலித்து இவர்களின் உரையாடலைத் துண்டித்தது. பிரபு தொலைபேசியை எடுத்தார்.

“ஹலோ”

“நான்தான் டாக்டர் ஜாக்குலின் பேசறேன்...”

“வெல்கம் - இப்பத்தான் உங்களப்பத்தி என் மனைவியிடம் சொல்லிக்கொண்டிருந்தேன். நீங்களே லைன்ல வந்துட்டீங்க. மகிழ்ச்சி. அவங்களோட பேசுங்க. வெயிட் ப்ளீஸ்...”

ஆங்கிலத்தில் உரையாடல் தொடர்ந்தது. வேல்விழி பேசினார்.

“மேம். நான் வேல்விழி”

“சென்னை-மதுரை-சியாட்டில் இதழின் ஆசிரியர்தானே!”

“ஆமாம். ஆரம்பத்துல ஆசிரியரா இருந்தேன். இப்போ சில மாசமா ஆசிரியர் குழுவுல இருக்கேன். உங்க பேர் எனக்கு ரொம்பப் புடிச்சுருக்கு”

“ஏன். இதுல என்ன விசேஷம்?”

“உங்க நாட்டு அதிபரா இருந்த கென்னடியோட வைஃப் பேரு ஜாக்குலின் இல்லையா?”

“ஓ! ரொம்ப மிகழ்ச்சி.”

“உங்க பத்திரிகையில வர்ர கட்டுரையெல்லாம் சீரியசா இருக்கு. டிபேட்டபிளா இருக்கு. ஒரு டாக்டரா இருந்தாலும் உலக அரசியல் தெரிஞ்சி வச்சிருக்கீங்க. பல பிரச்சனைகளை டீல் பண்றீங்க. ஈராக் மேல அமெரிக்கா போர் தொடுத்தது. சதாம் உசேனைக் கைது செய்தது. அவரை ஜெயில்ல போட்டு மரண தண்டனை விதித்துக் கொன்னது. இதெல்லாம் ஏத்துக்கக்கூடியதே இல்ல. நீங்களும் இதோ கருத்தோட இருக்கீங்க. தேசங்கள் கடந்தாலும் மனித நேசங்கள் மாறாது இல்லீங்களா?”

ஜாக்குலினின் பாராட்டுப் பேச்சால் வேல்விழியின் உள்ளப் பூரிப்பு முகத்தில் தெரிந்தது. கண்களில் பனித்த நீரைத் துடைத்தபடி,

“உங்களோட பேச வாய்ப்பு கெடைச்சது என் பேறு. நாளை வெள்ளி விழாவுக்கு அவசியம் வந்துடுங்க” என்று அழைப்பு கொடுத்தார்.

"சரி! அத கேட்கத்தான் போன் பண்ணினேன். இடம் மட்டும் சொல்லுங்க. நான் வந்துட்றேன்."

வேல்விழி மனப்பாடமாக வைத்திருந்த விழா நடைபெறும் இடத்தை ஒப்புவித்தார்.

"தேங்க்யூ"

என்பதுடன் உரையாடல் முடிவுக்கு வந்தது.

வேல்விழியின் மன நிலையைப் புரிந்துகொண்ட பிரபு, அதற்குமேல் வளவளவென்று பேசி திசை திருப்ப வேண்டாம் என்று எண்ணினார்.

"வேல்! நான் ஸ்டடி ரூமுக்குப் போறேன் என்று சொல்லிவிட்டுப் புறப்பட்டார்"

ம்... என்ற மூச்சொலி செயற்கையாக வெளியேறிக் கணவரை அனுப்பி வைத்தது. வேல்விழி நேற்றைய இன்றைய நாளைய கனவுகளில் மூழ்கித் திளைத்திருந்தார்.

❐

10

ராஜனின் கார் ஜிஎஸ்டி சாலையிலிருந்து வலதுபக்கம் திரும்பி மீனம்பாக்கம் விமான நிலைய சாலைக்குள் சென்றது. காரின் வேகம் குறையும்போது ராஜனின் நினைவலைகளின் வேகமும் குறைந்தது. கார் சுமாரான வேகத்தில் சென்று கொண்டிருந்தது. ராஜன் மதுரையிலிருந்து சென்னை மீனம் பாக்கத்திற்குத் திரும்பினார். கார் செக் பாய்ண்டுக்குச் சென்றது. பயணி கையில் கொண்டு செல்ல அனுமதிக்கப்படும் பிரீஃப் கேசுடன் ராஜன் காரிலிருந்து இறங்கினார். கார் ஓட்டுநரின் உதவியுடன் லக்கேஜான பெரும்பெட்டி அதற்கான இடத்தை அடைந்தது. உரிமையாளரின் பெயர், முகவரி, பயணச்சீட்டு எண் உள்ளிட்ட ஆதாரங்களுடன் அந்தப்பெட்டி தனியாகப் பயணம் செய்யும். விமானம் அமெரிக்கா சென்றவுடன் அது ராஜனோடு முறைப்படி சேர்ந்துகொள்ளும்.

மல்லிகா கல்யாணத்துடனான நினைவலைகளை ஓட்டு நருக்குப் பணம் கொடுத்ததுடன் முடித்துக்கொண்ட ராஜன், பயணத்தின் அடுத்த கட்டத்திற்குள் சென்றார். வெளிநாட்டுப் பயணம் என்பதால் பாஸ்போர்ட் சோதனை முடிய வேண்டும். சுதந்திர தினத்தையொட்டி பாதுகாப்பு ஏற்பாடுகள் தீவிரமாக இருந்தன. படிப்படியாக முன்னேறி குடிபெயர்வு (இம்மி கிரேஷன்) கவுன்டருக்கு செல்லவேண்டும். நீண்டவரிசை. இதனை ஊர்ந்து கடப்பதற்குக் குறைந்தது ஒருமணி நேரமாவது ஆகும். இருந்தாலும் இங்கே குறுக்குவழியெல்லாம் இல்லை.

சிறிது நேர கவுன்சிலிங் முடிந்த பின் ராஜனைத் தெளிவாகப் புரிந்துகொண்டு, வாழ்க்கையின் சிலகோணங்களைத் தெளிவுப் படுத்தி மனநல மருத்துவர் தயாளனி அனுப்பியதுபோல் இங்கே அனுப்பிவிடுவார்களா என்ன? அது உறவு, பருவம், படிப்பு, மன அழுத்தம், அதிலிருந்து மீட்பது சார்ந்த விஷயம். இது சட்டம், சம்பிரதாயம், ஒழுங்குமுறை சார்ந்த விஷயம். மெதுவாகத்தான் நடக்கும்.

மதுரை ரேவதி வீட்டில் நடந்ததை ராஜன் நினைவுக் குள்ளிருந்து எடுத்து அசைபோட ஆரம்பித்தார்.

"ராஜன் முழுக்க முழுக்க சரியாக இருக்கிறார். உங்கள் விருப்பப்படி நாளை அவரைக் கூட்டிப்போகலாம். அவர் எல்லாத் தேர்வுகளையும் எழுதலாம். ஒரு பிரச்சனையும் இல்லை?"

டாக்டர் தயாளனி சொன்னதைக் கேட்டு நண்பர்கள் மகிழ்ச்சி அடைந்தார்கள். வேல்விழிக்குக் கூடுதல் சந்தோஷம். ராஜன் சீனியர் மாணவர் மட்டுமல்ல. பலவற்றுக்கும் வழி காட்டி, பக்கபலமாய் நிற்பவர், போராளி, பொதுநல நோக்கம் கொண்டவர், எதையும் மனந்திறந்து பேசி விவாதித்து ஒரு முடிவுக்கு வருபவர். தனிப்பட்ட வாழ்க்கை, பொதுவாழ்க்கை எனப் பிரித்து வைத்துக்கொள்ளாதவர். அவருக்கு ஒரு பாதிப்பு என்றதும் வேல்விழி துடித்துப்போனதில் வியப்பில்லைதான்.

ராஜனுக்காக உணவும் அருந்தாமல் காத்திருந்த நண்பர்கள் டாக்டரின் நல்ல செய்தியால் மனம் நிறைந்த பிறகுதான் வயிற்றைப் பற்றி யோசித்தனர்.

நள்ளிரவு நேரமானது. சாவித்திரி அம்மாவும், ரேவதியும் அவசர அவசரமாக ஓர் அறையில், மின்விசிறியின் கீழே கட்டி லோடு கூடிய படுக்கைக்கு ஏற்பாடு செய்தனர்.

உணவு முடித்தபின், "ராஜன், வாங்க! இங்கே, கட்டிலில் படுத்து நல்லா தூங்குங்க! நாளை கல்லூரிக்கு வார விடுமுறை தானே! நாம் திட்டமிட்டபடி வழிபாட்டு இடங்களுக்குச் சென்று வீடு திரும்பலாம். அத்தோடு நீங்கள் சமூகநோய்த் தடுப்பு மருத்துவத்தேர்வுக்கும் தயார் செய்யலாம்" என்று வேல்விழி கூறினாள்.

அவள் சொல்வது எதற்கும் மறுப்பு தெரிவிக்கத் தெரியாத ராஜன் இப்போதும் தலையாட்டி ஏற்பு தெரிவித்தான். துரை ராஜ் அவனைக் கைதாங்கலாக அறைக்குள் அழைத்துச் சென்றார்.

மின்விசிறியின் இதமான காற்றோடு கட்டிலில் படுத்த ராஜன், நிம்மதியான மன நிலைக்குத் திரும்பியிருந்ததால் ஆழ்ந்தத் தூக்கத்தில் மூழ்கினான். ஆழ்மனத்தில் ஐந்து வருடக் கனவுகள் அலைமோதின.

மல்லிகா எப்போதும் சுற்றி சுற்றி வந்தாள். தேவாலயம், பொழுதுபோக்கு இடங்கள், ஓட்டல்கள் என உல்லாசமாக அனுபவித்தாள். ஒவ்வாமை இருந்தாலும், ஒருபக்கம் அழகான டாக்டரை பெற்றோர் சம்மதத்துடன் மணக்கப்போகிற நிம்மதி

இருந்தது. ஆனால், இப்போது திடீரென நிச்சயதார்த்தம், திருமணம் என்ற செய்திகளால் வானிலிருந்து சுக்குநூறாக உடைந்து விழும் எரிநட்சத்திரம் போலானது ராஜனின் மனம். இப்போது ஆறுதலாக இருந்தது வேல்விழிதான். அவள் ராஜனின் கன்னத்தோடு கன்னம் வைத்து அன்பையும் அக்கறையையும் காட்டினாள். அந்த ஸ்பரிசத்தில் அவன் தூங்கிவிட்டான்.

ராஜன் எழுந்து தனது பக்கத்தில் வேல்விழி படுத்திருக் கிறாரா என்று கண்களைக் கசக்கிப் பார்த்தான். அறைக்கு வெளியே சுவரோரம் உட்கார்ந்த நிலையிலேயே வேல்விழி தூங்கிக் கொண்டிருந்தார். சே! சே! மன அழுத்தத்திலிருந்து வெளியே வரும்போது ஒரு மகிழ்ச்சியான எண்ணம் தேவைப் படுகிறதோ!

அடுத்த நாள் ஞாயிறு காலையில் ராஜன் பழைய தாக்கத்தி லிருந்து பூரணமாக விடுபட்டுப் புதியவனாக எழுந்தான். ஏற்கெனவே திட்டமிட்டபடி, அன்று காலை நண்பர்களில் பாதிப்பேர் ரேவதி வீட்டிற்கும் மற்றவர்கள் நேராக மாதா கோவிலுக்கும் வந்துவிட்டார்கள். வேல்விழி, ரேவதியோடும் நண்பர்களோடும் புறப்பட்டாள். ராஜனும் உற்சாகமாகப் புறப்பட்டுவிட்டான். சாவித்திரி அம்மாவும், துரைராஜும் நிம்மதிப் பெருமூச்சு விட்டனர். வெளியூரைச் சேர்ந்த ராஜனுக்குத் தங்கள் வீட்டில் தங்கியிருக்கும் போது ஏதாவது நேர்ந்துவிட்டால் பழியைச் சுமக்க வேண்டுமே என்ற பயம்தான். இப்போது பயம் தெளிந்துவிட்டது. பழைய மாதிரி ராஜனை அவர்கள் பார்த்துவிட்டார்கள்.

ராஜனின் மன அழுத்தத்திற்கு ஒரு வடிகாலாகவும் நண்பர் கள் பயணம் திட்டமிடப்பட்டது. அதன்படி எல்லோரும் காலைச் சிற்றுண்டியை முதலில் முடித்தனர். செலவை வேல்விழியும், ரேவதியும் பகிர்ந்துகொண்டார்கள்.

முதலில் மாதா கோவில், அடுத்து அருகேயுள்ள தர்கா, பிறகு மீனாட்சிக் கோவில், இறுதியாக சமண முனிவர் வாழ்ந்த குகைகள் என திட்டமிட்டபடி பயணம் அமைந்தது. சமணக் குகை ஒன்றில் வட்டமாக அமர்ந்த இவர்களிடம் சின்னசாமி ஒரு விவாதத்தைத் தூண்டினார். “தர்காவுக்கும், கோவிலுக்கும் ராஜன் வேறுபட்டவர். மாதா கோவிலுக்கும், தர்காவுக்கும் மற்றவர்கள் வேறுபட்டவர்கள். எல்லோரும் எல்லா இடத்துக் கும் சென்றோம். ஒரு மனிதனின் சாதி, மத அடையாளத்தை ஏதாவது கருவிகொண்டு கண்டுபிடிக்க

முடிந்ததா என்ன? மனிதன் வகுத்துக்கொண்ட புற அடையாளங்கள் தானே இதற்கெல்லாம் உதவுகின்றன!

மனிதர்கள் யாராய் இருந்தால் என்ன? அவர்களிடையே வேறுபாடு இறைச்சி, தோல், எலும்பில் முத்திரையா குத்தப்பட்டுள்ளது? சாதிமத அடையாளங்கள் மனிதன்மேல் இருக்கிறதா என்ன?"

லேசான இருள் படர்ந்த குகைக்குள் அமர்ந்திருந்த அனைவருக்கும் சின்னசாமியின் பேச்சு ஒளிக்கீற்றாகி சிந்தனை வெளிச்சம் தந்தது.

துடுக்கு விஷ்ணுராமன் தேள் கொடுக்கு போல் திடீரென ஒரு போடுபோட்டான்.

"ராஜனும் மல்லிகாவும் ஒரே மதம் தான். ஒன்றுபட்டு விட்டார்களா? மல்லிகா நம்பவைத்து...

என்று பேசத் தொடங்கியதும் விஷம் மீண்டும் ராஜனுக்கு ஏறி விடக் கூடாதே என்று சட்டென்று இடை மறித்தாள் வேல் விழி.

விஷ்ணுராமன்! தப்பா நினைக்காதீங்க. இதுபோன்ற விஷயங்களுக்கு எவ்வளவோ உதாரணங்கள் இருக்கின்றன. எல்லோருக்குமேகூட ஒவ்வொரு அனுபவம் இருக்கும். அதுபத்தி தனியா ஒரு சீரியசான டிஸ்கஷன் வச்சிக்கலாம். இப்பநாம வந்திருக்கிறது ஜாலியா பொழுதுபோக்க! அதுமட்டுமல்ல. தொடங்கப் போற தேர்வுகள் பற்றி கூட்டாக யோசிக்கலாம். சரியா? இப்ப நாம எல்லாரும் ஒருத்தருக்கொருத்தர் பரிமாறிக்கொண்டு சாப்பிட ஆரம்பிப்போம்! ஓகேயா?"

வேல்விழி முடித்ததும் ஓகே... ஓகே... குரல்கள் ஏற்ற இறக்கங்களோடு ஒலித்தன. கொண்டுவரப்பட்ட பலவகை உணவு டப்பாக்களும் திறக்கப்பட்டன. தட்டுகளில் வண்ணங்கள் தீட்டப்பட்டதுபோல் வகைவகையான உணவுகள் வந்து சேர்ந்தன. ஒருவருக்கொருவர் உதவிக்கொண்டும், ஜோக்குகள் சொல்லிக்கொண்டும் வகுப்பு மாணவர்கள், ஆசிரியர்கள் என விட்டுவைக்காமல் கலாய்த்துக்கொண்டும் கலகலப்பானது சமணர் குகை. ராஜன் சிரித்துக்கொண்டும். சிரிக்கவைத்துக் கொண்டும் பொழுதுபோக்கியது வேல்விழிக்கும் ரேவதிக்கும் மகிழ்ச்சி வெள்ளமாய் மனதில் கரைபுரண்டது.

"டாக்டர் தயாளனி நேற்று நடத்திய கவுன்சிலிங் நான் இயல்பு நிலைக்கு சீக்கிரமாய் திரும்ப உதவியது. தேங்க்ஸ் வேல்விழி"

தனியாக சந்திப்பதற்குக் கிடைத்த தருணத்தில் ராஜன் கூறிய இந்த வார்த்தைகளால் வேல்விழி நெகிழ்ந்து போனாள். ஆனந்தம் தொண்டையில் அடைத்ததால் "நன்றியெல்லாம் எதுக்கு?" என்று சொல்ல முயன்று பதில் வார்த்தைகள் வெளி வராமல் நின்றுவிட்டன.

வேறுவேறு இடங்களில் வேடிக்கை பார்த்துக்கொண்டிருந்தவர்கள் ஒரே இடத்திற்கு வந்து சேர்ந்தனர். வந்தவர்கள் வட்டமாக ஓர் இடத்தில் அமர்ந்தனர். அடுத்த நாள் நடக்கவிருக்கும் சமூகத்தடுப்பு மருத்துவத் தேர்வுக்காக எல்லோரும் கலந்துரையாடினர். எப்படிப்பட்ட கேள்விகள் வரும், எப்படி அணுக வேண்டும் என்று வேல்விழி விளக்கினாள். ராஜனிடம் தனிக் கவனம் செலுத்தினாள். ராஜன் உட்பட எல்லோரும் தேர்வை சிறப்பாக எழுதினர். ராஜனுக்கு சமூகத்தடுப்பு மருத்துவத் தேர்வு முடிந்தது.

அடுத்து மருத்துவம், அறுவை சிகிச்சை, மகப்பேறு மருத்துவம், தியரி, கிளினிக்கல் தேர்வு என்னென்ன தேதிகளில் நடக்க வேண்டும் என்று கால அட்டவணை தயாரித்து வெளியிட்டுள்ளனர். ஏறக்குறைய தேர்வுகள் முதல் நாளிலிருந்து கடைசி நாள்வரை சுமார் ஒருமாதம் நீடித்தது. ராஜன் எவ்வாறு தயாரிக்க வேண்டும் என்று வேல்விழியும் ஒருதிட்டம் வகுத்தாள்.

அதன்படி தியரி தயார் செய்யும் நேரத்தில் கிளினிக்கல் தேர்வுகளுக்கும் தயார் செய்ய வேண்டும். ஒரு குறிப்பிட்ட நாள் வரை மருத்துவமனைக்குச் சென்று நோயாளிகளைப் பரிசோதனை செய்யலாம். அதன்பின் தேர்வுக்கு செல்லும் மாணவர்கள் அனுமதிக்கப்படமாட்டார்கள். அதனால் அனுமதிக்கப்பட்ட நாள்வரை ராஜன் வேல்விழியோடு சென்று பயிற்சி எடுத்தான். அதற்குப்பின் வீட்டிலேயே தன்னையோ, ரேவதியையோ 'மாதிரி' நோயாளியாக ராஜன் பரிசோதனை செய்ய வேண்டும். பிறகு ஒரு தேர்வாளரிடம் சொல்வதுபோல வேல்விழியிடம் சொல்ல வேண்டும். தியரி முடிந்தபின் அறுவை சிகிச்சை, மகப் பேறு மருத்துவம். கடைசியாக மருத்துவம். எல்லோருக்கும் தேர்வின் கடைசிநாள். ஆனால் ராஜனுக்குக் கிளினிக்கல் மருத்துவத்துடன் முடிகிறது. இவர்கள் குழுவில் 14 பேர் உண்டு. அதை ஏழுஏழு பேர் கொண்டதாக இரண்டாகப் பிரிப்பார்கள். இவனது குழுவில் உள்ள ஏழு பேருக்கும் ஒரு கடினமான கேஸ் - நோயால் பாதிக்கப்பட்ட ஒருவர் மருத்துவப் பேச்சில் அஃறிணையாகக்

கேஸ் ஆகிவிடுவார் - கொடுக்கப்பட்டதால் ஏழு பேரும் தோல்வி அடைந்தனர். தேர்வின் கடைசி நாளில் தேர்வாளர்கள் ஒன்று கூடி நிர்வாகக் கூட்டம் நடத்துவார்கள். அதன்பின் தேர்வின் முடிவைக் கூறுவார்கள். அது அதிகாரப்பூர்வமாக வெளிவர சில நாட்கள் ஆகும்.

வேல்விழியின் ஆளுமையைக் கண்டு ராஜன் வியந்தான். படிப்பில் எல்லாப் பாடங்களிலும் தேர்வுகளை மீறிய புரிதலுடன் அறிவாற்றல் பெற்றிருந்தாள். சகமாணவர், மாணவியருக்கு சிறந்த ஆசிரியர்போல் வழிகாட்டினாள். மாணவர்கள் மட்டுமல்ல, பொதுமக்களிடம், ஏழைகளிடம் இவள் பழகும் முறை எல்லோரும் பின்பற்ற வேண்டிய முன்மாதிரியாக இருந்தது.

நாட்டிலும் உலகத்திலும் என்ன நடக்கிறது என்பதைப் பத்திரிகை மூலம் தெரிந்து வைத்திருந்தாள். முக்கியமாக முற்போக்கான சமூக உணர்வையும் ஜனநாயகப் பண்பையும் பெற்றிருந்தாள். விளையாட்டிலும் முதன்மையாக விளங்கிய தோடு வெல்ல முடியாத சக்தியாகவும் இருந்தது ராஜனுக்கு மெய்சிலிர்ப்பை ஏற்படுத்தியது.

மாநில அளவிலான மகளிர் வாலிபால் இறுதிப்போட்டி மதுரை மருத்துவக்கல்லூரியில் நடைபெற்றது. சென்னையைச் சேர்ந்த ஒரு மகளிர் கல்லூரி எதிரணியாக இருந்தது. சென்ற ஆண்டு மதுரைக் கல்லூரி அணியின் கேப்டனாக இருந்த வேல் விழி இந்த ஆண்டு, ராஜனின் தேர்வுக்காகத் தன்னை விடுவித் துக் கொண்டாள். ஆனால், அணியில் முக்கிய பங்கேற் பாளராக இருந்தாள்.

இருந்தாலும் ராஜன் படிப்பதிலேயே அதிக ஆர்வம் காட்டினான். ஆனால் இறுதிப்போட்டியில் மதுரை மருத்துவக் கல்லூரி அணி விளையாடுவதால் எல்லோரும் நிர்ப்பந்தம் செய்து ராஜனை விளையாட்டு மைதானத்திற்கு அழைத்துச் சென்றனர்.

விளையாட்டுப் போட்டி ஆரம்பமானது. இந்த விளை யாட்டில் மூன்றுபேர் முன்னாலும், மூன்று பேர் பின்னாலும் இருப்பார்கள். முன்னால் நின்ற மூன்று பேரில் ஒருவராக இருந்த வேல்விழிக்குப் போட்டியில் இருந்த கவனத்தை விட, ராஜனை மல்லிகா ஏமாற்றியதும், நடைபெற இருக்கும் தேர்வில் ராஜன் வெற்றி பெற வேண்டும் என்ற முனைப்பும் அவரது மனதில் மேலோங்கி இருந்தது. இதனால் மன அழுத்தத்திற்கு ஆளான வேல்விழி தனது முழுவேகத்தையும் வலது கையில் ஒருமுகப்படுத்தி

பந்தினை பலமாக அடித்தாள். ஆனால், அதன் இலக்கு வலைக்கு நெருக்கமாகத் தரையில் விழும், இந்தப் பந்தினை ரொம்பவும் கீழே குனிந்து மேலெழுப்புவது மிகவும் சிரமம். இதனை வாலிபால் ஆட்டத்தில் பிளேஸ் என்று சொல்வார்கள். வேகமாக ஏவுகணைபோல் மேலெழுந்து சரேலென தரையை நோக்கிப்பாயும் பந்தினைக் கையால் அடித்தாலும் வலிக்கும். முகத்தில்பட்டால் சொல்லவே வேண்டாம்.

வேல்விழி பந்தினை அடிக்கும் வேகத்தைக் கொண்டு எதிரணியில் முன்னால் இருந்த மூன்று பேரும் வலைக்கு அருகில் வர தயங்கினர். பந்து தரையில் விழ மதுரை மருத்துவக் கல்லூரி அந்த ஆட்டத்தில் வெற்றி பெற்று முன்னணியில் இருந்தது.

இப்போது இரண்டாவது பாதி. பக்கம் மாறி, போட்டி தொடர்ந்தது. சென்னைக் கல்லூரி அணியின் கேப்டன் அனிதா, தானே வலைக்கு அருகில் வந்து நிலைமையை சரி செய்ய முயன்றார். போட்டி உச்சக்கட்டத்தை எட்டியது. வேல்விழி படுவேகமாக அடித்த பந்தைத் தடுத்து பதிலடி கொடுக்க அனிதா முன்வந்தார். பந்து கத்திபோல் சர்ரென இறங்கி அவர் முகத்தைத் தாக்கியது. அவர், சமநிலை இழந்து கீழே விழுந்துவிட்டார். வேகவேமாகப் பாய்ந்தோடி வந்தது முதலுதவிக் குழு. சில நிமிடங்கள் மயக்கமாக இருந்த அவரைப் பரிசோதித்த மருத்துவர், இனிமேல் விளையாட்டில் கலந்து கொள்ள வேண்டாம் என்று கூறிவிட்டார்.

அனிதா, பந்தின் வேகத்திலிருந்து முகத்தைக் காப்பாற்ற கொஞ்சம் திருப்பியதால் உதட்டைக் கிழித்துவிட்டுத் தரையில் விழுந்தது. ஒரு தையல் போட்டால், அதுவும் பிளாஸ்டிக் அறுவை சிகிச்சை நிபுணர் தையல் போட்டால் சிறப்பாக இருக்கும் என்று மருத்துவர் கூறினார். அந்தப் பொறுப்பு ராஜனிடம் ஒப்படைக்கப்பட்டது. ராஜனும் நண்பர் ஒருவரும் அனிதாவும் அவரது தோழி ஒருவரும் அவசர சிகிச்சை பிரிவுக்கு சென்றனர்.

விளையாட்டு மைதானத்தில் இருந்த வேல்விழியும் இரண்டு அணிகளின் வீராங்கனைகளும் மருத்துவமனைக்குப் புறப்பட்டனர். அங்கே உதட்டில் காயத்துடன் இருந்த அனிதாவின் கைகளைப்பிடித்து வேல்விழி மன்னிப்புக் கேட்டாள். அறுவை மருத்துவர் வருவதற்குக் கொஞ்சம் நேரமானதால் எல்லோரும் அமைதியிழந்தனர். சென்னை அணியினர் ஒவ்வொருவரிடமும்

வேல்விழி 'சாரி' சொன்னாள். வாய் பேச முடியாத அனிதா 'பரவாயில்லை. அமைதியாய் இருங்கள். விளையாட்டில் இதெல்லாம் நடப்பதுதானே' என்பதாக சைகை செய்தாள். மற்றவர்களும் வேல்விழியை சமாதானப்படுத்தினார்கள்.

பரபரப்புடன் மருத்துவமனைக்கு வந்த பிளாஸ்டிக் அறுவை சிகிச்சை மருத்துவர், அனிதாவுக்கு விரைந்து சிகிச்சையளித்தார். "இதை அப்படியே மறந்துவிடுங்கள். உதடு முன்பிருந்த மாதிரியே ஆகிவிடும். ஒருதுளி வித்தியாசமும் இருக்காது" என்று அனிதாவிடம் கூறினார்.

"தேங்க்ஸ் டாக்டர்" என்று கூட அனிதாவால் சொல்ல முடியாததால் நன்றியோடு தலையசைத்துக் கைகூப்பி வணங்கினாள். கூப்பிய கைகளைப் பற்றி நன்றிக்கு வரவேற்பு சொன்ன மருத்துவர் புறப்பட்டுச் சென்றார்.

சார் "டாக்குமெண்ட்ஸ் குடுங்க" என்று பின்னாலிருந்தும் முன்னாலிருந்தும் வந்த இரட்டைக் குரல்கள் குளத்துநீரில் கற்கள் விழும்போது வானத்து மேகங்களின் நிழல் கலங்குவதுபோல் ராஜனின் நினைவுகள் கலைந்து கரைந்தன. இமிகிரேஷன் சான்றுக்கான ஆவணங்களை எடுத்தார். பாம்புபோல் வளைந்து நெளிந்து வந்த வரிசையில் ஒருமணி நேரத்திற்கு மேல் காத்து நகர்ந்ததன் பயன் கிடைத்துவிட்டது. 'அப்பாடா!' என்பது போல் ஏக்கப்பெருமூச்சோடு பிரீஃப் கேசுடன் விமானநிலையத்தின் நுழைவு வாயிலை நோக்கி ராஜன் நடைபோட்டார். 'அண்ணா பன்னாட்டு விமான நிலையம்' என்ற பெயர்ப் பலகையை அண்ணாந்து பார்த்தார்.

அண்ணா என்பது ஒரு குடும்பத்தின் உறவுப்பெயர்தான். ஆனால் அதனை ஒரு மாநிலத்தின் - மாநில மக்களின் உறவுப் பெயராக மாற்றியவர் சி.என்.அண்ணாதுரை என்ற தலைவர். 'சி. என்.' என்ற தலைப்பெழுத்துக்களும் 'துரை' என்ற பின்னொட்டும் உதிர்ந்து போயின. மாநிலத்தின் பெரும் பாலான மக்கள் வயது வித்தியாசமின்றி 'அண்ணா, அண்ணா' என்று உறவுமுறையாக உச்சரித்தனர். தனது பேச்சு, எழுத்து ஆற்றலால் உச்சரிக்க வைத்தார். சிறுகதை, நாடகம், சினிமா, பத்திரிகை என்று பல ஊடகங்களையும் தனக்கு சாதகமாக்கும் சாதுரியம் அவரிடம் இருந்தது. தமிழ், தமிழர், தமிழ்நாடு என்ற வார்த்தைகள் அவரது மயக்கும் பேச்சுக்கு அடித்தளங்களாக இருந்தன. இவற்றோடு

தமிழின் தொன்மை இலக்கியங்களின் வீரத்தை ஆவேசமாகவும், காதலை சுவையாகவும் இடத்திற் கேற்ப விவரித்து இளைஞர்களைக் கட்டிப் போட்டார். அண்ணாவின் அரசியல் கோட்டையைக் கட்டியெழுப்ப இவர்களே உதவினர். 'தம்பிக்கு!' என விளித்து இவர் எழுதிய கடிதங்கள் படிப்பறிவுள்ள இளைய பட்டாளத்தைக் காந்தம்போல் இழுத்துத் தன் வயப்படுத்தின.

திமுக என்கிற அரசியல் கட்சியைத் தொடங்கி 18 ஆண்டுகளில் ஆட்சியைப்பிடித்து அண்ணா சாதனைபடைத்தார். அந்த சாதனையில் தனக்கும் கடுகளவு பங்கிருக்கிறது என்ற நினைவு ராஜனைப் பெருமையாக நிமிர்ந்து நடக்கச் செய்தது. இன்னும் கொஞ்சம் நெஞ்சு நிமிர்த்தி 'அண்ணா பன்னாட்டு விமானநிலையம்' என்ற பெயர்ப் பலகையை ராஜன் பார்த்தார். அதில் தமிழ், ஆங்கிலத்தோடு இந்தியிலும் எழுதப்பட்டிருந்தது. ராஜன் லேசாக சிரித்துக்கொண்டார். அந்தச் சிரிப்புக்குள் பல அர்த்தங்கள் புதைந்திருந்தன.

❒

11

“இந்தி ஒழிக! தமிழ் வாழ்க!” என்ற ஆவேசக்குரல் தமிழகத்தின் மூலை முடுக்குகளில் எல்லாம் இடி முழக்கம் போல் ஓங்கி ஒலித்தது.

“உடல் மண்ணுக்கு! உயிர் தமிழுக்கு!” பள்ளிக்கூடத்தி லிருந்து பல்கலைக்கழகங்கள் வரை மாணவர்களின் குரல்கள் மழைக்கால கடல் அலைகள் போல் சீறி எழுந்தன.

தமிழின், தமிழர்களின் பெருமைகளைப் பேசிப்பேசி வளர்ந்த அண்ணாவின் கட்சியான திமுக, இதற்கு மேலும் தூபம் போட்டது. அவர்களும் களத்தில் இறங்கி மாணவர்களின் குரலை மக்களின் குரலாக மாற்றிக்கொண்டிருந்தார்கள்.

இந்தியாவை வடக்கு தெற்கு எனப் பிரித்து தெற்குப் பகுதிக்குத் திராவிட நாடு என்று பெயர் சூட்டினார்கள். வீட்டில் சச்சரவு ஏற்பட்டால் தனிக்குடித்தனம் கோரிக்கை ஆவதுபோல நாட்டின் சச்சரவால் தனிநாடு கோரிக்கை எழுப்பப்பட்டது. திராவிட நாடு திராவிடருக்கே என்ற முழக்கம் மேலெழுந்தது. ‘அடைந்தால் திராவிட நாடு இல்லை யேல் சுடுகாடு’ என்ற அளவுக்கு அது ஆழமாகச் சென்றது. தென்னிந்தியாவின் ஆதிமொழி தமிழ் என்பதை ஆய்வாளர்கள் நிறுவியிருந்ததால் அதுவே திராவிட இனத்தின் மொழி என்றும் இறுமாந்து சொல்ல முடிந்தது. அதனால் வடமொழி என்றாலே இந்தி அல்லது சமஸ்கிருதம் என்று புரிந்துகொள் ளும் அளவுக்கு அடையாளம் செய்யப்பட்டது.

ஆட்சி அதிகாரத்தைக் கைப்பற்றுவதில் குறியாக இருந்த அண்ணாவும் அவரது தம்பிகளும் ‘வடக்கு வாழ்கிறது. தெற்கு தேய்கிறது? என்று சொல்லும்போது தனிக்குடித்தனம் மட்டுமே வாழ்வதற்கான வழி என்று சாமானிய மக்களும் நினைத்தார்கள். ‘மத்திய ஆட்சியில் மட்டுமின்றி மாநிலங்களி லும் காங்கிரஸ் கட்சியே ஆட்சியில் இருந்ததால் எதிரியை ஒற்றையாக முன்னிறுத்துவது’ வெற்றிக்கு எளிதான இலக்கு என்று திமுக நினைத்தது. திராவிட முன்னேற்றக் கழகம் என்ற பெயரும் இலக்கை அடைவதற்கு நல்லதொரு வழியாகப்பட்டது.

காங்கிரஸ் கட்சி வடமாநில மண்ணில் முளைத்துக் கிளைத்ததால் அதில் இலைகளும், அரும்புகளும், பூக்களும் இந்திச் சொற்களாகவே இருந்தன. அவர்களுக்கு அவை அழகாகப்பட்டாலும் தமிழர்களுக்கு அவை முட்களாக நெருடின.

அரசியல் மேடைகளில் கூட அக்ராசனர், காரியதரிசி, பொக்கிஷதார், அபேட்சகர், ஸ்ரீமான், எல்லாப் பெயருக்குப் பின்னாலும் மரியாதைக்காக ஒட்டப்பட்ட 'ஜி', காரியக்க மிட்டி, ஜில்லா, ஃபிர்க்கா... இப்படியான சொற்களை காங்கிரஸ்காரர்கள் இயல்பாகப் பயன்படுத்தினர். வடக்கத்திய மொழி தெற்கே இறக்குமதி செய்யப்பட்டது.

வடமொழி மீதும், இதனைத் திரும்பத் திரும்பப் பயன் படுத்தும் காங்கிரஸ் தலைவர்கள் மீதும் முகச்சுளிப்பை ஏற்படுத்த அண்ணாவும், தம்பிகளும் தமிழ்மொழியைக் கையி லெடுத்தனர். இந்த ஆயுதம் 'களைக் கொட்டுப் போல' வட சொற்கள் எனும் களையை நீக்கவும் தமிழ்ப்பயிரை வளர்க்கவும் பயன்பட்டது.

அக்ராசனர்-தலைவர் என்றும், காரியதரிசி-செயலாளர் என்றும், பொக்கிஷதார்-பொருளாளர் என்றும், அபேட்சகர்-வேட்பாளர் என்றும், ஸ்ரீமான்-திருவாளர் என்றும், 'ஜி' -அவர்கள் என்றும், காரியக்கமிட்டி-செயற்குழு என்றும், ஜில்லா-மாவட்டம் என்றும், ஃபிர்க்கா-வட்டம் என்றும் திமுக மேடைகளில் தமிழில் ஒலித்தபோது கேட்பவர்களுக்கு இன்பத்தேன் வந்து காதுகளில் பாய்வதுபோல் இருந்தது.

எங்கள் வாழ்வும் எங்கள் வளமும் மங்காதத் தமிழென்று சங்கம் முழங்கியதால் ஏற்பட்ட தமிழ் மீதான விருப்பினால் வடமொழி மீதான வெறுப்புத் தீக்கு நெய்வார்க்கப்பட்டது. புதியதலைமுறை இளைஞர்கள் அண்ணாவின் தம்பிகளாகத் தங்களை ஒப்படைத்து மகிழ்ந்தார்கள். மேய்ப்பரின் பின்செல்லும் ஆடுகளாகவே ஒரு கட்டத்தில் மக்கள் மாறிப்போயினர்.

இந்த மாற்றம் திடீரென ஏற்பட்டதல்ல. எதுவும் திடீரென ஏற்படாது என்பதுதானே இயக்கவியல்! நாட்டை ஆங்கிலேயர் ஆண்டு கொண்டிருந்த காலத்தில் தமிழ்நாட்டில் அமைந்த ராஜாஜி தலைமையிலான காங்கிரஸ் அரசும் கட்டாயம் இந்தி படிக்க வேண்டும் என்றது. இது 1937 ல் நடந்தது. அப்போது பெரியாரின் திராவிடர் கழகமும், நீதிக்கட்சியும் இதைக் கடுமையாக எதிர்த்தன. இது இயக்கமாக உருவெடுத்தது. அந்த இயக்கம் உச்சத்தை அடைந்த நிலையில் இரண்டாம் உலகப் போரின்போது

ஆட்சிப் பொறுப்பை நிராகரிப்பது என்று காங்கிரஸ் கட்சி முடிவு செய்தது. இதனால், இந்தி படிப்பது கட்டாயம் என்ற உத்தரவு 1939-ல் காலாவதியானது. இந்த வரலாற்றை திமுக தலைவர்களும், பெரியாரும், தமிழ் மொழி, இனப்பற்றாளர்களும் நினைவுப்படுத்திப் பேசியதை மற்றவர்களைப்போல ராஜனும் கேட்டிருக்கிறான்.

1950 ஆம் ஆண்டு ஜனவரி 26 ஆம் தேதி ஏற்கப்பட்ட அரசமைப்புச் சட்டப்படி இந்திதான் நாட்டின் ஆட்சிமொழி. ஒரு 15 ஆண்டுகளுக்கு ஆங்கிலம் இணைப்பு மொழியாக இருக்கும். ஒன்றாம் வகுப்பில் சேர்ந்த ராஜன் கல்லூரிக்கு வரும்போது அல்லது முடிக்கும்போது இந்தி மட்டுமே தகவல் பரிமாற்ற மொழியாக மாறிவிடும் என்பது அவருக்குத் தெரியாது. ஆட்சிமொழிச் சட்டம் பற்றி தலைவர்கள் விளக்கிப் பேசியதிலிருந்து ராஜன் இதை ஊகித்துக்கொண்டார். பள்ளியில் படிக்கும் காலத்தில்; இந்தி எதிர்ப்புப் போராட்டங்கள் பற்றிய செய்திகளையும் கொஞ்சம் கொஞ்சம் தெரிந்து வைத்திருந்தார். போதாக் குறைக்குத் தமிழாசிரியர்கள் எல்லாம் வேறுவேறுவிதமாக ஒரே விஷயத்தை ஆழமாகப் பதியவைத்தார்கள். அதுதான் இந்தி எதிர்ப்பு. தமிழைத்தாய் என்றும் இந்தியை அரக்கி என்றும் சிலர் சித்தரித்தது ராஜனுக்கு உடன்பாடில்லை. ஆனால் முதல் பாதியில் ஈர்ப்பு அதிக மானதால் இரண்டாவது பாதியில் அக்கறை செலுத்தவில்லை; ஒதுக்கிவிட்டார்.

மனதில் ஊறிக்கிடந்த உணர்வுகளை உசுப்பிவிடுவதுபோல் அவரது மூன்றாம் ஆண்டு கல்லூரி வாழ்க்கை அமைந்தது. 1965-ஜனவரி 26-இந்தி மட்டுமே ஆட்சிமொழி என்பதற்கான எல்லைக்கோடு நாள். இந்தி பேசாத மாநிலங்கள் விரும்பும் வரை ஆங்கிலம் இணைப்புமொழியாக இருக்கும் என்று உறுதிமொழி அளித்த பிரதமர் ஜவஹர்லால் நேரு இறந்து விட்டார். இந்தியா-பாகிஸ்தான் யுத்த மேகங்கள் திரளும் நேரம். 1965-ஜனவரி 26 துக்கதினம் என தமிழக சட்டப்பேரவையின் எதிர்க்கட்சியான திமுக அறிவித்தது. மாணவர்களின் மனங்களில் பொங்கித் ததும்பிய தமிழார்வம் காட்டாற்று வெள்ளமாய்ப் பெருக்கெடுத்தது. மதுரை, கோவை, திருச்சி, சென்னை மாணவர்கள் கல்லூரிகளைப் புறக்கணித்து ஊர்வலம் நடத்தினார்கள். இளங்கன்று பயமறியாது என்பதற்கு எடுத்துக்காட்டாய் மதுரை தியாகராயர் கல்லூரி மாணவர்கள் ஊர்வலத்திற்குப்பின், இந்தி அரக்கி எனச் சித்தரிக்கும் கொடும்பாவியைக் கொளுத்தினார்கள். மாணவர் தலைவர் களாக

நா.காமராசும், கா. காளிமுத்தும் அரசியல் சட்டத்தின் 17 வது பிரிவின் நகலைக் கொளுத்தினார்கள். மதுரை மேற்கு, வடக்கு மாசி வீதிகளில் மாணவர்களும், மக்களும் கலந்து சென்றுகொண்டிருந்த ஊர்வலங்களில் குண்டர்கள் புகுந்து அரிவாள், வேல்கம்புகளால் தாக்கினார்கள். இதில் பலருக்குக் காயம் ஏற்பட்டது.

திமுக துக்க தினமாக அறிவித்த 26 ஆம் தேதி மாணவர் களும், பேரெழுச்சியாகத் திரள்வார்கள் என்ற உறுதியான சந்தேகம் காவல் துறைக்கு ஏற்பட்டது. இதனால் கல்லூரிகள், மாணவர் விடுதிகளின் முன்னால் குண்டாந்தடிகள், துப்பாக்கிகளுடன் போலிசார் குவிக்கப்பட்டனர். பாய்வதற் கென்றே காத்திருந்த விலங்குகள் போல, போலியான காரணங் களைச் சொல்லி சென்னை சட்டக்கல்லூரி, பச்சையப்பன் கல்லூரி, மதுரை தியாகராயர் கல்லூரி விடுதிகளில் புகுந்து மாணவர்களை ஆத்திரம் தீரும்வரை அடித்து நொறுக் கினார்கள். ஆட்சியிலிருக்கும் காங்கிரசுக்கு சேவகம் செய்து நல்ல பெயர் வாங்குவதும், வளர்ந்துவரும் திமுகவை வளர விடாமல் தடுப்பதும் 'உயர்' அதிகாரிகளின் நோக்கமாக இருக்கலாம் என்பதாக அடுத்தடுத்த சம்பவங்கள் நடந்தன.

இந்தித் திணிப்புக்கு எதிராக திமுகவைச் சேர்ந்த சிவலிங்க மும், அரங்கநாதனும் தீக்குளித்து உயிர்த் தியாகம் செய்தனர். அடக்குமுறைகள், போலீஸ் அராஜகங்கள், தீக்குளிப்பு என மனதைச் சுடும் தொடர் சம்பவங்களைக் கண்டதால் இனி பொறுப்பதில்லை என்று ஆவேசத்துடன் அண்ணாமலைப் பல்கலைக்கழக மாணவர்கள் நடத்திய ஊர்வலம், காவல் துறையைக் கலங்கவைத்தது. அரசுக்கு அச்சத்தை ஏற்படுத்தியது. 'தமிழகத்தின் மிகப்பெரிய பல்கலைக்கழக மாணவர்கள் களத்திற்கு வந்தால் அது காட்டுத் தீயாய்ப் பரவி கட்டுப்படுத்த முடியாமல் போய்விடும்'. அதிகார வர்க்கத்தின் மூளை அராஜகமாக யோசித்தது. அதன் விளைவு ஊர்வலத்தைக் கலைக்க போலிஸ் தடியடி, துப்பாக்கிச்சூடு, மாணவர் ராஜேந்திரன் துப்பாக்கிச் சூட்டில் பலியானார்.

இந்தி எதிர்ப்புக்காக அடுத்தடுத்த உயிர்த் தியாகங்கள் தமிழகத்தில் கொந்தளிப்பை ஏற்படுத்தியது. முதல் இரண்டு நாட்கள் வரை எதிலும் கலந்து கொள்ளாமல் ஒதுங்கியிருந்த சென்னை மருத்துவக்கல்லூரி, ஸ்டான்லி, கீழ்ப்பாக்கம் மருத்துவக்கல்லூரிகள், கால்நடை மருத்துவக்கல்லூரி மாணவர்களும் களத்திற்கு வந்தனர். கோட்டைக்கு ஊர்வலமாக சென்றனர். முதலமைச்சர்

பக்தவத்சலத்தைப் பார்த்து கோரிக்கை மனுவை அளிக்க விரும்பினார்கள். ஆனால் அது நடக்கவில்லை. முதலமைச்சர் சந்திக்க மறுத்துவிட்டார். காலையிலிருந்து வெயிலில் ஊர்வலமாக வந்து கோட்டைக்கு எதிரே கால்கடுக்க நின்று கொண்டிருந்த மாணவர்கள் ஏமாற்றம் அடைந்தனர். அமைதியாகக் கலைந்து சென்ற மாணவர்களுடன் போலிஸ் திட்டமிட்டு உரசலை ஏற்படுத்திக் கடுமையாகத் தடியடி நடத்தினார்கள். கூவம் ஆற்றில் குதித்து தப்பியோட முயன்றவர்களையும் அவர்கள் விடவில்லை. பலர் காயம் அடைந்தார்கள்.

சென்னை மருத்துவக்கல்லூரிகளின் மாணவர்கள் போராட்டம், மதுரை மருத்துவக் கல்லூரியிலும் எதிரொ லித்தது. எல்லாக் கல்லூரிகளிலும் போராட்டத் தீ பற்றி எரிந்ததால் கல்லூரிகளையும், விடுதிகளையும் மூடுமாறு அரசு உத்தரவிட்டது. பத்து நாட்கள் கல்லூரிகள் மூடப்பட்டாலும், வேலூர் சிஎம்சி மாணவர்களும், செவிலியர் பள்ளி மாண விகளும் கருப்புச் சின்னம் அணிந்து ஊர்வலம் நடத்தினர். தஞ்சை நகரம் மாணவர் தலைவர்கள் சந்தித்து முக்கிய முடிவு கள் எடுக்கும் மையமாக இருந்தது. கல்லூரிகளையும் விடுதி களையும் மூடலாம். தமிழ் உணர்வையும், இந்தி எதிர்ப்பையும் மூட முடியுமா? இந்தச் சவாலோடு போராட்டம் இரண்டாம் கட்டத்துக்கு சென்றது.

கல்லூரிகளும், விடுதிகளும், பள்ளிகளும் மீண்டும் திறக்கப் பட்டன. இடைப்பட்ட காலம், போராட்டத் தயாரிப்புக்குக் களம் அமைத்துத் தந்தது. ‘தமிழக மாணவர் இந்தி எதிர்ப்புப் போராட்டக் குழு’ முளைத்தது. அதுவும் முன்பைவிட வேகத் தோடும், வீரியத்தோடும். முன்பு திட்டமிடாத எதிர்ப்பலைக ளாக இருந்தவை இப்போது திட்டமிட்ட சூறாவளிகளாகச் சுழன்றடித்தன.

இதற்கான திட்டமிடல், மதுரை மருத்துவக் கல்லூரியிலும் நடந்தது. இந்தக் கல்லூரியின் செயல் வீரர்களான ராஜன் இமானுவேல், வேல்விழி, முத்துமாணிக்கம் உள்ளிட்டோரும் மற்ற கல்லூரிகளின் செயல் வீரர்களும் கூட்டத்தில் கலந்து கொண்டனர். தலைநகர் சென்னையில் இருக்கும் மருத்துவக் கல்லூரிகளின் மாணவர்கள் போராட்டம்தான் மக்கள் கவனத்தையும், அரசின் கவனத்தையும் ஈர்க்கும். சென்னையில் போராட்டம் வலுவாக மையம் கொண்டால்தான் மற்ற மாவட்டங்களில் புயலாக வீசும் என கூட்டத்தில் கலந்து கொண்ட பலரும் கருதினார்கள். இதன்படி ஏற்கெனவே சென்னைக்குப் பழக்கமான, அங்கேயே பியூசி படித்த

ராஜன் அங்கு செல்வது. எல்லோரோடும் கலந்து இணக்கமாகப் பழகும் குணாம்சம் கொண்டவர் ராஜன். அதனால் சென்னையில் உள்ள மூன்று மருத்துவக்கல்லூரியிலும் உள்ள அறிமுகமான மாணவர்களுடனும் தலைமை தாங்கும் மாணவர்களுடனும் பழக்கத்தை ஏற்படுத்திக்கொண்டு ராஜன் செயல்படுவது, தேவைப்பட்டால் வழிகாட்டுவது என்று முடிவானது. ஏற்கெனவே சென்னை பச்சையப்பன் கல்லூரியில் வேதியியல் படித்தவர், தனியார் பள்ளி ஒன்றில் ஆசிரியராக வேலைப் பார்த்தவர் என்ற முறையில் முத்துமாணிக்கத்தை ராஜனுக்குத் துணையாக அனுப்புவதென்றும் கூட்டத்தில் முடிவு செய்யப் பட்டது.

போராட்ட வேகத்திற்கேற்ப இவர்களின் பயணமும் வேகமானது. உடனே புறப்பட்டு சென்னைக்குச் சென்றனர். ராஜனுக்கு சென்னையில் வீடு இருந்தது மிகவும் வசதியாக இருந்தது. சென்னை மருத்துவக் கல்லூரி மாணவர்கள் சிலருடன் இவனுக்குப் பழக்கம் இருந்தது. இதை ராஜன் பயன்படுத்திக் கொண்டான். முத்துமாணிக்கத்திற்கும் சென்னையில் நண்பர்கள் இருந்தனர். இவர்கள் மூலமாக ஸ்டான்லி, கீழ்ப்பாக்கம் மருத்துவக்கல்லூரிகளின் மாணவர்களோடும் தொடர்பு உருவானது. இந்தத் தொடர்பில் வலுவான சங்கிலிக் கண்ணி கள் போல் கிண்டி தொழில்நுட்பக் கல்லூரி மாணவர் விடுதி களில் இருப்பவர்களும் சேர்ந்தார்கள். கால்நடை மருத்துவக் கல்லூரி மாணவர்களும் சேர்ந்தது உறுதியை உருக்காக மாற்றியது.

கல்லூரிகளில் செய்முறைக்குக் கால அட்டவணை வெளியிடுவது போல் தமிழக மாணவர் இந்தி எதிர்ப்புப் போராட்டக் குழு திட்டத்தை அறிவித்தது. முதல் போராட்டம் மத்திய அரசால் நடத்தப்படும் தபால் அலுவலகங்களுக்கு எதிரே என அறிவிப்பு கூறியது.

மாநிலம் முழுவதும் தபால் அலுவலகங்களின் பெயர்ப் பலகைகளின் இந்தி எழுத்துக்கள் அழிக்கப்பட்டன. சில இடங்களில் பெயர் பலகைகள் உடைத்து வீசப்பட்டன. மாணவர்களோடு வெளிப்பகுதி இளைஞர்களும் சேர்ந்து கொண்டதால் போராட்டக் களத்தின் விதங்கள் வேறுவேறாக இருந்தன.

அங்கு இங்கு என்று சொல்ல முடியாதபடி எங்கும் போராட்ட நெருப்பு கொழுந்துவிட்டு எரிந்தது. கல்லூரிகளை யும், விடுதிகளையும் திறக்க ஏன் உத்தரவிட்டோம் என்று ஆட்சியாளர்கள் அஞ்சும்நிலை ஏற்பட்டது. மாணவர்கள் போராட்டம் மக்கள் போராட்டமாக மாறிவிட்டது. போராட்டத் தீ பரவுவதை அரசால்

தடுக்க முடியவில்லை. போதாக்குறைக்குப் போலீஸ், அடக்குமுறை மூலம் தீயை மேலும் விசிறிவிட்டுவிட்டது. ஆட்சியாளர்களே எதிர்பார்க் காத வகையில் அடக்குமுறை காற்றினால் போராட்டத் தீ மளமளவெனப் பரவத் தொடங்கிவிட்டது.

மேலும், மூர்க்கமடைந்த ஆட்சியாளர்கள் துப்பாக்கிச் சனியனிடம் சரணடைந்தார்கள். போலீசையும் தாண்டி, ராணுவம் வரவழைக்கப்பட்டது. காவல்துறையின் ஒற்றை வெடிக்கு பதிலாக ராணுவத்தினர் சரவெடிபோல் எந்திரத் துப்பாக்கிகளால் சுட்டுத்தள்ளினர். அறுபதுக்கும் அதிக மானோர் பலியானார்கள்.

'உயிர் தமிழுக்கு உடல் மண்ணுக்கு' என்று ஓங்கி ஒலித்த முழக்கங்கள் வெறும் வார்த்தைகள் அல்ல என்பது இந்தத் தியாகங்களால் நிரூபிக்கப்பட்டது. இவர்கள் ரத்தம் சிந்த சிந்த மக்களின் ரத்தம் சூடேறிக் கொதிநிலைக்கு வந்தது. தபால் அலுவலகங்களைத் தாண்டி மக்கள் ரயில்நிலையங்களுக்குள் குவிந்தனர். கரணம் தப்பினால் மரணம் என்ற நிலையில் தண்டவாளங்களில் அமர்ந்து மறியல் செய்தனர். எங்களைத் தாண்டி சக்கரங்கள் நகராது என்று மனங்களை மலைபோல் கல்லாக்கி அமர்ந்திருந்தார்கள். ரயில் போக்குவரத்தில் சிவப்புவிளக்குகள்தான் எரிந்தன.

மாநிலத்தில் ஆள்பவர்களுக்கு மட்டுமல்ல மத்தியில் ஆள்பவர்களிடமும் பதற்றம் பற்றிக்கொண்டது. தமிழ்நாடு எதிலும் முன்னால் நிற்கும் என்பதை இதிலும் வெளிப்படுத்தி யது. மக்கள் எழுச்சி அலைகளின் வேகத்தைத் தாக்குப்பிடிக்க முடியாமல் சி. சுப்பிரமணியமும், ஓ.வி.அளகேசனும் மத்திய மந்திரி பதவிகளை ராஜினாமா செய்தனர்.

இந்தித்திணிப்பு என்கிற ஆறாத-ஆற்ற முடியாத ரணத்திற்கு இதெல்லாம் மருந்தாகாது என்பதை ஆணி அடித்தாற்போல் வெளிப்படுத்தத் தமிழகம் தயாரானது. அரசியல் கட்சிகள் ஜாதி, சமயங்களுக்கு அப்பாற்பட்டு 'தமிழ் வாழ்க' என்ற ஒற்றைக் குரலோடு மக்கள் நிற்பதை டில்லி தர்பாருக்கு உணர்த்து வதாகக் கடையடைப்பு நடைபெற்றது. போக்குவரத்து ஸ்தம்பித்தது.. மாணவர்கள் சக்தியைக் கண்டு மக்களே வியந்தனர்.

தமிழ் இன்பத் தமிழ் எங்கள் உயிருக்கு நேர் என்பதை உண்மையாக்கும் விதமாகப் பலர் உயிர்த்தியாகம் செய்வதைப் பொறுத்துக் கொள்ள முடியாத சிலர் பழிக்குப்பழி என எழுந்தனர். போராட்டங்களுக்கிடையே கூடலூரிலும், மதுரை யிலும் காவல்துறை அதிகாரிகள் இரண்டு பேரும் திருப்பூரிலும்,

கோவையிலும் இரண்டு துணை ஆய்வாளர்களும் கொல்லப் பட்டனர்.

போராட்டப்பாதை திசை மாறியது. கொள்கைக்கான உணர்வுபூர்வமான போராட்டம் உணர்ச்சி மயமாகிக் கொலை செய்வோர் கைகளுக்குச் சென்றால் இருபக்கமும் கூர்மையான கத்திபோல் யாரையும் அது 'பதம்' பார்த்துவிடும். அப்படி யொரு நிலை வந்துவிடக்கூடாது என்பதால் திமுகவும், தமிழக மாணவர் இந்தி எதிர்ப்புப் போராட்டக் குழுவும் போராட்டத் தைத் தற்காலிகமாக நிறுத்துவதாக தனித்தனியே அறிவித்தன.

இதற்கு முன்னதாக சென்னை சட்டக்கல்லூரி, மருத்துவக் கல்லூரி, பச்சையப்பா கல்லூரி, கிண்டி தொழில்நுட்பக் கல்லூரி, கால்நடை மருத்துவக் கல்லூரி எல்லாவற்றிலும் போலீஸ் குவிக்கப்பட்டது. காவல்துறை மீதான மாணவர் களின் கேலியும், கிண்டலும் கூட இதற்கு ஒருவகையில் காரணம். சூடேறிய இளம் ரத்தம் விளைவுகளை சிந்திக்காது அல்லவா? கிண்டி இன்ஜினியரிங் கல்லூரி மாணவர்கள் ஆளுநரின் காரையே மறித்துப் போஸ்டர் ஒட்டினார்கள். ஆளும் வர்க்கமும், அதிகார வர்க்கமும் சகித்துக்கொள்ளுமா?

ஒவ்வொரு கல்லூரியின் விடுதிகளுக்கும் சென்று நிலை மையை அறிந்து ஆலோசனை கூறிய ராஜனும், முத்து மாணிக்கமும் கிண்டிக்கு வரும்போது அதிர்ச்சி காத்திருந்தது. அந்தக் கல்லூரி போருக்குத் தயாராவது போல் போலீஸ் காரர்களால் சுற்றிவளைக்கப்பட்டிருந்தது. விடுதிகள் மூடப்படு வதாகவும் மாணவர்கள் வெளியேற வேண்டுமென்றும் உத்தரவிடப்பட்டது. காவலர்களின் கடுமை குறைந்தது. அட்டென்ஷனிலிருந்து ஸ்டேன்ட் அட் ஈஸுக்கு வந்தார்கள்.

மதுரை மருத்துவக்கல்லூரியின் ஆலோசனைக் கூட்டத்தில் எடுக்கப்பட்ட முடிவின்படி ராஜன் நேரடியாகப் போராட்டத் தில் பங்கெடுக்கவில்லை. போராட்டங்களுக்கு வழிகாட்டுவதில் அவனது பங்கு கூடுதலாக இருந்தது. விடுதிகளும், கல்லூரிக ளும் மீண்டும் மூடப்பட்டதாலும் போராட்டம் தற்காலிகமாக நிறுத்தப்பட்டதாலும் ராஜனும், முத்துமாணிக்கமும் மதுரைக்குத் திரும்பத் தயாரானார்கள். இது மதுரையில் இருந்த வேல்விழிக்கும் தெரிவிக்கப்பட்டது. சென்னையிலிருந்து மதுரை செல்லும் ரயிலில் இருவரும் ஏறிவிட்டனர். ஆனால் முழுமையாகப் பயணத்தை முடிக்க முடியவில்லை.

❐

12

போராட்டக்களத்தில் முன்னிற்பவர்களைப் போலீஸ் கண்களால் படம்பிடித்துக்கொள்ளும். அதிலும் அடிக்கடி கண்ணில் படுபவர்கள் அவர்களின் மூளையிலே பதிந்து விடுவார்கள். நேரத்துக்கும், மேலிடத்து உத்தரவுக்கும் தனது சொந்த நோக்கத்திற்கும் அவற்றைப் பயன்படுத்திக்கொள் வார்கள்.

இன்னொரு பக்கம் காவல்துறையின் சீருடை அணியாத உளவுப் பிரிவினர் போராட்டங்களுக்கு வியூகம் வகுத்துத் தருபவர்களைக் கண்டுபிடிக்க முழுசக்தியையும் பயன்படுத்து வார்கள். இதற்காக மாணவர்களோடு மாணவர்களாக, மக்களோடு மக்களாக, பத்திரிகையாளர்களோடு பத்திரிகை யாளர்களாக தண்ணீரில் உப்பு போல் கலந்திருப்பார்கள். நெருங்கிப் பேசப்பேசத்தான் கரிப்பு தெரியும். அதை அறியாமல் உளறிக்கொட்டி சிலர் மாட்டிக்கொள்வதும் உண்டு; சிலரை மாட்டிவிடுவதும் உண்டு.

சென்னைக் கல்லூரியின் மாணவர்களோடு கொஞ்ச நாளிலேயே நெருங்கிப் பழகிவிட்ட ராஜன் ஒரு கட்டத்தில் வியூகம் வகுக்கும் பொறுப்பிலும் பங்குதாரராக மாறினான். தன்னெழுச்சியான மாணவர்கள் போராட்டத்தின் நிதித் தேவைக்கு என்ன செய்வது? வீட்டில் கேட்க முடியுமா? வேறு வினையே வேண்டாம்! மக்களின் உதவியை நாடுவது என்று முடிவு செய்தனர். சென்னை மாணவர்கள் ஒன்று கூடி ஒருநாள் உண்ணாவிரதம் இருக்க முடிவு செய்தனர். இந்தப் போராட்டத்தைப் பயன்படுத்தி நிதியும் திரட்டினர். உண்டியல் கள் எடுத்தனர். வெள்ளிக்காசுகளை மக்கள் அள்ளித்தந்தனர். இவற்றையெல்லாம் அப்படியே பிரச்சார செலவுக்குப் பயன்படுத்த இயலாது. நாணயங்களை ரூபாய் நோட்டுகளாக மாற்ற ராஜனும் இன்னொரு நண்பரும் இந்திய ரிசர்வ் வங்கிக்குச் சென்றனர். நாணயங்களை நோட்டுகள் ஆக்கினாலும் நோட்டு களை நாணயங்களாக மாற்றினாலும் சம்பந்தப்பட்டவர்களின் விவரங்களைப் பதிவு செய்வது நடைமுறை.

இதன்படி ராஜனின் நண்பர் பின்விளைவுபற்றி எதுவும் சிந்திக்காமல் பக்கா முகவரிகளைப் பதிவு செய்துவிட்டார்.

போராட்டத்தில் ஈடுபடும் மாணவர்களின் நடமாட்டத்தைக் கண்காணிக்கும் காவல்துறை இதை விட்டுவிடுமா? மீன் கொத்திக் குருவிபோல் கொத்திக் கொண்டது. ராஜனும் நண்பனும் பிறகுதான் உதட்டைக் கடித்து கையை உதறிக் கொண்டனர். இனி என்ன செய்வது? வருவது வரட்டும் எனப் புறப்பட்டுவிட்டனர். இதுபோன்ற தகவல்கள் வேல்விழிக்கு ஏதாவது ஒரு வழியில் தெரிவிக்கப்பட்டு வந்தன.

இந்தி எதிர்ப்புப் போராட்டம் உச்சத்தை அடைந்து தற்காலிகமாக நிறுத்திவைக்கப்படுவதாக அறிவிக்கப்பட்ட போது ராஜனைப் பற்றிய மறு சிந்தனை அவளுக்கு வந்தது. ராஜன் களத்தில் இல்லை என்றாலும் கண்காணிப்பில் இருந்திருப்பார் என்று பொறிதட்டியது. சென்னையிலிருந்து மதுரை வரும் ராஜனைப் போலீஸ் பிடித்துவிடுமோ என சந்தேகப்பட்டாள். அப்படிப் பிடித்தால் அவரது படிப்பு கெட்டுவிடும். அதற்கு வழிவிட்டுவிடக்கூடாது. அணைபோட வேண்டும் என்று முடிவு செய்தாள்.

மதுரை மருத்துவக்கல்லூரியில் ராஜனின் நண்பர்களாக, அவரிடம் வழிகாட்டுதல் பெற்றவர்களாக இருந்தவர்களைப் பரபரப்பாக சந்தித்தாள். தனது அச்சத்தையும், ஐயத்தையும் வெளிப்படுத்தினாள். அவர்களும் இதற்கு வாய்ப்பு இருப்பதாக நினைத்தார்கள். ஆலோசனையின் முடிவில் எல்லோரும் திண்டுக்கல் ரயில் நிலையம் சென்றார்கள்.

சென்னை-மதுரை ரயில் அங்கே கொஞ்சம் கூடுதல் நேரம் நின்று புறப்படும். இதனைப் பயன்படுத்தி ராஜனைக் கண்டு பிடிக்க வேண்டும். அவரையும், முத்துமாணிக்கத்தையும் ரயிலிலிருந்து இறக்கியாக வேண்டும் என்பது அவர்களின் திட்டம். எதற்கும் தயார்நிலையில் இருக்கும் ரிசர்வ் போலீஸ் படையைப்போல வேல்விழி, விஷ்ணுராமன் தலைமையில் மருத்துவ மாணவர்களும், சின்னசாமி உள்ளிட்ட மற்ற கல்லூரிகளின் மாணவர்களும் புறப்பட்டனர்.

"கூட்டமாக செல்வது நம்மைநாமே போலீசை அழைப்பதுபோல் ஆகிவிடும். தனித்தனியாகப் பயணிகள் போல் ரயில் நிலையம் சென்று அங்கே சேர்ந்துகொள்ளலாம். பிளாட்பாரத்தில் இடைவெளிவிட்டு நின்று கொள்ள வேண்டும். நமது நோக்கம் ஒவ்வொரு பெட்டியாக ராஜனையும், முத்துமாணிக்கத்தையும் தேடுவதுதான். ரிசர்வ் செய்யப்பட்ட பெட்டிகளை விட்டுவிடலாம்.

இரண்டாம் வகுப்புப் பொதுப்பெட்டிகளில் மட்டும் தேடுவோம். பரபரப்பு காட்டாமல் பெட்டிக்குள் சென்றும் தேடலாம். யாருக்கும் சந்தேகம் வராமல் நடந்துகொள்வது முக்கியம்.”

வேல்விழியின் எச்சரிக்கை கலந்த ஆலோசனை உரையை எல்லோரும் கவனமாகக் கேட்டுக்கொண்டு புறப்பட்டனர். அறுவை சிகிச்சைக்கான ஆலோசனைகள் முடிந்தாலும் வெற்றிபெற வேண்டுமே என்ற பதைப்பு இருக்கும் அல்லவா? அந்த மனநிலையோடு ரயில் நிலையத்திற்கு அனைவரும் வந்து சேர்ந்துவிட்டனர். எல்லோரும் ஒருவரையொருவர் பார்த்துக் கையை உயர்த்தியும், அசைத்தும் வருகையைப் பதிவு செய்து கொண்டனர்.

சிறிது நேரத்தில் நீராவியை வெளியேற்றி தனக்கே உரித்தான ஒலியை எழுப்பியபடி தனது வருகையை ரயில் வண்டி அறிவித்தது. சரியான நேரத்தில் வந்துவிட்டதாக மாணவர்கள் மகிழ்ச்சி அடைந்தனர். புகையை வானத்துக்கு மூட்டம் மூட்டமாக அனுப்பியபடி பிளாட்பாரத்திற்குள் ரயில் நுழைந்தது. அவரவர் நின்ற இடத்திற்கு அருகே பெட்டிக ளுக்குள் ராஜனைத் தேடினர். மாணவிகள் வெளியே இருந்து ஜன்னலுக்குள் தலையை நுழைத்து கண்களால் துழாவினர். மாணவர்கள் பெட்டிக்குள் ஏறித் தேடினர்.

இவர்களின் தேடல்கள் ஒருபுறம் இருக்க கார்டு இருக்கும் கடைசி பெட்டிக்கு முன்பெட்டியில் இருந்து ராஜன் எட்டிப்பார்த்தான். வேல்விழியின் பருந்துப்பார்வையில் ராஜன் அகப்பட்டுக்கொண்டான். அவசர அவசரமாக அந்தப் பெட்டியை நோக்கி ஓட்டமும், நடையுமாகச் சென்றாள் வேல்விழி. அவளின் வேகத்தால் ராஜன் இருக்கும் இடத்தை ஊகித்துக்கொண்ட மற்றவர்களும் பின்தொடர்ந்தனர். ‘மதுரையில் சந்திக்க வேண்டிய இவர்கள் திண்டுக்கல்லுக்கு வந்தது ஏன்? வில்லங்கமாக ஏதாவது நடந்துவிட்டதா? யாராவது கைது செய்யப்பட்டுவிட்டார்களா? போராட்டம் தொடர்பாகப் போலீஸ் தேடுதல் வேட்டையைத் தொடங்கி விட்டதா?’ பல கேள்விகள் மனதைக்குடைய கதவருகே நின்ற ராஜன் உள்ளே சென்று பையை எடுத்துக்கொண்டு முத்து மாணிக்கத்தையும் அழைத்துக்கொண்டு ரயிலில் இருந்து இறங்கத் தயாரானான். அவனது உஷார் தன்மையையும் நுண்ணறிவையும் மனதுக்குள் பாராட்டிய வேல்விழி இயக்கத்திற்கு வழிகாட்டுபவர் இப்படித்தான் முன்னுணர வேண்டும் என்று நினைத்துக்கொண்டாள்.

ராஜன் மதுரை ரயில் நிலையத்திற்கோ, கல்லூரிக்கோ வராமல் தவிர்க்க வேண்டும். என்ன செய்வது? திண்டுக்கல்லில் இருந்து ரேவதி வீட்டுக்குச் செல்வது. அங்கே ஒன்றிரண்டு நாட்கள் தங்கியிருப்பது. பின்னர் அங்கிருந்து வெளிமாநிலத் திற்குச் சென்று நிலைமை சீரானபின் மதுரைக்கு வருவது என்பது வேல்விழியும், ரேவதியும் போட்ட திட்டம். இதற்கு ஒப்புதலைத் தந்து உதவியும் செய்யத் தயாரானவர் ரேவதியின் தாய் சாவித்திரி அம்மா.

இந்தத் திட்டத்திற்கு சாதகமாக இருந்தது ரேவதியின் தந்தை துரைராஜுக்கு கிடைத்த பதவி உயர்வு. கூடுதல் கண்காணிப்பாளராக கூடலூரில் பொறுப்பேற்றிருக்கிறார். அங்கே காவல்துறை அதிகாரி ஒருவர் கொல்லப்பட்டிருப் பதால் துரைராஜுக்குப் பணிச்சுமை அதிகமாக இருக்கும். விக்டர் ஹயூகோ எழுதிய லெஸ் மிசரபில் (ஏழைபடும்பாடு) நாவலில் வரும் ஜாவிட் என்ற போலிஸ் அதிகாரி போன்றவர் துரைராஜ். கடமைதான் அவருக்கு முக்கியம். மேலிடத்து உத்தரவைத் துளியும் மீறமாட்டார்.

சாதகமான சூழ்நிலைகளையெல்லாம் கணக்குப்போட்டுத் தான் வேல்விழியும், ரேவதியும் முடிவெடுத்திருந்தார்கள். முடிவை செயல்படுத்துவதற்காக வேல்விழி கிராமத்துப் பெண் போல் உடை மாற்றிக்கொண்டாள். அவளுக்குக் கணவர் போல ராஜனும் வேட்டி சட்டை துண்டுக்கு மாறினான். வேல்விழியின் தலைமையில் வந்த ரிசர்வ்படை கலைந்துபோகுமாறு பணிக்கப்பட்டது. இவர்கள் மூவரும் திண்டுக்கல் பஸ் ஸ்டாண்டுக்குச் சென்றனர். அங்கிருந்து மதுரையில் ரேவதியின் வீடு.

இடைப்பட்ட பயணத்தில் ராஜனுக்கு அச்சத்தைவிட மகிழ்ச்சியே அதிகமாக இருந்தது. வேல்விழியும், தானும் கணவன் மனைவி போல் நடிப்பதுகூட மனதுக்கு மகிழ்ச்சியின் அருவியாகக் குளிர்ந்தது. நிஜத்திலும் இப்படி இருந்து விடக்கூடாதா என்று ஏங்கியது. ஆனால் மல்லிகா மாக்டெலின் பொற்றோர்களுடன் தனது பெற்றோர்கள் செய்து கொண்டிருந்த எழுதப்படாத ஒப்பந்தம் குறுக்கிட்டுத் தடுத்தது. சிலமணிநேர மகிழ்ச்சி ஏக்கப் பெருமூச்சோடு முடிவுக்கு வந்தது.

பஸ் பயணம் முடிந்து ரேவதி வீட்டுக்கும் வந்துவிட்டார்கள். வேல்விழியையும் ராஜனையும் சேர்த்துப்பார்த்த சாவித்திரி அம்மாவுக்கு ஆனந்தம். முகத்தில் சிரிப்புப் பொங்கி வழிய அவர்களை வரவேற்று வீட்டுக்குள் அழைத்துச் சென்றார்.

பயணக்களைப்பு தீர பசியாறிவிட்டு எல்லோரும் வீட்டு முற்றத்தில் அமர்ந்தனர்.

வீட்டுக்கு வந்து சேரும் வரை மனது 'திக்' 'திக்' கென்று அடித்துக்கொண்டதை ராஜனிடம் தெரிவித்த சாவித்திரி அம்மா, 'எல்லோரையும் போல நீங்களும் போராட்டத்தை மதுரையுடன் நிறுத்தியிருக்க வேண்டியதுதானே? மெட்ராஸ் போய் இப்படிப் பிரச்சனையில் மாட்டிக் கொண்டீர்களே! இதெல்லாம் உங்களுக்குத் தேவையா?' என்று கேட்டுக் கண் கலங்கினார். அதில் ரேவதியை சாவிலிருந்து ராஜன் காப் பாற்றியதன் நினைவு கலந்திருந்தது. ரேவதியும், வேல்விழியும் அவரைத் தேற்றினார்கள்.

சாவித்திரி அம்மா சென்றவுடன் அடுத்தத் திட்டம் பற்றி ராஜனிடம் வேல்விழி விளக்கினாள்.

'ராஜன், இந்த வீட்டில் ஒருநாள் இருந்து ரிலாக்ஸ் பண்ணிக்குங்க அதற்குப் பிறகு நீங்கள் கல்கத்தா செல்ல வேண்டும். உங்களுடன் விஷ்ணுராமனும் வருவார். கல்கத்தா வில் நண்பர் ஒருவர் உங்களைச் சந்திப்பார். அதன் பிறகு அவர் உங்களை கவனித்துக்கொள்வார். விஷ்ணுராமன் உடனே கல்கத்தாவிலிருந்து சென்னை திரும்பி மதுரைக்கு வந்து விடுவார். நீங்கள் கல்கத்தாவில் கொஞ்சநாள் தங்கிவிட்டு நிலைமை சீரானவுடன் மதுரை வந்தால் போதும். இந்தச் சமயம் நீங்கள் கைது செய்யப்பட்டால், படிப்புக்கு பாதிப்பு வரும் அதனால்தான் இந்த ஏற்பாடெல்லாம்"

வேல்விழிக்கு உள்ள அக்கறை தன்மீதான மதிப்பாலா? சகமாணவர் என்பதாலா? போராளி என்ற சக குணத்தாலா? இதையும் தாண்டி, வேறு ஏதாவதா? வேல்விழி சொல்வதைக் கருத்தூன்றி கேட்பதுபோல் தோன்றினாலும் ராஜன் அவள் முகத்தைப் பார்ப்பதில்தான் அதிகம் கவனமாக இருந்தான்.

"ஓ.கே. உங்கள் அக்கறைக்கு நன்றி" என்று ஒப்புக்குத்தான் சொல்லி வைத்தான். அவனது கண் வண்டுகள் வேல்விழியின் முக மலரையே வட்டமிட்டன.

ஒருநாள் கழித்து விஷ்ணுராமனுடன் ராஜன் கல்கத்தா புறப்பட்டான். போலீஸ் யாராவது உற்றுப்பார்த்தால் முகத்தை வேறுபக்கம் திருப்பிக்கொள்வான். அல்லது விஷ்ணு ராமனுடன் பேச்சுக்கொடுத்து நிலைமையை சமாளிப்பான். சென்னை சென்ட்ரல் ரயில் நிலையத்திலிருந்து கல்கத்தா செல்லும் ரயிலில்

ஏறி, அது புறப்படும் வரை சந்தேகம், சங்கடம், பரபரப்பு... எத்தனை விதவிதமான மனநிலைகள்! ரயில் சென்னையைக்கடந்து ஆந்திரப்பகுதிக்கு நுழைந்தவுடன் எல்லாம் மாறிவிட்டன, மறைந்துவிட்டன. ராஜன் இயல்பு நிலைக்கு வந்துவிட்டான்.

இரவு, பகல், இரவு என 36 மணி நேரம் சுமந்துவந்த ரயில் இவர்களைக் கல்கத்தாவில் இறக்கி விட்டது. ஏற்கெனவே, திட்டமிட்டதுபோல் இரண்டு நண்பர்கள் இவர்களை அடையாளம் கண்டு வரவேற்றனர். சென்னை மருத்துவக் கல்லூரி மாணவர்கள் மூலமாக மதுரை மருத்துவக் கல்லூரி யின் ராஜன், வேல்விழி பற்றியெல்லாம் அவர்கள் தெரிந்து வைத்திருந்தனர். ராஜன் கல்கத்தா வருவதென்று எடுத்த முடிவை அவர்கள் பாராட்டினார்கள். விஷ்ணுராமன் ஒரு இரவு மட்டும் இருந்துவிட்டு மதுரைக்குப் புறப்பட்டான்.

ஒருவாரத்திற்கு மேல் கல்கத்தா விருந்தாளியாக இருந்த ராஜன், இந்தி எதிர்ப்புப் போராட்டத்தை எப்படி விரிவாக்கு வது? அகில இந்திய அளவிற்கு எப்படி எடுத்துச் செல்வது என்று விவாதித்தான். இவர்கள் இடதுசாரி இயக்கத்தில் முழு ஈடுபாடு கொண்டவர்கள். இவர்களோடு பேசியதால் தெரியவந்த தகவல்கள் ராஜனுக்குப் புதிய புதிய வெளிச்சங் களைத் தந்தன. முதலாளித்துவம், நிலப்பிரபுத்துவம், ஏகாதி பத்தியம் பற்றி பேசினார்கள். சோவியத் யூனியன், சீனமக்கள் குடியரசு, கியூபா புரட்சி என்றெல்லாம் பேச்சு பல திசைகளில் திரும்பியும், சுற்றியும் வந்தன. சில நேரங்களில் முடிவில்லா விவாதங்கள் போலவும் தோன்றின. ராஜன் இடதுசாரி சிந்தனை உள்ளவன் என்ற போதும் முதன் முறையாகத் தோழர்களுடன் சோஷலிசம், மார்க்சிய தத்துவங்கள் பற்றி தொடர்ச்சியாகவும், நீண்ட நேரமும் பேசும் வாய்ப்பு இப்போதுதான் கிடைத்தது.

இரண்டு வாரங்கள் கழித்து வேல்விழியிடமிருந்து, ஒரு கடிதம் கிடைத்தது. வேல்விழியையே நேரில் பார்த்ததுபோல் ராஜன் மகிழ்ந்தான். கடிதத்தைப் பிரித்துத் தோழர்களிடையே உரக்கப் படித்தான்.

“தமிழ்நாட்டில் மொழிப்போராட்டப் புயல் கரைகடந்து அமைதி ஏற்படத் தொடங்கியுள்ளது. பள்ளிகள், கல்லூரிகள் திறக்கப்பட்டுவிட்டன. போராட்டத்தில் ஈடுபட்ட மாணவர்கள் மீது எந்த நடவடிக்கையும் எடுக்கப்பட மாட்டாது. வழக்குகள்

கைவிடப்படும். அரசியல் சட்ட நகலகளை எரித்த நா. காமராசனுக்கும், கா. காளிமுத்துவுக்கும் குற்றமன்னிப்பு வழங்கப்படும் என்று அரசால் உறுதி அளிக்கப்பட்டுள்ளது. மழைவிட்டும், தூவானம் விடாததுபோல் போராட்டத்தைத் தொடர வேண்டும் என்ற கருத்தும் ஒருபக்கம் ஓடிக் கொண்டிருக்கிறது. இருந்தாலும் இப்போது கெடுபிடி இல்லை. நீங்களும் நீண்ட காலம் கல்கத்தாவில் தங்கியிருந்தால் சந்தேக நெருப்பை நாமே விசிறிவிட்டதுபோல் ஆகிவிடும். எனவே, தோழர்களுக்கு நன்றி தெரிவித்துவிட்டு ஓரிரு நாளில் புறப்பட்டு மதுரை வந்துவிடுங்கள். மாவீரன் சீசருக்கு ரோமாபுரியில் அளித்ததுபோல் உங்களுக்கு வரவேற்பளிக்க நாங்கள் காத்திருக்கிறோம். இத்தனை நாள் உங்களை உபசரித்துப் பாதுகாத்தத் தோழர்களுக்கு மதுரை மருத்துவக்கல்லூரி மாணவர்கள் சார்பாக நன்றி தெரிவித்துக்கொள்கிறோம். இப்படிக்கு வேல்விழி".

வேல்விழியைப் போலவே அவளது கையெழுத்தும் அழகாகவே இருந்தது. கடிதம் தமிழில் எழுதப்பட்டிருந்ததால் வரிக்கு வரி ராஜன் ஆங்கிலத்தில் மொழிப்பெயர்த்துக் கூறினான். அவர்கள் மிகவும் மகிழ்ச்சி அடைந்தார்கள். ராஜனுக்குத் தொடரவிருக்கும் பிரச்சனையை அறியாமலேயே சென்னைப் பயணத்திற்கு ஏற்பாடு செய்யப்பட்டது.

❐

13

1967 தேர்தல் ஆட்சி மாற்ற சமையலுக்கு உலையேற்றப் பட்டது. 1965, ஜனவரி 26 -ல் ஏற்றப்பட்ட உலையின் அடுப்புக்கு மாணவர்களும், இளைஞர்களும் தமிழ்க் காதலர்களும் விறகானார்கள். அடுப்பின் நெருப்பு அணையாமல் அவர்கள்தான் பார்த்துக்கொண்டார்கள். திமுக நெருப்பை விசிறிவிட்டது. அரசியல் காரணங்களைக் கொதிக்கும் உலையில் போட்டுப் பக்குவமாக அது கிளறிவிட்டுக் கொண்டே இருந்தது. அந்தப் பக்கம் சமையலாளர்களோ, அறிஞர்கள், கலைஞர்கள், நாவலர்கள், பேராசிரியர்கள், கவிஞர்கள், சொல்லின் செல்வர்கள் என்று கைதேர்ந்தவர்க ளாக இருந்தார்கள்.

ஜனவரியில் பற்றிய மொழிப்போர் நெருப்பு அவ்வப்போது அணைக்கப்பட்டது போல் தோற்றம் காட்டியது. ஆனால், நீறுபூத்த நெருப்பாக அது கனன்று கொண்டே இருந்தது. அதனால்தான் மீண்டும் மீண்டும் போராட்ட அலைகள் எழுந்துகொண்டே இருந்தன.

கொஞ்சம் ஓய்ந்திருப்பதாக எண்ணி வேல்விழி கடிதம் எழுதி ராஜனை மதுரைக்கு வரவழைத்துவிட்டாள். ராஜனின் போர்க்கள அனுபவங்கள், மதுரையிலிருந்து சென்னைக்குச் சென்று வழிகாட்டியாக இருந்தது. பல கல்லூரிகளை ஒருங் கிணைத்தது என்பதையெல்லாம் மதுரை மருத்துவக்கல்லூரி மாணவர்கள் அறிந்திருந்தனர். மற்றக் கல்லூரி மாணவர் களுக்கும் இதே கண்ணோட்டம்தான். வேல்விழி கடிதத்தில் குறிப்பிட்டிருந்ததுபோல் ராஜனுக்கு ராஜ மரியாதையோடு வரவேற்புதான்.

இந்த வரவேற்பின் அடுத்தக்கட்டம் பதவியாக மலர்ந்தது. அது அரசியல் பதவி அல்ல. மதுரை மருத்துவக்கல்லூரி மாணவர் சங்கத் தேர்தலில் பொதுச் செயலாளர் பதவிதான். ராஜனின் பதவிக்காலம் நெருப்பாற்றில் நீந்துவதாக அமைந்தது. அடுத்தக் கல்வி ஆண்டுக்காகக் கல்லூரிகள் மீண்டும் திறக்கப் பட்டபோது மொழிப்போராட்டக் கதவும் திறந்து கொண்டது. இந்தக் கதவு

ஒருபக்கம் மூடியும் ஒருபக்கம் திறந்தும் இருந்தது. ஏற்கெனவே இறுதியாண்டு தேர்வுகள் தடைபட்டதால் மீண்டும் அதற்கான தயாரிப்புகளில் ஈடுபட வேண்டிய தேவையும் ஏற்பட்டது. மறுபக்கம் இந்தித் திணிப்பைக் கைவிடுவதற்கு அதிகாரபூர்வ அறிவிப்பு இல்லை. இலக்கை அடையும் வரை போராட்டத்தை நிறுத்தக்கூடாது என்று ஒருதரப்பு மாணவர்கள் தீவிரமாக இருந்தனர். உளவுத்துறை தகவல் அரசுக்கு நிச்சயம் சென்றிருக்கும். இதன் விளைவு ஜூலை மாதத்தில் பெ.சீனிவாசன், கா. காளிமுத்து உட்பட 10 மாணவர்கள் கைது செய்யப்பட்டனர். இவர்கள் தேசப் பாதுகாப்புச் சட்டத்தின்கீழ் பாளையங்கோட்டை சிறையில் அடைக்கப்பட்டனர்.

இந்தச் சூழலில் என்ன முடிவெடுப்பது என்று மதுரை மருத்துவக் கல்லூரி மாணவர்கள் பொதுச்செயலாளர் ராஜன் தலைமையில் கூடி விவாதித்தனர்.

‘1965 ஜனவரி, பிப்ரவரி, மார்ச் மாதங்களில் நடந்தது போன்ற போராட்டத்தை இப்போது தொடர முடியாது. அரசியல் கட்சிகள், பொதுமக்கள், ஏன்? மாணவர்களின் ஈடுபாடுகூட அப்போது இருந்த நிலையில் இல்லை. அதனால் நாம் கவனமாக இருக்க வேண்டும். முதலில், சிறையில் அடைக்கப் பட்ட மாணவர் தலைவர்களை விடுதலை செய்யும் கோரிக் கையை அரசிடம் வலியுறுத்த வேண்டும்’ என்று பேசினர். இறுதியாக ‘ராஜன் போலீசுக்கு நன்கு அறியப்பட்டிருப்பதால் எந்த நேரமும் கைது செய்யப்படலாம். அதனால் இவர் இன்னும் ஒரு மாதத்திற்கு ஆகஸ்ட் 15 வரை, தலைமறைவாக இருப்பது நல்லது’ என்று கூட்டத்தில் முடிவெடுக்கப்பட்டது.

எங்கே இவரைத் தங்கவைப்பது என்ற கேள்விக்குறி பூதாகரமாக எழுந்து நின்றது. இதற்கு வேல்விழியும் ரேவதியும் இணைந்து ஒரு தீர்வு கண்டனர். சிவப்பட்டியில் தங்க வைப்பதுதான் அந்தத் தீர்வு. ஆனால், துரைராஜ் மதுரை மாவட்ட எஸ்.பி.யாகப் பதவி உயர்வு பெற்றுவிட்டார். அதனால் முன்புபோல் அவரது வீட்டில் தங்க வைக்க முடியாது. வேறு எப்படி? சிவப்பட்டியில் இருக்கவே இருக்கிறது சீமைராஜா வீடு. அதிலே ஒரு சிக்கல். சமூக சீர்த்திருத்தம், பெண்ணுரிமை போன்ற விஷயங்களில் வேல்விழியும், சீமைராஜாவும் எதிர் எதிராக நின்று மோதிக் கொண்டிருந்தனர். சீமைராஜா தனது பெண்ணிடமே சகஜமாகப் பேசிக்கொள்வது இல்லை. இந்தச் சிக்கலை எப்படி

அவிழ்ப்பது? ரேவதி முன்வந்தாள். சீமைராஜா இவளுக்குப் பெரியப்பா முறை என்பதால் சமாளிக்கலாம் என்று மலைபோல உறுதியாக நம்பினாள். பயண ஏற்பாடு தீவிரமானது. டிசம்பர் மாதம் எழுத வேண்டிய தேர்வுக்கான நூல்கள், குறிப்பேடுகளுடன் முத்துமாணிக்கமும், விஷ்ணு ராமனும் வந்து சேர்ந்தனர்.

வேல்விழியும், ரேவதியும் ராஜனுடன் சிவப்பட்டிக்குப் புறப்பட்டுச் சென்றனர். வீடு போய்ச் சேர்ந்தவுடன் சீமைராஜா தான் பேச்சை ஆரம்பித்தார்.

“ஏம்மா ரேவதி, நீயாவது எங்க வீட்டுக்கு அடிக்கடி வந்து போகக் கூடாதா? வேல்விழிக்குத்தான் வழி தெரியல?” என்று ஆதங்கத்துடன் பேசினார். இதைக் கேட்கவும் பொறுமை யில்லாமல் வேல்விழி வீட்டுக்குள் சென்றுவிட்டாள்.

பெரிய பையுடன் நின்றுகொண்டிருந்த ராஜனைப் பார்த்து “தம்பி யாரும்மா” உள்ளே வாங்க? என்றார்.

“பெரியப்பா! இவர் பெயர் ராஜன் இமானுவேல். மருத்துவக் கல்லூரியில் எனக்கு ஓராண்டு சீனியர். என் அண்ணன் போன்றவர். மறைந்த என் அண்ணனைப் போல் இருப்பதால் என் பெற்றோரும் இவரை மகனாகப் பார்க்கிறார்கள். நான்கு மாதங்களுக்கு முன் எங்கள் வீட்டுக்கு வந்து இரண்டு மூன்று நாள் தங்கினார். அதற்கு முன் எனக்கு ஒரு பிரச்சனை வந்தபோதும் வீட்டுக்கு வந்திருந்தார். இப்போது நிலைமையே தலைகீழ். என் தந்தையோ ஒரு போலீஸ் அதிகாரி. இவரோ மொழிப் போராட்டத்திற்காக எந்த நேரமும் கைது செய்யப்படலாம் என்றுள்ள மாணவர் தலைவர்” என்று சொல்லி ரேவதி நீண்ட உரையாற்றினாள்.

வெட்டு ஒண்ணு துண்டு ரெண்டு என்று பேசும் குணமுடைய சீமைராஜா, “சரிம்மா, நான் என்ன செய்யணும்னு பட்டுன்னு சொல்லு, செஞ்சிபுடுவோம்” என்றார்.

“ராஜன் கைது செய்யப்பட்டால் அவரோட டாக்டர் என்ற எதிர்கால வேலை பாதிக்கப்படும். அதனால் ஒரு மாசம் இவரை உங்கள் வீட்ல தங்க வெச்சிக்கணும். வரும் சுதந்திர தினத்திற் குள் பிரச்சனை சரியாகி விடும்னு நினைக்கிறேன். அவ்வளவு தான்” ரேவதி வந்ததற்கான நோக்கத்தை பெரியப்பா பாஷை யில் உடைத்துச் சொல்லிவிட்டாள்.

“அவ்வளவுதானேம்மா. இந்தத் தம்பிய நானும் உன் பெரியம்மாவும் எங்க புள்ளமாதிரி பாத்துக்கிறோம். ஒண்ணும் பயப்படாத. என் தம்பி கெடக்கறான் விடு” என்று சீமைராஜா பேசியது தைரியத்தையும் நம்பிக்கையையும் கொடுத்தது. ரேவதியின் சாமர்த்தியமான பேச்சையும், அப்பாவை சமாளித்து ஏற்கச் செய்ததையும் ஆச்சரியத்தோடு வைத்தக்கண் வாங்காமல் வேல்விழி பார்த்துக்கொண்டிருந்தாள்.

“எழுந்துவாங்க சாப்பிடலாம்” வேல்விழியின் தாய் அன்போடு அழைத்தார். எல்லோரும் சாப்பிட்டு முடித்தபின், “பெரியப்பா, பெரியம்மா நாங்க உடனே புறப்படணும். இல்லேன்னா சந்தேகம் வரும்” என்று நாசூக்காக சொல்லிப் புறப்பட்டாள் ரேவதி. அவளைப் பின்தொடர்ந்த வேல்விழி “போய்ட்டுவர்ரோம்” என்று ஒப்புக்குச் சொல்லிவிட்டுச் சென்றாள். அந்த அரிபரி அவசரத்திலும் “டிசம்பர் தேர்வுக்கு இந்த ஒரு மாதத்தை நன்கு பயன்படுத்திக் கொள்ளுங்கள்” என்று ராஜனுக்கு அறிவுரை கூறத் தவறவில்லை வேல்விழி. ராஜனுக்கு வேல்விழி மீதான பெருமிதம் மேலும் கூடியது.

போராடும் மாணவர்கள் மீது ஆகஸ்ட் 15-க்குள் நடவடிக்கை எடுத்துப் போராட்டத்தை ஒடுக்க அரசு முயற்சிசெய்யும் என்ற ஐயமும் அச்சமும் காற்றால் கலைந்த மேகங்கள் போல் விலகி விலகி ஒதுங்கிச் சென்றன. சிறையில் அடைக்கப்பட்ட 10 மாணவர்களும் விடுதலை செய்யப்பட்டனர். மற்ற மாணவர்கள் மீதான வழக்குகள் வாபஸ் பெறப்பட்டன.

இந்தத் தகவல்கள் எல்லாம் வேல்விழி மூலம் ராஜனுக்கு வந்து கொண்டே இருந்தன. நாளாக ஆக ராஜன் நிம்மதிப் பெருமூச்சு விட்டான்.

என்றாலும் மாணவர்கள் நடத்திய போராட்டங்களுக்கு, செய்த தியாகங்களுக்குப் பயன்தான் என்ன என்ற கேள்வியும் அவன் நெஞ்சில் முள்ளாய் நெருடிக்கொண்டுதான் இருந்தது. ‘ஓங்கி எழுந்த குரல்கள் கொஞ்சம் அடங்கியிருக்கலாம்; அதிகாரத்தால் அடக்கப்பட்டும் இருக்கலாம். ஆனால் மனதுக்குள் அது சூடேறிக் கொண்டேதான் இருக்கும். ஒருநாள் அது கொதிநிலைக்கு வந்து, அழுத்திக் கொண்டிருப்பதைத் தூக்கியெறியத்தான் செய்யும். இதைத்தான் கல்கத்தா தோழர்கள் அளவு மாற்றமும் குணமாற்றமும் என்று சொல்லிக் கொடுத்தார்கள். யோசித்துப்பார்த்தால் மாணவர்கள் போராட்டத்திற்கும் இது பொருத்தமாகத்தான்

இருக்கும். இந்தச் சிந்தனையால் ஆறுதலடைந்த ராஜன், அதற்கான காலம் நான் கல்லூரிப் படிப்பை முடிப்பதற்குள் வரும்' என்று எண்ணினான். வரவேண்டுமென்று விரும்பினான்.

ராஜன் விருப்பத்தை நிறைவேற்றிவைக்க 1967 ஆம் ஆண்டு பிறந்தது. அந்த ஆண்டு பிப்ரவரியில் தமிழ்நாட்டிலும் மற்ற மாநிலங்களிலும் சட்டமன்ற, நாடாளுமன்ற பொதுத்தேர்தல் நடக்கவிருந்தது. இந்த அறிவிப்பை மாணவர்கள் கணக்குத் தீர்க்கும் வாய்ப்பாகப் பார்த்தனர். ஐம்பது நாள் மொழிப் போராட்ட நெருப்பு அவிந்து போய் விடவில்லை; நீறுபூத்த நெருப்பாகக் கனன்று கொண்டே இருந்தது. இந்தி பேசாத மாநிலங்கள் விரும்பும் வரை ஆங்கிலம் இணைமொழி அல்லது ஆட்சி மொழியாக இருக்கும் என்று பிரதமர் ஜவஹர்லால் நேரு அளித்தது வாக்குறுதிதான். சட்டம் அல்ல. எனவே இந்த விஷயத்துக்கு ஆதரவு அளிக்கும் கட்சியையும் அதனுடன் கூட்டு சேர்ந்து போட்டியிடும் கட்சிகளையும் ஆதரித்துத் தேர்தலில் பிரச்சாரம் செய்வது; ஓட்டு கேட்பது என மாணவர்கள் முடிவு செய்தனர்.

இந்த முடிவின்படி மாணவர் செயல்வீரர்கள் தங்கள் ஊர்களில், தொகுதிகளில் இந்தித் திணிப்புக்கு எதிரான கட்சிகளுக்கு ஆதரவாகப் பிரச்சாரம் செய்யத் தொடங்கினர்.

மொழிப் போராட்டம் நடப்பதற்கும், இந்தித்திணிப்புக்கும், காரணமான காங்கிரஸ் கட்சியை- குறிப்பாக அந்தக் கட்சியின் அகில இந்தியத் தலைவரான காமராஜரையும் மாநில முதலமைச்சர் பக்தவத்சலத்தையும் தோற்கடிக்க வேண்டும் என்ற லட்சியக்கொதிப்போடு பெரும்பாலான மாணவர்கள் இருந்தனர்.

காமராஜர் விருதுநகர் தொகுதியில் போட்டியிட்டார். இவரை எதிர்த்து மாணவர் தலைவர் பெ. சீனிவாசன் தி.மு.க. சார்பில் போட்டியிட்டார். பக்தவத்சலம் ஸ்ரீபெரும்புதூரில் காங்கிரஸ் வேட்பாளராக நிறுத்தப்பட்டிருந்தார். அவரை எதிர்த்து திமுக சார்பில் ராஜரத்தினம் வேட்பாளராக இருந்தார். ஸ்ரீபெரும்புதூர் தொகுதி சென்னைக்குப் பக்கத்தில் இருப்பது. இங்கே தேர்தல் வேலை செய்ய, ஏற்கெனவே சென்னைக் கல்லூரிகளில் மாணவத் தலைவர்களுடன் நெருக்கமாக உள்ள ராஜனும், முத்துமாணிக்கமும் செல்லலாம் என மதுரை மருத்துவக் கல்லூரி மாணவர்கள் முடிவு செய்தனர். அதன்படி ஒவ்வொரு வார இறுதிநாளான வெள்ளிக் கிழமை இருவரும் சென்னை சென்றனர்.

சனி, ஞாயிற்றுக்கிழமைகளில் தேர்தல் வேலை; நேரடிப் பிரச்சாரம். சென்னை மருத்துவக்கல்லூரி மாணவர்களும் மற்றக் கல்லூரிகளின் மாணவர்களும், லாரிகளிலும், பஸ்களி லும், வேன்களிலும், ஸ்ரீபெரும்புதூர் சென்று அங்கே குழுக் களாகப் பிரிந்து ஊர்ஊராகச் சென்று மக்களைச் சந்தித்து திமுக வேட்பாளருக்கு வாக்கு சேகரித்தார்கள். அடுத்த ஐந்து நாட்கள் வேலைக்குத் திட்டம் வகுப்பது. பிரச்சார வியூகங் களைப் பகிர்ந்துகொள்வது. காங்கிரஸ் வேட்பாளர் பக்தவத் சலம் முதலமைச்சராக இருந்தபோது மொழிக் கொள்கையில் எடுத்த நிலை; போலிஸ் தடியடி, துப்பாக்கிச்சூடு, அறுபதுக்கும் அதிகமானோர் பலியான கொடூரம், அண்ணாமலைப் பல்கலைக்கழக மாணவர் ராஜேந்திரன் சுட்டுக்கொல்லப் பட்டது, இந்தித் திணிப்புக்கு ஓரளவு மாற்றாக ஆங்கிலம் இணைமொழியாகத் தொடர சட்டவடிவம் போன்றவற்றை மக்கள் மனங்களில் பதிய வைக்கும் முறையிலான பிரச்சார உத்திகளைக் கையாளுதல் என்று முழு சக்தியும் பயன் படுத்தப்பட்டது.

இந்த வேலைகள் 1966 அக்டோபர் மாதத்திலிருந்தே தொடங்கிவிட்டன. இது ராஜனுக்குப் பிடித்ததாகவே இருந்தது. ஆனால் டிசம்பரில் எம்பிபிஎஸ் இறுதித் தேர்வைக் கடக்க வேண்டும்; இதில் மருத்துவம், அறுவை சிகிச்சை, மகப்பேறு மருத்துவத் தேர்வுகளுக்குப் படிக்க வேண்டும். மறுபக்கம் ஏற்கெனவே மொழிப் போராட்டங்களில் ஈடுபட்டதால் முடிக்காமல் முடங்கிப்போன சமூக மருத்துவம், தடுப்பு மருத்துவத்திலும் கவனம் செலுத்தித் தேற வேண்டும். தேர்தலா? படிப்பா? என்ற மனப்போராட்டம், ஒருபக்கம் நடந்து கொண்டே இருந்தது.

ராஜன் மதுரையில் இருக்கும் போதாவது தேர்வில் கவனம் செலுத்த வேண்டுமென்று முத்துமாணிக்கமும், வேல்விழி மூலமாக விஷ்ணுராமனும் வற்பறுத்தினார்கள். ராஜனும் தலையாட்டி பொம்மைபோல் சரி சரி என்று சொல்வான். ஆனால் அது நடக்கவில்லை. தேர்தல் வேலைகள் தந்த ஆர்வம் மேலெழுந்து படிப்பில் கவனம் அமிழ்ந்துபோனது. அதன் விளைவு டிசம்பர் இறுதித் தேர்வில் நான்கு பாடங்களிலும் தோல்வியாக முடிந்தது. ராஜனின் நண்பர்கள் வருத்தம் அடைந்தனர். பொதுத் தேர்வில் முழுமூச்சாகப் படித்து ஏப்ரல் மாதத் தேர்வில் கவனம் செலுத்தி வெற்றி பெறுவதாக உறுதியாகத் தெரிவித்தான்.

இப்பொழுது இன்னொரு சிக்கல் உருவானது. விருதுநகர் தொகுதியில் மாணவர் தலைவர் பெ. சீனிவாசனை ஆதரித்து மாணவர்கள் நடத்தும் பொதுக்கூட்டப் பேச்சாளர்கள் பட்டியலில் ராஜனிடம் ஒப்புதல் பெறாமலேயே அவனது பெயர் போஸ்டரில் போடப்பட்டிருந்தது. இந்தப் போஸ்டர் மதுரையில் உள்ள கல்லூரிகளில் முக்கிய இடம் பிடித்தது. சீனிவாசனை ஆதரித்து என்றால் காமராஜரை எதிர்த்து என்றுதானே அர்த்தம். இது மதுரை மருத்துவக்கல்லூரி மட்டுமல்ல மற்ற கல்லூரி மாணவர்களுக்கும் பிடிக்கவில்லை.

ராஜனை சந்தித்து இதைப்பற்றி விளக்கம் கேட்பது என்று முடிவு செய்தனர். வேல்விழி, ரேவதி, முத்துமாணிக்கம், விஷ்ணுராமன், சின்னசாமி உள்பட ஒரு குழு ராஜனைத் தேடிச் சென்றது.

ராஜனை சந்தித்தவுடன் சிலர் காரசாரமான விவாதத்தில் ஈடுபட்டனர். பொறியில் எலி சிக்கியது போன்ற உணர்வு ராஜனுக்கு ஏற்பட்டது. ஒவ்வொருவராகக் கேள்வி கேட்டால் பதில் சொல்லிவிடலாம். இப்படி கோரசாக ஆளுக்காள் கேள்வி கேட்டால் ஒரு குரலில் எப்படி பதில் சொல்ல முடியும்? ராஜன் தடுமாறினான். முத்துமாணிக்கமும், விஷ்ணுராமனும் அமைதிப்படுத்த முயற்சி செய்தனர். ஆனால் நிலைமை மேலும் மேலும் சிக்கலாகிக்கொண்டே போனது.

வேல்விழி குறுக்கிட்டாள். பெண்ணின் குரலுக்கு எப்போதுமே ஒரு மதிப்புண்டு. அதுவும் வேல்விழி குரலுக்கு சொல்லவே வேண்டாம். ராஜனை விட்டுவிட்டு எல்லோரும் வேல்விழி பக்கம் கவனத்தை திருப்பினர். ‘அப்பாடா, தப்பிச் சோம்’ என்று மனதுக்குள் சொல்லிக்கொண்டு பெருமூச்சு விட்டு ராஜன் அமைதியானான்.

“தமிழ்நாடு இந்தி ஆதிக்க எதிர்ப்புப் போராட்டக் குழுவில் நாமும் அங்கமாக இருக்கிறோம் அல்லவா?” வேல்விழி பதிலின் தொடக்கத்தைக் கேள்வியாக்கினாள்.

“ஆமாம்” ராஜனைக் கேள்விகளால் துளைத்தவர்கள் பதிலைக் கோரஸ் குரலாக ஒலித்தனர்.

“மொழிப்போராட்டத்திற்குக் காரணமான காங்கிரஸ் கட்சியின் வேட்பாளர்களை எதிர்த்துப் போட்டியிடுகின்றவர் களை ஆதரிப்பது என்பது பொதுவான முடிவு. அதனால்தான் மாணவர் தலைவர்

சீனிவாசனுக்கு மாணவர்கள் சார்பில் சென்னை புரசைவாக்கத்தில் பணமுடிப்பு கொடுத்தக்கூட்டத் தில் மருத்துவக்கல்லூரி மாணவர்கள் சார்பில் ராஜன் கலந்து கொண்டார். இது கொள்கை முடிவு.”

“அதைப்பற்றியெல்லாம் நாங்கள் கேள்வி கேட்கவில்லை. எங்கள் பிரச்சனை விருதுநகர் தொகுதிபற்றியது. காமராஜருக்கு எதிரான பொதுக்கூட்ட போஸ்டரில் ராஜன் பெயர் இருப்பது பற்றியது” பல திசைகளிலிருந்தும் கேள்விக்கணைகள் வந்து வீழ்ந்தன.

“இருங்க, இருங்க, அதப்பத்திதான் சொல்லவர்ரேன்” வேல்விழி அமைதிப்படுத்திவிட்டுத் தொடர்ந்தாள்.

“பொதுவான கொள்கை முடிவிலிருந்து காமராஜர் போட்டியிடும் தொகுதியை நாம் வேறுபடுத்திப்பார்க்க வேண்டிய அவசியம் இருக்கிறது. தமிழ்நாட்டின் கல்வி, சுகாதாரம், மருத்துவத்தில் அவருக்குப் பெரும் பங்களிப்பு உண்டு. அவரால்தான் 3 கிலோ மீட்டர் சுற்றளவுக்குள் ஒரு ஆரம்பப்பள்ளி 5 கிலோமீட்டர் சுற்றளவுக்குள் ஒரு உயர் நிலைப்பள்ளி என்ற நிலை ஏற்பட்டது. ஏராளமான ஆரம்ப சுகாதார நிலையங்கள், மருத்துவக்கல்லூரிகள் தொடங்கப் பட்டன. அவ்வளவு ஏன்? மருத்துவக்கல்லூரி மாணவ-மாணவியராக நாம் இங்கே இருப்பதும் அவரால்தான் என்பதை மறந்துவிட முடியாது”.

வேல்விழியின் விளக்கத்திற்குத் தங்களின் ஒப்புதலையும் ஆதரவையும் கூடியிருந்தவர்கள் கரவொலிகளால் வெளிப் படுத்தினர். இருப்பினும் மாற்றுக் கருத்தும் இருந்தது. “போஸ்டரில் பெயர் போட்டுவிட்டதால் மரியாதை நிமித்தமாவது பொதுக் கூட்டத்தில் ராஜன் கலந்துகொள்ள வேண்டும். இல்லையென்றால் நமது கல்லூரிக்கே கருத்து வேறுபாடு இருப்பதுபோல் தோன்றும்”. ஒன்று இரண்டுபேர் கருத்துத் தெரிவித்தனர்.

“ஆமாம்... ஆமாம்... காமராஜரைப் பொருத்தவரை நமக்குக் கருத்துவேறுபாடு இருப்பது உண்மைதான். அது தேவைதான்” என்று 28 பேர் ஒரே குரலில் கூறினர்.

“காமராஜரைப் பொறுத்தவரை உங்களின் உணர்வுகளை நான் புரிந்து கொள்கிறேன். அந்த உணர்வுகளோடு நான் ஒன்றுபடுகிறேன்” என்று ராஜன் கூறியதும் மகிழ்ச்சி ஆரவாரம்

எழுந்தது. இந்த ஆரவாரத்துக்கிடையே பேச்சைத் தொடர்ந்த ராஜன், "பொதுக் கூட்டத்தை நடத்துபவர்களிடம் வர இயலாத நிலைமையை முன்கூட்டியே தெரிவித்து விடுகிறேன். சரியா" என்றான்.

"சரி... சரி..." என்ற குரல் மருத்துவக் கல்லூரி வளாகம் முழுவதும் எதிரொலித்தது.

ஏற்கனவே திட்டமிட்டபடி ஸ்ரீபெரும்பதூர் தொகுதியில் பக்தவத்சலத்தை தோற்கடிப்பதற்கான வேலையில் தீவிரம் காட்டினர்.

மறுபக்கம் சென்னை மருத்துவக் கல்லூரி அமைந்துள்ள தொகுதியில் டாக்டர் ஹண்டே போட்டியிட்டார். அவருக்கு ஆதரவாகவும் மாணவர்கள் பிரச்சாரம் செய்தனர். அப்படிப் பட்ட நேரத்தில் மருத்துவ இறுதி ஆண்டு மாணவர் வைத்திய நாதனும் நண்பர்களும் ஒருகாரில் பிரச்சாரம் செய்தனர். அப்போது சென்னைக்கே உரிய குணாம்சத்தோடு குண்டர்கள் சிலரால் தாக்கப்பட்டனர். அதிர்ஷ்டவசமாக யானை கவுணி போலீசார் இவர்களைக் காப்பாற்றி விடுதிக்கு அனுப்பி வைத்தனர்.

இதுபோன்ற வன்முறை சம்பவங்கள் ஆங்காங்கே நடைபெற்றன. இதையெல்லாம் மாணவர்கள் சமாளித்து முன்னேறினர். அவர்களின் பேச்சும் எழுச்சியும் மக்களுடை யதாக மாறியது. சென்னை மாநிலத்தின் தேர்தலை நாடே கவனித்தது. ஒரு தேசிய கட்சிக்கும் ஒரு மாநிலக் கட்சிக்கும் இவ்வளவு கடுமையான போட்டியை நாடே வியப்போடு பார்த்தது. இடது கம்யூனிஸ்ட் கட்சி (மார்க்சிஸ்ட் கம்யூனிஸ்ட் கட்சி) இருந்த திமுக கூட்டணியில் அவர்களுக்கு நேர் எதிரான முதலாளிகளுக்கு ஆதரவான சுதந்திரா கட்சியும் இடம் பெற்றது அரசியல் அதிசயமாகப் பார்க்கப்பட்டது. இந்த அதிசயத்தில் வெற்றி யாருக்கு என்ற கேள்வி இமயமலைபோல் எழுந்து நின்றது.

தேர்தல் நெருங்கிய நேரத்தில் மாணவர்கள் ஒரு பிரச்சினையை எதிர்கொள்ள வேண்டியிருந்தது. ஸ்ரீபெரும் புதூர் முதலமைச்சர் தொகுதி என்பதால் வாக்குச்சாவடிகளில் கூடுதலாக ஏஜெண்டுகள் இருந்தால் நல்லது என்று திமுகவினர் நினைத்தனர். அவர்கள் மாணவர்களின் உதவியை நாடினர். ஏஜெண்டாக இருப்பதற்கு விருப்பம்தான். தேர்தல் நடைமுறைகளை மிக நெருக்கமாக இருந்து கவனிக்கவும் இது உதவும். ஆனால் முகவராக

இருந்தால் பெயர், முகவரியெல்லாம் கேட்பார்கள். உண்மையான பெயரையும் முகவரியையும் கொடுத்தால் எதிர்காலத்தில் அரசியல் ரீதியாக சிக்கல் வரலாம். அரசுப்பணிக்கு, முகவரி சரிபார்ப்பு அரசியல் ஈடுபாடு என்ற போலீஸ் விசாரணையால் பாதிப்புவரவும் வாய்ப்பிருக்கிறது. என்ன செய்வது?

ஒரு யோசனை உதித்தது. பாதுகாப்பாக எல்லோரும் புனைபெயர் வைத்துக்கொள்ளலாம். முகவரியைக் கற்பனை யாக எழுதிக்கொடுக்கலாம் என்பதுதான் அந்த யோசனை. இது ஓகே ஆனது. 12 பேருக்கும் ஆளுக்கொரு புனைபெயர் வைத்தாகிவிட்டது.

என்னதான் பெயரை மாற்றி வைத்துக் கொண்டாலும் பழக்கதோஷம் சும்மா இருக்காது. திடீரென அழைக்கும்போது உண்மைப் பெயர் வாயிலிருந்து வெளியே வந்துவிடும். புனைபெயரையும், நிஜப்பெயரையும் மாற்றி மாற்றிக் கூப்பிட்டு பரிசோதனை நடத்தப்பட்டது. முடிவு என்னவோ தோல்விதான். தப்பும் தவறுமாக உளறிவைத்தார்கள். இதனால் மனதில் அச்சம் குடிகொண்டது. அதனை வெளியேற்ற வெளியாள் ஒருவர் வந்தார்.

"நான் பத்தாம் வகுப்புப் படிக்கும் போதே உண்மையான பெயரைக் கொடுத்து ஏஜெண்டா இருந்தேன். இப்ப நான் அரசு வேலைதான் பார்க்கிறேன். நீங்க டாக்டருக்குப் படிக்கிறீங்க. இப்படி பயப்படுறீங்களே" என்று அந்த வெளியாள் ஒரு கலக்கு கலக்கிவிட்டார்.

இது மாணவர்களின் தன்மானத்தை சீண்டிவிட்டது. தலைக்குமேல் வெள்ளம் போகும்போது சாண்போனால் என்ன? முழம் போனால் என்ன? என்ற எண்ணம் வந்தது. உண்மைப் பெயரைக்கொண்டே ஏஜெண்டாக வேலை செய்வது என்று முடிவுக்கு வந்தார்கள்.

ஆட்சியிலிருந்த காங்கிரஸ் தேர்தல் வெள்ளத்தில் அடித்துச் செல்லப்பட்டது. எல்லோரும் வியக்கும்படி அது படுதோல்வி அடைந்தது. அதைவிடப் பெரும் சோகம் ஏழைப்பங்காளன், கல்விக் கண் திறந்தவர், மதிய உணவு தந்தவர், எளிமையானவர், நேர்மையானவர் என்றெல்லாம் போற்றப்பட்ட காமராஜர் தோற்றுப்போனார். படுத்துக்கொண்டே ஜெயிப்பேன் என்று கூறிய காமராஜர் தோற்றுப்போனது பெரிய அரசியல் தலைவரிடம் அல்ல. மாணவர் தலைவராக மொழிப்போரில் ஈடுபட்ட இளைஞரிடம்- அரசியலுக்குப் புதியவரான சீனிவாசனிடம் தோல்வியடைந்தார்.

இதுபோன்ற அதிர்ச்சி ஒருபகுதி மக்களின் மனங்களை உலுக்கியது. மறுபகுதி மக்களிடம் மகிழ்ச்சி கரைபுரண்டது. திமுக அமோக வெற்றி பெற்றது. அண்ணாவின் ஆட்சி அமையப்போகிறது. இனி தமிழ் வாழும். இந்தி எதிர்ப்பு வலுவாகும். இந்தியைத் தமிழ் மக்கள் மீது திணிக்க முடியாது என்ற எண்ணத்தில் மிதந்த ஏராளமான மாணவர்களில் ராஜனும் உண்டு. அண்ணா தலைமையில் திமுக ஆட்சி அமைவதற்கு சிறியபங்காகத் தன்னுடையதும் இருந்தது என்ற பெருமிதமும் களிப்பும் கொண்டிருந்தவர். அரசு நிறுவனங் களின் பெயர்ப்பலகைகளில் கூட இந்தி இருக்கக் கூடாது என்று தார்ப்பூசி அழித்த கைகள், இன்று அண்ணா பெயரிலான பன்னாட்டு விமானநிலையம் இந்தியில் வந்து உட்கார்ந் திருப்பதைக் காணும்போது துடிக்கவில்லையே ஏன்? காலம் மன மாற்றத்தைக் கற்றுக் கொடுத்து விட்டதா? இந்தி மொழி தமிழர்களின், தமிழ் நாட்டின் மீதான ஆதிக்கத்தை முடித்துக் கொண்டு விட்டதா? எங்கும் தமிழ்! எதிலும் தமிழ்! என்று முழங்கியவர்கள் ஏறக்குறைய அரைநூற்றாண்டு காலம் தொடர்ந்து ஆட்சியில் இருந்தபோது அதனை நிறைவேற்றி விட்டார்களா? வடமொழியும், தமிழ்மொழியும் கதம்பமாகி மணிப்பிரவாள மாலை தொடுக்கப்பட்டபோது ஒற்றை மலர் வகையில் மல்லிகைப் பூச்சரம் போல தனித்தமிழ் இயக்கம் தோன்றியது. ஆனால் ஆங்கிலமும் தமிழும் சமபங்கு கலந்து தமிங்கிலம் எனும் அளவுக்கு நிலைமை மாறிவிட்டபோது தனித்தமிழ் இயக்கம் என்று எதுவும் தோன்றவில்லையே ஏன்? இந்தி நெவர் இங்கிலீஷ்; எவர்-ஒருபோதும் இந்தி இல்லை எப்போதும் ஆங்கிலம்-என்று திமுக ஆட்சியின் கல்வி அமைச்சர் சொன்னார். அப்படியென்றால் எங்கும் தமிழ் எதிலும் தமிழ் என்ற உறுதிமொழிக்கு என்னதான் பொருள்? இந்தித் திணிப்பு எதிர்ப்பு அன்று மாணவர்களால் தொடங்கப்பட்டாலும் மக்களின் உணர்வாக ஓங்கி ஒலித்தது. இன்று இது அரசியல் மட்டத்தோடு நிற்கிறதா? மாணவர்களின், மக்களின் உணர்வாக நீடிக்கிறதா? இந்தியின் ஆதிக்கம் இல்லாமல் போய்விட்டதா? போய் விடுமா?

எத்தனையோ கேள்விகள் ராஜனின் மூளையில் பட்டாம் பூச்சிகள் போல் சுற்றிவந்தன. விடைகள் தேடியடையப்படும் என்ற நம்பிக்கையோடு அமெரிக்காவுக்குப் புறப்படும் விமானத்தை நோக்கி ராஜன் நடைபோட்டார்.

❒

14

“அம்மா நீங்க இங்க இருக்கீங்களா? நான் அங்க இங்கன்னு எல்லா இடத்துலேயும் தேட்றேன்.”

புதுமணப்பெண் டாக்டர் குழலி அம்மாவிடம் குழந்தைபோல் கொஞ்சும் மொழியோடு வந்தாள்.

“வாம்மா குழலி! ஏன் தேடின? ஏதாவது அவசரமா?” வேல்விழியின் பதில்கள் கேள்விகளாய் விழுந்தன.

“அது சரி! நீங்க இங்க தனியா உக்காந்து என்ன பண்ணி கிட்டிருக்கீங்க?”

“நாளைக்கு சென்னை-மதுரை-சியாட்டில் இதழோட வெள்ளிவிழா இருக்குல்ல. அதனால அதையெல்லாம் புரட்டிப் பாத்துக்கிட்டிருக்கேன்?”

“ஓ... விழாவுல எதையெல்லாம் பேசனும்னு யோசிக் கிறீங்களா?”

“அதெல்லாம் ஒண்ணுமில்ல. இருபத்தஞ்சு வருஷமா என் வாழ்க்கையில் இந்த சமூகத்துக்கு இந்தப் பத்திரிகை முலமா என்னதான் செஞ்சிருக்கோம்னு திரும்பிப் பார்க்கிறேன்.”

“ஓ! ஒரு சிங்கம் போல! அப்படித்தானே!” குழலியின் உவமையை ரசித்தாலும் வெட்கம் கலந்த புன்னகை வேல் விழியின் முகத்தில் பரவிப்படர்ந்தது. குழலியே தொடர்ந்தாள்...

“வருஷத்துக்கு நாலு இதழ்னா இருபத்தஞ்சு வருஷத்துல நூறு. நாளைக்கு வெள்ளிவிழா மட்டுமில்ல, நூறாவது இதழுக்கான விழாவும் கூட. அப்படித்தானேம்மா!” குழலி சொன்னதைக் கேட்டு வேல்விழியின் மனம் பூரித்தது. நாற்பத் திரண்டு வருஷம். அமெரிக்க வாழ்க்கையில் பதினேழு வருஷம் வேலை, குழந்தைகள் வளர்ப்பு, அமெரிக்காவையும் உலகத்தை யும் புரிந்துகொள்ள படித்தது, பக்கத்து நாடுகளுக்குப் பயணம் செய்தது என்று ஓடிவிட்டது. மீதி இருபத்தஞ்சு வருஷங்கள், கால் நூற்றாண்டு, பயனுள்ள வேலையைத்தான் செஞ்சிருக் கேனா?

கேள்விக்கு பதிலைத் தேடி முடிப்பதற்குள் அம்மாவின் தோளைக் குலுக்கி உசுப்பினாள் குழலி.

“அம்மா! மொதல் இஷ்யூவ்ல உங்கப் பத்திரிகையோட நோக்கம் என்னண்ணு எழுதியிருக்கீங்க?”

“என் மனசுக்கு மிகவும் நெருக்கமான மார்க்சிய சிந்தனை யாளர் ரோசா லக்சம்பர்கின் ‘சோஷலிசமா? அராஜகவாதமா?’ என்ற கேள்வியை முன்வைத்து சோஷலிசம்தான் என்ற முடிவைக் குறிக்கோளாகக் கொண்டோம்”

“கொண்டோம் என்றால்...”

“இதழின் ஆசிரியராக நான், ஆசிரியர் குழுவில் இருந்த அமெரிக்காவின் நான்குபேர் இந்தியாவிலிருந்து டாக்டர் ராஜன், முனைவர் சின்னசாமி என ஏழு பேர் இதற்குப் பொறுப்பல்லவா. அதானல்தான்...”

வேல்விழியே தொடர்ந்தார்.

“உலகில் சோஷலிசம் என்ற மார்க்சிய தத்துவத்தை முதலில் விதைத்து, வேர் பரப்பி, விரிந்து பரந்து உலகையே காக்கும் மரமாக செம்மாந்து நின்றது சோவியத் யூனியன். நூற்றுக் கணக்கான நாடுகளுக்கும் கோடிக்கணக்கான மக்களுக்கும் அது வழிகாட்டியது, வாழ்க்கையை நேசிக்கக் கற்றுத் தந்தது.

அடிமைகளாக வாழ்வதைவிட உரிமைகளுக்காகப் போராடி சாவதே மேல் என்பதை நிரூபித்துக் காட்டியது. எல்லாருக்கும் எல்லாமும் என்பது சாத்தியம்தான் என்று மெய்ப்பித்தது...”

மென்மையான, தென்றல் போன்ற குரலுடன் வேல்விழி கூறினார். குறுக்கிட்டாள் குழலி.

“இவ்வளவு தூரம் பெருமையா நீங்க சொல்ற சோவியத் யூனியன் இப்ப இல்லையேம்மா! ரஷ்யா தனியா இருக்கு. அதோட சேர்ந்து யூனியனா இருந்த நாடெல்லாம் பிரிஞ்சு போச்சேம்மா?”

“வெரிகுட்! நல்ல கேள்வி. அம்மாவுக்குப் புள்ள தப்பாம பிறந்திருக்கு” என்று பாராட்டியபடி முனைவர் சின்னசாமி அறைக்குள் வந்தார். “டாக்டர் வேல், குழலியின் கேள்விக்கு நான் பதில் சொல்லட்டுமா?”

“என்ன இது கேள்வி? தாராளமா சொல்லுங்க . நாற்பது வருஷங்களுக்கு முன்னால நீங்க எனக்குக் கத்துக்குடுத்தீங்க. இப்ப

என் மகளுக்கு...” மகிழ்ச்சியோடு அனுமதித்தார் வேல். சின்னசாமி தொடர்ந்தார்.

“பிரிஞ்சி போகலம்மா... பிரிச்சுப் போட்டுட்டாங்க. உழைக்கும் மக்களுக்காக, அடிமைப்பட்டுக் காலனிகளாக இருந்த நாடுகளின் விடுதலைக்காக, வளரும் நாடுகளுக்கு லாபநோக்கம் பார்க்காமல் தொழில்களைத் தொடங்குவதற் காகத் தன்னை அர்ப்பணித்துக்கொண்டது சோவியத் யூனியன். உலக சமாதானம்; ஆயுத ஒழிப்பு; அமைதி என்பதை முன்வைத்தது.

சோஷலிசத்தின் பிரதான எதிரியான முதலாளித்துவத் தாலும் அதன் உச்சகட்டமான ஏகாதிபத்தியத்தாலும் இதனைப் பொறுத்துக்கொள்ள முடியவில்லை. ஒன்றுபட்டிருந்த மாடுகளை ஆசைகாட்டிப் பிரித்து ஒவ்வொன்றாய்க் கொன்று தின்ற சிங்கத்தைப் போல ஏகாதிபத்தியங்கள் சோவியத் யூனியனை சிதைத்துவிட்டன. அந்த வஞ்சகத்துக்குப் ‘பனிப் போர்’ என்று மென்மையான பெயரை வைத்ததுதான் முரண்பாடு?

“சின்ன வயசுல சொன்ன சிங்கக்கதைய இப்ப நீங்க சொல்றப்போ, புதிய புரிதல் ஏற்படுது.”

குழலியின் சிந்தனை வளர்ச்சியை இது வெளிப்படுத்தியது.

“முதலாவது சோஷலிச அரசே போயிடுச்சி. சோவியத் யூனியனும் பிரிஞ்சுபோச்சு. அப்புறமும் எப்படி அங்கிள் சோஷலிசம் வரும். அப்படியே வந்தாலும் முதலாளித்துவமும் ஏகாதிபத்தியங்களும் விடுமா?”

குழலி வயதுக்கு ஏற்ற கேள்வியைக் கேட்டாள். இது குழலியின் கேள்வி மட்டுமல்ல, பலரது கேள்வியின் பிரதி பலிப்பு என்பதை இருவரும் அறிந்தே இருந்தனர். இப்போது குழலிக்கு வேல்விழியின் வாயிலிருந்து பதில் வந்தது.

“சோஷலிசம் என்பது சூரியனைப்போல. ஒருசில நாடுகளில் மறைந்து விட்டதுபோல் தோன்றினாலும் வேறு சில நாடுகளில் சுடர்விட்டுகொண்டுதான் இருக்கிறது. அதுமட்டுமல்ல, மறைந்துவிட்டதுபோல் தோன்றிய நாடுகளிலும் மீண்டும் உதிக்கும்.”

வேல்விழியின் விளக்கம் குழலிக்குப் புதிய வெளிச்சத்தையும் நம்பிக்கையையும் தந்தது. சின்னசாமியும் இந்த பதிலை ரசித்துப்

பாராட்டுவதுபோல் தலையசைத்தார். இந்த அங்கீகாரத்தால் வேல்விழி மனதில் பெருமை பூத்தது. வேல்விழி தொடர்ந்தார்.

“சென்னை-மதுரை-சியாட்டில் இதழ்களில் சோஷலிசம் மக்களுக்கு என்ன செய்வதற்காக உருவானது, சோஷலிச நாடுகளில் என்ன செய்தது, எதிர்காலத்திலும் மாற்றங்களுக் கேற்ப எப்படி செயல்படும், செயல்படுத்த வேண்டும் என்பதை உன்னைப் போன்ற இளம்தலைமுறைக்கு எடுத்துச்சொல்ல வேண்டும். அதுதான் எனக்கும் ஆசிரியர் குழுவுக்கும் நோக்கம்”

“நீங்க இப்ப ஆசிரியர் இல்ல. அக்கா ரேவதிய ஆசிரியராக்கி ஆஃபிஸ் அட்ரசையும் சிக்காகோவுக்கு மாத்திட்டீங்க... அப்பறம் என்னம்மா செய்வீங்க?”

“குழலியின் குரலில் கொஞ்சம் அவநம்பிக்கை தலை தூக்குவதுபோல் இருந்தது. அமெரிக்காவில் நடந்ததை யெல்லாம் அறிந்தவர் என்பதால் சின்னசாமி குறுக்கிட்டு ஒரு கேள்வியோடு பதிலைத் தொடங்கினார்.

“இதற்கு என்ன குழலி காரணம்? இந்த இதழின் ஆரம்ப காலத்திலிருந்து ஆதரவாளர்கள் மட்டுமா படிக்கிறார்கள்? எதிரிகளும் படிக்கிறார்கள். நிறத்தை வைத்து இங்கே நடக்கும் கொடுமைகளை இந்தியாவின் சாதி ஆணவத்தோடு ஒப்பிட்டு எழுதினால் அடிப்படைவாதிகளாக இருக்கும் அமெரிக்க இந்தியர்களும் இந்தியவம்சாவளியினரும் கோபப்படுகிறார்கள். மதம், கடவுள் என்ற பந்தல் போட்டு மூடநம்பிக்கை விஷக் கொடிகளைப் படரவிடுகிறார்கள். இதை அகற்றுவதற்கு முன்வந்தால் மத அடிப்படைவாதிகள் மிரட்டுகிறார்கள். கொல்கிறார்கள். இந்தியாவில் ஒரு தபோல்கர் என்றால் அமெரிக்காவில் டாக்டர் டில்லரைக் கொல்கிறார்கள்?”

டாக்டர் என்றதும் குழலிக்கு மனம் ‘திக்’ கென்றது. குழலியின் அகத்தை முகம் காட்டியதால் சின்னசாமி பேசுவதை சற்று நிறுத்தினார். குழலியின் மனதில் வேறு சில எண்ணங்கள் ஓடுவதை முகரேகைகள் காட்டின. அரசியல்வாதிகள், சமூக சேவகர்கள் கொல்லப்பட்டதைக் கேட்டிருக்கிறேன். ஒரு டாக்டரை ஏன் கொல்ல வேண்டும்? எல்லோருக்கும் மருத்து வம் பார்க்கும் ஒருவருக்கு எதிரியாக யார் இருக்க முடியும்? இப்படியாகத் திரண்ட கேள்விகளை “ஒரு டாக்டரை ஏம்மா கொண்ணாங்க?” என்று கேப்சூலுக்குள் அடைத்தாள் குழலி.

அந்தக் கேள்வியில் அச்சமும் பதைபதைப்பும் கலந்திருப்பதை வேல்விழி உணர்ந்தார். இதனைத் தணிக்கும் முறையிலும் மருத்துவத் தொழிலில் அறிவியலுக்கே இடம் கொடுக்க வேண்டும். மற்றவற்றை ஒதுக்கி வைக்க வேண்டும் என்பதற்கும் கருத்து விதைகளைக் குழலி மனதில் ஊன்றினார். "மருத்துவம் பல கிளைகளைக் கொண்ட பெரு விருட்சம். அதன் கிளை களைகளில் ஒன்றை டாக்டர் ஜார்ஜ் டில்லர் தனது பிடிப்பாகப் பற்றிக்கொண்டார்.

கருவிலிருக்கும் குழந்தையை ஸ்கேன் செய்யும்போது அந்தக் குழந்தை வளர்ச்சி குன்றி இருந்தால், முக்கியமான உறுப்புகளில் கடும் பாதிப்பு இருந்தால், குழந்தை பிறந்தாலும் அது வெறும் சதைப்பிண்டமாக, பெற்றோருக்கு சுமையாக இருக்கும் என்றால், அந்தக் குழந்தையைப் பெற்றோரின் ஒப்புதலுடன் கருக்கலைப்பு செய்தவர் டாக்டர் டில்லர். இது சட்டப்படியும் சரியானதுதான்."

"அப்படீன்னா அவரை ஏன் கொண்ணாங்க?"

குழலியின் குரலில் கேள்விக்கான அழுத்தத்தோடு அறச்சீற்றமும் கலந்திருந்தது. வேல்விழி மனதில் இது பெருமிதத்தை உண்டாக்கியது. குழலியின் வளர்ப்பில் விரும்பியது நடந்திருப்பதாகவும் அவருக்குப்பட்டது. ஒரு விஷயத்தை அக்கறையோடு ஊடுருவிப்பார்ப்பதும் கேள்வி கேட்பதும் ஆளும் வளர்ந்து அறிவும் வளர்ந்திருப்பதைக் காட்டியது. ஈன்ற பொழுதைவிட பெரிதும் மகிழ்ந்தார் தாய் வேல்விழி.

ஆனால் குழலிக்கு சொல்லப்போகும் செய்தி மகிழ்ச்சி யானதாக இல்லை என்பதுதான் சோகம்.

கென்சாஸ் மாகாணத்தைச் சேர்ந்த டாக்டர் டில்லர், நாற்பது ஆண்டுகளுக்கு முன் கருச்சிதைவு மருத்துவத்தில் ஈடுபட்டார். இவரது தந்தை வழியையே இவரும் பின்பற்றினார். வசதியான குடும்பம், இவருக்கு மூன்று பெண்கள். இவர்களில் இரண்டு பேர் டாக்டர். பத்து பேரக்குழந்தைகள். கிருத்தவ மத நம்பிக்கையாளர்.

இத்தனை இருந்தும் பழமை வாதத்தில் ஊறிப்போய் கனியவைக்க முடியாத ஊறுகாய்களாய் ஒரு சிலர் இருந்தனர். உயர்வு, தாழ்வு, ஏழை, பணக்காரர், கருப்பர், வெள்ளையர் அனைத்தும் ஆண்டவரின் விருப்பத்தோடு அமைந்தது. அதனை மாற்ற நினைப்பது ஆண்டவருக்கு எதிரானது என்று சிலர் முரட்டு

வாதம் செய்து கொண்டிருப்பார்கள். அப்படித்தான் கருவிலிருக்கும் குழந்தை உலகத்துக்கு எப்படி வரவேண்டும் என்பதும் அவரின் சித்தம்தான். அதனைத் தாய். தந்தையர் சம்மதத்தின்படியோ மாகாணத்தின் சட்டப்படியோ அழிப் பதற்கு எவருக்கும் உரிமை இல்லை-அவர் மருத்துவராக இருந்தாலும் சரி. ஆண்டவர் கணக்குப்படி அது கொலைக் குற்றம்தான் என்று மல்லுக்கட்டி நின்றனர்.

இந்த மல்லுக்கட்டுதல் ஆண்களுக்கு மட்டும் உரியதல்ல, பெண்களுக்கும் உரியதுதான். கென்சாஸ் ஆனாலும் சிவப்பட்டியானாலும் இதில் எந்த மாற்றமும் இல்லை. இருபது ஆண்டுகளுக்கு முன் ஒரு வலதுசாரி பெண் தீவிரவாதி டாக்டருக்குக் குறிவைத்தாள். அவரது மருத்துவமனைக் குள்ளேயே நுழைந்து வந்த வேலையை முடிக்கத்துணிந்தாள். சிகிச்சைக்காக வருவோர் போவோர் என நடமாட்டம் நீடித்துக்கொண்டே இருந்தது. இதனால் சுடுவதற்குத் துப்பாக்கியோடு வந்தவளின் குறி தப்பிக் கொண்டே இருந்தது. ஒரு கட்டத்தில் அவளுக்கு வெறுப்பும் விரக்தியும் தலைக்கேறி கோபம் கொப்பளித்தது. அது துப்பாக்கித் தோட்டாக்களாய் வெளியேறி வெடித்தன. அந்தக் கணம் டில்லரின் தலைக்கு வைக்கப்பட்ட குறி கொஞ்சம் தவறி அவரது தோளுக்குக் கீழே தோட்டாக்கள் பாய்ந்தன. எதிர்த் திசையில் திரும்பியபோது இன்னொரு கையையும் தோட்டாக்கள் துளைத்தன. மருத்துவமனையே அல்லோல கல்லோலப் பட்டது. ஆண் களும் பெண்களும் அங்கும் இங்குமாக சிதறி ஓடினர். மருத்துவ மனை ஊழியர்கள் டில்லரைச் சூழ்ந்துகொண்டனர். கும்பலின் கூச்சலைக் கேட்டால் சீறும் பாம்பும் நழுவியோடி தப்பிப்பது போல் அந்தப் பெண் தப்பியோடி விட்டாள்.

கர்த்தரின் பேரால் தாங்கள் விரும்பியவாறு பைபிள் வசனங்களுக்கு விளக்கம் அளித்துக்கொள்ளும் இப்படிப்பட்ட வலதுசாரிகள் டில்லரை மட்டும் குறிவைக்கவில்லை. இதே காரணத்துக்காக இதே காலத்தில் டாக்டர் டேவிட் கன் கொல்லப்பட்டார். அடுத்த ஆண்டு டாக்டர் ஜான் பிரிட்டன்... நான்கு ஆண்டுகளுக்குப்பின் டாக்டர் பார்னெட்...

எந்த வெறியும் இப்படித்தான். அடங்கித் தொலைக்காது. அந்தத் தொலையாத வெறிதான் தொடர்ந்துவந்து ரெண்டு வருஷத்துக்குமுன் டாக்டர் டில்லரைக் கொன்றது. இப்போது குறிவைத்தது. ஸ்காட் ரோடர் என்ற பயங்கரவாதி. அதுவும் அமைதியாகப் பிரார்த்தனை

நடந்து கொண்டிருந்த தேவாலயத்துக்குள்".

"கேக்கவே பயமா இருக்கு. நீங்க சொன்ன எல்லாக் கொலைகளும் பட்டப்பகல்ல நடந்திருக்கு. மக்கள் கூட்டமா இருக்கிற இடத்துல நடந்திருக்கு. இதெல்லாம் எப்படி அங்கிள்?"

"அமெரிக்காவுக்கு இது ஒண்ணும் புதுசு இல்ல?" என்று குழலிக்கான விளக்கத்தை அளிக்க முன்வந்தார் சின்னசாமி. "ஆபிரகாம் லிங்கன், ஜான் கென்னடின்னு... நாட்டின் அதிபர் களையே சுட்டுக்கொன்னுருக்காங்க. இங்க, ஆயுதங்கள், வெடி மருந்துகள், துப்பாக்கிகள் என்பதெல்லாம் ஆட்களுக்கும் விப்பாங்க, நாடுகளுக்கும் விப்பாங்க".

"உனக்குப் பத்துவயதிருக்கும்போது அமெரிக்காவில் ரெட்டைக் கோபுரம் தரைமட்டமானது. ஒசாமா பின்லேடன் என்ற பயங்கரவாதியின் சதிச்செயல் இது என அமெரிக்க உளவுத்துறை சொன்னது. உடனே ஒசாமாவைத் தேடி ஆப்கானிஸ்தானுக்குள் புகுந்தது அமெரிக்க ராணுவம். பயங்கரவாதத்தை ஒழிக்க வேண்டும் என்று சொல்லி அந்த நாட்டுக்கு ஆயுதங்கள் விற்கப்பட்டன. நாட்டின் பறிபோன உரிமையை மீட்பதாகச் சொல்லி தாலிபான் தீவிரவாதிகள் எழுந்தனர். இதனால் மேலும் மேலும் ஆயுதங்கள் விற்பனை. இன்னமும் இந்தப் பிரச்சனை நீள்கிறது" என்ற வரலாற்று நிகழ்வைச் சுட்டிக்காட்டி சென்னை-மதுரை-சியாட்டில் இதழில் எழுதப்பட்டிருப்பதைக் குழலிக்குக் காட்டினார் சின்னசாமி.

"நிறைய நாடுகளுக்கு இதுபோல ராணுவத்தை அமெரிக்கா அனுப்பியிருக்குன்னு என்னோட காலேஜ் பிரண்ட்ஸ்ல கொஞ்ச பேர் சொன்னாங்க. ஈராக் நாட்டுக்குக்கூட அவங்க ராணுவம் போச்சாமே!"

குழலியின் நண்பர்களில் சிலர் நாட்டு நடப்பைப் பேசுபவர் களாக இருப்பது வேல்விழிக்கு மகிழ்ச்சியைத் தந்தது. "அமெரிக்க அரசின் 'ஜனநாயகம்' எப்படி இருந்தாலும் மக்களின் ஜனநாயக குணம் ஒப்பீட்டளவில் நன்றாகவே இருக்கிறது." என்று சொன்ன சின்னசாமி, "வால்ஸ்ட்ரீட் போராட்டம் உலகையே திரும்பிப்பார்க்க வைத்தது." என்றார்.

"சின்னசாமி, சியாட்டில்ல ரெண்டு போராட்டம். ஒன்று போயிங் விமானத் தொழிற்சாலையை வேறு இடத்துக்கு மாற்றப்

போவதாக சொன்னதும் தொழிலாளர்கள் ஆவேசப் பட்டனர். மிகப்பெரிய ஊர்வலம். அதேபோல அமெரிக்க இந்தியரான ஷாமா ஸ்வாந்த் தலைமையில் குறைந்தபட்ச ஊதியத்திற்கான போராட்டம். அதுல தொழிலாளர்கள் களோடு பொது மக்களும் கலந்துகிட்டாங்க. என் கால்களும் இணைந்து நடந்தன. என் கைகளும் சேர்ந்து உயர்ந்தன.''

வேல்விழியின் பேச்சிலும் பார்வையிலும் அனல் பறந்தது. இதழ்களைத் தன் பங்குக்குப் புரட்டிக்கொண்டிருந்த சின்ன சாமி, ''குழலி! இங்க பாரும்மா... அம்மா கொண்டுவந்த இரண்டாவது இதழ் இது. அதுல 'கோழிக்கு முன்னெழுந்து கொத்தடிமை போலுழைத்து' என்ற தமிழ் ஒளி கவிதை வரிகளோட மே தினம் பற்றி நான் எழுதிய கட்டுரை இருக்கு. படிம்மா'' அந்தக் கவிஞர்தான் 'மே தினமே வருக' ன்னு தமிழில் முதன் முதலில் நூறு வரிகளுக்குமேல கவிதை எழுதுனவரு. அந்தக் கவிதையையும் படிச்சுப்பாரு. அதுல அமெரிக்கா போன்ற ஏகாதிபத்தியங்களின் அடாவடிகளையெல்லாம் எழுதியிருப்பார். புரியலன்னா அம்மா கிட்ட கேளு. எங்கிட்ட கேளு. ஓகேயா'' என்றார்.

''தூங்காமப் போனாலும் பரவாயில்ல. இன்னைக்கே படிச்சிட்றேன். நாளைக்கு வெள்ளிவிழாவுல நானே அந்தக் கவிதைய படிச்சாலும் படிப்பேன். கவிதைன்னா எனக்கு ரொம்பப்புடிக்கும். ஒருமணி நேரம் பேசறத... ஒரு புத்தகத்துல படிக்கிறத... ஒருபத்துவரி கவிதையில சொல்லிடலாம்னு அம்மா சொல்லுவாங்க. அது உண்மங்கிறத நானே பல தடவ அனுபவிச்சிருக்கேன்...''

குழலியின் வாக்குமூலம் இரண்டு முகங்களிலும் மனங்களி லும் ஆனந்தத்தைப் பெருக்கெடுக்கச் செய்தது. அமெரிக்காவில் வாழ்ந்தாலும் தமிழின் அழகை, பெருமையை மகளுக்குச் சொல்லி வளர்த்திருக்கிறார். சின்னசாமியின் சந்தோஷம் ரெண்டு மடங்கானது.

''டாக்டர் வேல், நான் இத எதிர்பார்க்கவேயில்ல. கிளைகள் எங்கே பரவினாலும் வேர் நம்முடையதா நம்ம வீட்டுல இருக்கணும். அத நீங்க சரியா செஞ்சிருக்கீங்க. நாளைய விழா குழலி கவிதையால களைகட்டப்போகுது''

உள்ளத்து உணர்ச்சியையும், மகிழ்ச்சியையும் சின்னசாமி வார்த்தைகளால் வரைந்து முடித்தார்.

“அங்கிள் உங்க பேச்சே ஒரு கவிதை மாதிரிதான் இருக்கு. இப்ப இங்க வந்து அம்மாவையும், உங்களையும் பார்த்துப் பேசினது ரொம்ப யூஸ்ஃபுலா இருந்துது. நாளைக்கு நடக்குற விழாவுக்கு அம்மாவே வரலன்னாலும் நான் அவங்க பேச்ச ரிலே பண்ணிடுவேன்” என்றாள் குழலி.

“என்ன சொல்ற குழலி. நான் ஏன் வராம இருக்கப்போறேன். ஏற்பாடே நான்தானே பண்றேன்”.

“அதுக்கில்லம்மா, நாம பேசுனது எல்லாத்தையும் போன்ல ரெக்கார்ட் பண்ணிட்டேன். நீங்க பிசியா வேலையில மூழ்கிட்டாலும் ஒரு டாக்டரா அவசரமா கடமை அழைச்சா லும் இதை அப்படியே ஒரு கலந்துரையாடலா கன்வெர்ட் பண்ணி ஒலிப்பரப்பிடுவேன்னு சொன்னேன்”

குழலி போனை எடுத்து பதிவான பேச்சைப் போட்டுக் காட்டி சிரித்தாள். வேல்விழிக்கும் சிரிப்பை அடக்க முடிய வில்லை.

“பாருங்கண்ணே! இந்தக் காலத்துப் புள்ளைங்க எப்படி இருக்காங்க! நாம எட்டடி தாண்டினா இவங்க பதினாறடி தாண்டி எங்கேயோ போயிட்றாங்க. பண்றது குறும்பா இருந்தா லும் நவீனத்தை எப்படிப் பயன்படுத்துறாங்க, ஆளே தேவை யில்ல, குரலவச்சே கூட்டத்த சமாளிச்சிடுவேங்கிற துணிச்சல பாத்திங்களா!”

சின்னசாமி லேசாக சிரித்துக்கொண்டார். “போய் தூங்குங்க. காலையில் எழுந்திருக்கணும். டாக்டர் ராஜன வரவேற்கணும். எல்லாரும் ஆவலா இருக்கோம்ல” என்றபடி சின்னசாமி எழுந்தார்.

“பை… மா.. நான் போயி கவிதைய படிக்கிறேன். அத படிக்காம எனக்குத் தூக்கம் வராது. சொன்னத செய்யலன்னா சிவகாமியம்மாவுக்கு நான் புள்ளையா இருக்க முடியுமா. காலையில பாப்போம்” என்று சொல்லிக்கொண்டே கையில் மே தின இதழோடு குழலியும் புறப்பட்டாள்.

❐

15

குழலியும், சின்னசாமியும் குட்னைட் சொல்லிவிட்டு அவரவர் அறைக்குச் சென்றுவிட்டனர். வேல்விழிக்கு மட்டும் அறையிலிருந்து வெளியே செல்ல பிடிக்கவில்லை.

டாக்டர் பிரபு ஒருமுறை வந்து “என்ன டாக்டர் தூக்கம் வர்லியா?” என்று கேட்டார்.

“நீங்க போய் தூங்குங்க. நான் கொஞ்சநேரம் கழிச்சு வர்ரேன். பரீட்சையில் ஃபர்ஸ்ட் ரேங்க் வாங்குனதோட கோல்டு மெடலும் வாங்கின மனநிலையில் நான் இருக்கேன். உற்சாகம் கொறஞ்சி தூக்கம் கண்ண சுத்தினா வர்ரேன். இல்லன்னா இப்படியே படுத்துக்கிறேன்” அப்படின்னு வேல்விழி சொன்னதும் பிரபுவும் குட்னைட் சொல்லி விடைபெற்றார். தூங்கச் சொல்லிவிட்டு எல்லாரும் போய்ட்டாங்க. அவர்கள் சொன்னதற்காகப் படுத்துக்கொள்ளலாம். தூங்க முடியுமா? எத்தனை... எத்தனை... நினைவுகள். சுமந்துகொண்டிருக்கிற மனம் தூங்க விடுமா... முயற்சி செய்வோம்.

ஒரு குவளை தண்ணீரைக் குடித்து ஆசுவாசப்படுத்திக் கொண்டு தூங்கிவிடலாம் என்று வேல்விழி நினைத்தார். கட்டிலில் படுத்தார். கண்கள் மூடமறுத்தன. உள்ளத்தைப் போலவே உடலும், அப்படியும் இப்படியுமாகப் புரண்டு கொண்டிருந்தது. அறைகளில் எரிந்துகொண்டிருந்த மின் விளக்குகள் கொஞ்சம் கொஞ்சம் நேர இடைவெளியில் அணைந்துவிட்டன. வேல்விழியின் மனவிளக்கு மட்டும் அணையாமல் மேலும் மேலும் பிரகாசித்தது.

அந்த ஒளியில் அவரது வலதுகை மோதிர விரலை அலங்கரிக்கும் மோதிரத்தைப் பார்த்தார். ‘விவி’ என ஆங்கில எழுத்துக்கள் இடைவெளி இல்லாமல் செதுக்கப்பட்ட அழகிய மோதிரம். அந்த மோதிரம் அழகுக்காகவோ அந்தஸ் துக்காகவோ போடப்பட்டதல்ல. அன்பின் அடையாளத்துக் காக அணியப்பட்டது. அதிலுள்ள ‘விவி’ என்ற எழுத்துக்கள் எதைக் குறிக்கின்றன. ஏதாவது பெயரின் சுருக்கமா? வெற்றி மேல் வெற்றி என்பதன் அடையாளமா? அந்த மோதிரத்தின் மேல் பட்டுப் பிரகாசித்த வேல்விழியின் மந்தகாசப் புன்னகை வேறு எதையோ சொல்வது போல் இருந்தது.

மருத்துவக் கல்லூரியில் படிக்கும் போது ஒருநாள் ரேவதி வீட்டில், ராஜன் தங்கியிருந்தான். அன்று காலையில் அவன் எழுந்திருக்கத் தாமதமானது. அவனது அறைக்குள் வந்த வேல்விழி காலை வணக்கம் சொல்லிவிட்டு "மணி பத்தாகி விட்டது எழுந்து குளிங்க" என்றாள்.

வேல்விழியைக் கொஞ்சமும் எதிர்பார்க்காத ராஜன் எழுந்து உட்கார்ந்து போர்வையைப் போர்த்திக்கொண்டு கட்டியிருந்த கைலி விலகாமல் இருப்பதை உறுதி செய்தான். அவரச அவரசமாக எழுந்து உட்கார்ந்தான். கண்களைக் கசக்கிக் கொண்டு, "வாருங்கள் சிவகாமி வேல்விழி அவர்களே! தங்களின் கடமையாற்ற மருத்துவப்பகுதி புறப்பாடு எப்போது?" நாடக பாணியில் கேலியாகப் பேசினான் ராஜன்.

வேல்விழியும் அதே பாணியில் "பிராண நண்பா! உங்க ளுடன் அளவளாவக் காத்திருக்கிறேன்?" என்றாள்.

வேல்விழியின் பேச்சை ரசித்த ராஜனின் முகம் ஒளி வீசியது. கல்லூரி மாணவர்களாக அவர்கள் பேசிப் பழகியதற்கும், இதற்கும் பெரிய வேறுபாடு இருந்தது. அவளின் பேச்சை ரசித்தபடி எழுந்து சென்று குளித்து முடித்து வெளியே வந்தான்.

வீட்டில் யாருமில்லை. ரேவதி மருத்துவமனை சென்று விட்டாள். சாவித்திரி அம்மா பள்ளிக்குச் சென்றுவிட்டார். வேல்விழியும் ராஜனும் மட்டும் இருந்தனர். இதுபோன்ற நேரத்திற்கு காத்திருந்ததுபோல் வழக்கத்திற்கு மாறான இறுக்கம் இருவரிடமும் காணப்பட்டது. ஒருவருக்கொருவர் சொல்லிக்கொள்ள ஏதோ இருக்கிறது. ஆனால் யார் முந்திக்கொள்வது என்பதில் ஒரு போட்டியே நடந்தது. ஒருவர் முகத்தை நிமிர்த்தினால் இன்னொருவர் குனிந்துகொள்வது என மாறி மாறி நிகழ்ந்த கண்ணாமூச்சி விளையாட்டில் அது தெரிந்தது.

வேல்விழிக்கும் தனக்கும் ஒரு மலைக்கும் மடுவுக்குமான வித்தியாசம் இருப்பதாக ராஜன் நினைத்தான். அரசியல், போராட்டம், நட்பு வட்டம், தலைமை வாய்ப்பு என்று சிலவற்றில் தனது அனுபவம் கர்வம் கொள்ளும் வகையில் இருந்தாலும், வேல்விழி அறிமுகமான நாளிலிருந்து இன்று வரை பொறியில் சிக்கிய எலிபோல எத்தனையோ இக்கட்டுக் களில் ராஜன் சிக்கியிருக்கிறான். சரியான நேரத்தில் தகுந்த அறிவுரை கூறி இவள் காப்பாற்றியிருக்கிறாள்; வழிகாட்டியிருக்கிறாள். சமூக அக்கறை, மக்கள் மீதான பரிவு, மருத்துவத்துறை யில் சேவை

போன்று பொதுவான விஷயங்களில் இருவரின் மனஓட்டங்களும் ஒரே நேர்க்கோட்டில் சென்றன.

ஆனால், மல்லிகா மேக்டெலின் இதில் குறுக்குக் கோடாக வெட்டி நின்றாள். இப்போது அந்தக் கோடு விலகிச் சென்று விட்டது. அந்தச் சமயத்தில் ஏற்பட்ட மன உளைச்சலுக்கும் மருந்தாக இருந்தவள் வேல்விழிதான். அப்போது மனநல மருத்துவர் தயாளனியிடம் மனம்விட்டு பேசியதில் ஒருபகுதி மட்டும்தான் வெளிவந்தது. மல்லிகா விலகியதால் வாழ்க்கை யில் ஏற்பட்ட இடைவெளியை வேல்விழியால்தான் நிரப்ப முடியும் என்று மனதார நினைத்தான் ராஜன். இதுவரை தோழமையோடு பழகிவிட்டு திடீரெனக் காதலிக்கிறேன் என்று பளிச்சென்று சொல்லிவிட முடியுமா? அப்படிச் சொன்னால் வேல்விழி என்ன நினைப்பாள்? ஒரு பெண்ணின் இடம் காலியானதும் இன்னொரு பெண்ணால் அதனை இட்டு நிரப்பத்துடிக்கிற ஒரு சாதாரண மனிதன்தான் இவனும் என்று நினைப்பாளா? நினைத்தால் என்ன? மல்லிகாவின் பல குணங்கள் எனக்கு ஒத்துவராதவை. அவளிடம் இருந்த கர்வம், மற்றவர்களை மதிக்காதது, காரியம் ஆவதற்கு எந்த நிலைக்கும் இறங்குவது என்பதெல்லாம் இவனுக்குத் துளியும் பிடிக் காதவை. சகித்துக்கொண்டுதான் பழகினான். வாழ்க்கைத் துணையாக அவள் வந்தால் மகிழ்ச்சி என்பதற்காக அல்ல இருவீட்டுப் பெற்றோர்களின் விருப்பம் என்பதற்காக மட்டும் தான். உண்மையில் அவள் வேறொருவரைத் திருமணம் செய்து கொண்டதுதான் இவனது வாழ்க்கையின் விடுதலை நாள். அந்த நேரத்தில் இவன் துவண்டுவிடாமல் தோழமையோடு பாதுகாத்த வேல்விழிக்கு என் வாழ்க்கையை நன்றிக்கடனாக வழங்கினால் என்ன தவறு என்று ராஜன் நினைத்தான்.

ஆனால் ஆண்-பெண் இடையேயான நட்புக்கு நிறைவு காதல், திருமணம், குடும்பம், குழந்தைகள் என்றுதான் இருக்க வேண்டுமா? ஒருவேளை எனது காதல் வெளிப்பாடு அவளுக்குக் கசப்புணர்வாகி இருக்கிற நட்புக்கும் ஊறு நேர்ந்து விட்டால்? பசேலெனப் படரும் கொடியின் வேரில் வெந்நீர் விட்டதுபோல் ஆகிவிடுமே! ராஜனின் மனம் தடுமாறியது, தத்தளித்தது.

இதே மனநிலையில்தான் வேல்விழியும் இருந்தாள். கல்லூரிக்கு வந்த புதிதில் ராஜன் தன்னைப் பகடி செய்த போதே அவனிடம் ஈர்ப்பு ஏற்பட்டது. அவனது பகடியில் வில்லத்தனம் இல்லை; வெகுளித்தனம் இருந்தது. பகடியில்கூட யார் மனசும் புண்படாமல்

நடந்துகொண்ட பண்பு வேல்விழிக்குப் பிடித்திருந்தது. அன்றைய சந்திப்பின் போதே ராஜனுக்கும் மல்லிகாவுக்கும் எழுதப்படாத திருமண ஒப்பந்தம் இருப்பது தெரியவந்தது. உடனேயே தனது விருப்பம் மலராமல் அரும்பிலேயே உதிர்ந்து போவதாக உணர்ந்தாள்.

ஆனால் ராஜனுடனான நட்புச் சங்கிலி அறுந்துபோகாமல் பார்த்துக்கொள்ள வேண்டும் என்பதில் உறுதியாக இருந்தாள். அதனை இன்றுவரை தொடர்கிறாள். ஓரளவு சமமான வயதும் இளமைப்பருவமும் சபலத்தையோ சஞ்சலத்தையோ ஏற்படுத்தி விடக்கூடாதே என்ற கவனம் உள்ளுக்குள் ஓடிக்கொண்டே இருந்தது. மல்லிகாவுடனான திருமணம் என்பது உப்பு கலந்த பால் போல் திரிந்துபோய்விட்டது. இதனை ஆதாயமாக எடுத்துக்கொண்டு அந்த இடத்திற்குச் சென்று தாம் நிற்கலாமா என்று எண்ணுவதும் இழுக்கு என ஓரங்கட்டினாள்.

எல்லாவற்றையும் விட அப்பாவின் சாதி சமூகவெறி என்ற கத்தி அவள் தலைக்கு மேல் தொங்கிக்கொண்டிருந்தது. சொந்த மகளாகவே இருந்தாலும் வேறு சமூகத்து மாப்பிள்ளை என்றால் அந்தக் கத்தி கழுத்தறுப்பது நிச்சயம் என்ற மிரட்டல் வேல்விழியை விரட்டிக்கொண்டே இருந்தது. மனதில் ஒரு மூலையில் ‘அதையும்தான் பார்த்துவிடலாமே!’ என்ற அசட்டு தைரியமும் இருந்தது. வேற்று சமூகத்தவராக இருந்தால் காணாமல் ஆக்குகிற மூர்க்கமான, முட்டாள்தனமான செயல்தான் அவளது மனத்தேரை அசையவிடாமல் தடுக்கும் முட்டுக்கட்டையாக இருந்தது. ராஜனுக்கு அப்படி ஏதாவது ஆகிவிட்டால்? அதுவும் ‘டாக்டர்’ ராஜனுக்கு... இனிய பேச்சால் எல்லோரையும் அரவணைக்கிற ராஜனுக்கு... போராளி ராஜனுக்கு... சமூகத்தில் எல்லாரும் எல்லாமும் பெறவேண்டும் என்ற சோஷலிச சிந்தனை கொண்ட ராஜனுக்கு... ஏதாவது ஆகிவிட்டால்... திக்பிரமை பிடித்த பெண்தான் நினைவில் நிழலாக வந்து போனாள்... ‘வேண்டாம்...’ என்று வேல்விழியை அலறவைத்தது.

ராஜன் அதிர்ந்து போனான். தலையை நிமிர்த்தி வேல் விழியைப் பார்த்தபோது கண்களில் அச்சமும் கலந்துவிட்டது. சட்டென எழுந்து வேல்விழியின் கைகளைப் பிடித்த ராஜன் “என்ன ஆச்சி?” என்றான். அந்தக் குரலில் பதற்றம் தெரிந்தது.

ஆனால் வேல்விழி திடீரென உடலில் மின்சாரம் பாய்ந்தது போல் அதிர்ச்சியுடன் கைகளை விடுவித்துக் கொண்டாள்.

“ஒண்ணுமில்ல... ஒண்ணுமில்ல...” என்று மழுப்பலாக ஓரே சொல்லை எழுத்து எழுத்தாக உச்சரித்தாள்.

“சாரி... உணர்ச்சிவசப்பட்டுட்டேன்”

அவளின் கைகளைப் பற்றியது அத்துமீறல் என்பதுபோல் வருத்தம் தெரிவிப்பதாக ராஜனின் வார்த்தைகளில் நடுக்கம் தெரிந்தது.

‘உண்மையில் நான்தான் வருத்தப்பட வேண்டும். நீங்களே என் கைகளை உணர்ச்சிவசப்பட்டோ உரிமையோடோ பிடித்ததை நான் பயன்படுத்தி இருக்க வேண்டும். நழுவவிடாமல் இன்னும் இறுகப் பற்றியிருக்க வேண்டும். சொல்லப்போனால் இதுதான் சாக்கென்று உங்கள் தோளில் சாய்ந்து நன்றியை விசும்பலாக வெளிப்படுத்தியிருக்க வேண்டும். ஆனால் முட்டாள் தனமாக சட்டெனக் கைகளை உதறி நல்ல வாய்ப்பை நழுவ விட்டுவிட்டேன்’ என்று மனதுக்குள் சொல்லிக் கொண்டாள் வேல்விழி.

ராஜன் மீண்டும் மவுனத்தைக் கலைத்தான்.

“தப்பா நெனைக்காதீங்க... நீங்க திடீர்னு அலறியது எனக்கு அதிர்ச்சியா இருந்தது. அதான்...”

“இதுல தப்பா நெனைக்க என்ன இருக்கு? நீங்க என்ன அந்நியரா? என்னோட நலன்ல அக்கறை உள்ளவர். அப்படி இல்லன்னா இப்படி அதிர்ச்சியோட ஆறுதல் சொல்ல தோணுமா? நான்தான் ஏதோ பகல்லேயும் கனவு கண்டு அலறிட்டேன்.”

வேல்விழியின் இனிமையான குரலும் கனிவான முகமும் விகல்பம் இல்லாத சிரிப்பும் ராஜனுக்கு நிம்மதியை மீட்டுத்தந்தது. ‘அப்பாடா. ஒண்ணும் பிரச்சனை இல்ல’ என்றெண்ணி பெருமூச்சு விட்டுக்கொண்டான்.

“சரி, சரி. இதையே நெனைச்சிக் கொழம்பாதீங்க. நீங்க இப்ப முக்கியமான கட்டத்துல இருக்கீங்க. பயிற்சி மருத்துவம் தொடங்கப்போகுது. ஒரு வருஷத்த மூணு மூணு மாசமா பிரிச்சு நோய்த்தடுப்பு, பொது, அறுவை சிகிச்சை, மகப்பேறு என்று நான்கு மருத்துவங்களிலும் பயிற்சி எடுக்கணும். இதெல்லாம் உங்களுக்கே தெரியும். நீங்கதான் சீனியராச்சே. நான் சொல்ல வந்தது என்ன தெரியுமா?”

என்ன சொல்வாள்? பயிற்சி மருத்துவம் முடிஞ்சதும் படிப்பு முடிஞ்சிடும். அதுக்குப் பிறகு நாம காதல் அது இது

பத்தி யெல்லாம் யோசிக்கலாம். பேசிக்கலாம்னு சொல்லப் போறாளோ?!

காலையில் ஏறிய மனநிலையிலிருந்து ராஜன் இன்னும் இறங்கவேயில்லை. வேல்விழியே தொடர்ந்தாள்.

“பயிற்சி மருத்துவத்துக்கு முன்னால் நாம ஒரு சுற்றுலாவுக்குத் திட்டமிட்டிருக்கோம். ஞபாகமிருக்கா”

வேல்விழி கேள்வியால் நினைவூட்டினாள்.

“என்ன! சுற்றுலாவா? எனக்கு ஞபாகம் இல்லியே” ராஜன் அப்பாவியாகத் தவித்தான்.! “எல்லோரும் சேர்ந்துதான் திட்டமிட்டிருப்போம். இல்லன்னா வேல்விழி திடீர்னு சொல்ல வாய்ப்பில்ல. நம்ம மனசுதான் குழம்பிய குட்டையா ஆயிடுச்சி. அலைபாயுது.” வாய் மூடியிருந்தாலும் மனம் பேசிக்கொண்டு தான் இருந்தது.

“பாவம்! உங்களுக்கு எத்தனையோ பிரச்சனை. பரவாயில்ல விடுங்க. வரும் ஞாயிற்றுக்கிழமை நாம முப்பது பேரு பஸ் ஏற்பாடு பண்ணி வைகை அணைக்குப் போகப்போறோம். அதுல விஷ்ணுராமன், சின்னசாமி, வேற காலேஜ் நண்பர்கள் லாம் இருக்காங்கன்னு நாம பேசினது இப்பவாவது ஞாபகம் வருதா”

“வருது? வருது?” முகத்தைக் கொஞ்சம் மலர்ச்சியாக வைத்துக்கொண்டு சமாளித்தான் ராஜன்.

“சுற்றுலான்னா இடங்களை சுத்திப்பாத்து ரசிக்கிறது மட்டு மில்ல. நமக்குள்ளேயே பொழுதுபோக்கு வெளையாட்டு இருக்கு... பாட்டு இருக்கு... சின்னச் சின்ன குறும்புப்போட்டி இருக்கு... இதையெல்லாம் ஞபாகத்துல வச்சிக்கிட்டு தயா ராகுங்க... நான் மருத்துவப்பகுதிக்குப் போறேன்.”

வேல்விழி ‘பை’ சொல்லிவிட்டு காலை உணவு உள்ளே எங்க இருக்கு என்பதையெல்லாம் ஒப்பித்துவிட்டுக் கொஞ்சமும் தாமதிக்காமல் புறப்பட்டுவிட்டாள். ராஜன் இலவுகாத்த கிளி போல் ஏமாற்றத்துடன் எழுந்து காலை உணவைத் தேடினான்.

அந்த ஞாயிறு வந்து விட்டது. வைகை அணை சுற்றுலாவில் முப்பது இளைஞர்கள். ஆட்டங்கள், பாட்டுக்கள், அரசியல் அரட்டை, விவாதம் என்று அந்த இடமே களை கட்டியது. இடையிலே உணவு இடைவேளை.

முப்பது பேர் வீட்டிலிருந்தும் கொண்டுவரப்பட்ட உணவு கள். எப்படிப் பங்கிடுவது? அனைத்தையும் ஒன்றாகக் கலக்க முடியாது

கலந்தால் கேவலமாக இருக்கும். எல்லாரும் எல்லாத்தையும் சுவைக்கணும். என்ன செய்யலாம்? யோசித்து யோசித்து எல்லோர் மூளையும் கொதிச்சுப்போச்சு.

"இப்படி செஞ்சா என்ன?" மூளைச் சூட்டைத் தணிக்கும் ஐஸ் தண்ணீர்போல ஒரு குரல் வந்தது. குனிந்து யோசித்த வர்களும் அண்ணாந்து யோசித்தவர்களும் கண்களை மூடி யோசித்தவர்களும் ஒரே நேரத்தில் அந்தக் குரல் வந்த திசையைப் பார்த்தனர். "என்ன செய்யலாம்?" என்ற ஏக்கத் தோடும் எதிர்பார்ப்போடும் கண்களை அகலவிரித்து, குரல் கொடுத்த வேல்விழியையே உற்றுப் பார்த்துக்கொண்டிருந்தனர்.

எல்லோரை விடவும் ராஜனின் அகல விரிந்த கண் அதிகம் எதிர்பார்ப்பதைக் காட்டியது.

"சொல்லுங்க... சொல்லுங்க..."

"வேல் அக்கா... சொல்லுங்க"

"நீங்க சொன்னா சரியா இருக்கும்"

"சொல்லுங்க... சொல்லுங்க..."

திசைதோறும் மாறி மாறி குரல்கள் வந்தன.

நம்மீது இவ்வளவு நம்பிக்கையா?

வேல்விழிக்குப் பெருமிதத்தால் முகம் பூரித்தது.

"அமைதி... அமைதி... சொல்றேன்... சொல்றதுக்கு முன்னாடி ஒரு குட்டிக் கத... சரியா?"

"சரி... சரி... சரி..." பெண்கள், ஆண்களின் குரல்கள் கலந்து ஒலித்தன.

"ஒரு ஊரில் இணைபிரியா நண்பர்கள் இரண்டுபேர் இருந்தாங்க?"

"முத்து மாணிக்கம்-விஷ்ணுராமன் மாதிரியா... இல்ல..."

"சின்னசாமி... ராஜன் மாதிரியா?" கூட்டத்திலிருந்து குறும்புக் கேள்விகள்...

"யாரா வேணுன்னாலும் வச்சுக்குங்க. அந்த வம்புக்கு நான் வரல... அந்த நண்பர்களோட நட்புக்கு ஒருநாள் சோதனை. அந்த ஊர்ல இருந்த ஒரு பெரியவர் ரெண்டு பேருக்கும் ஒரு போட்டி வச்சார். அது கஷ்டமான போட்டி இல்ல. சாப்பிட்ற போட்டிதான். இதெல்லாம். ஒரு போட்டியான்னு கேட்கத் தோணுதா? அங்கதான் சூக்குமமே இருக்கு... கேளுங்க..."

எல்லோரும் வியப்போடும் ஆர்வத்தோடும் வேல்விழியைப் பார்த்துக்கொண்டிருந்தார்கள்.

“ரெண்டு பேருக்கும் ரெண்டு பெரிய தட்டுல நெய் மணக்கும் சாப்பாடு போட்டாரு. அவங்கள சாப்பிட சொன்னாரு.”

“இது ஒரு போட்டியா? சாப்பிட வேண்டியது தானே.”

ரொம்ப லகுவாக ஒருவரிடமிருந்து பதில் வந்தது.

“கொஞ்சம் இருங்க. அவங்களோட ரெண்டு முழங்கைகளும் மடக்க முடியாதபடி நீளக்குச்சிவைத்துக் கட்டப்பட்டிருந்தது. பிறகு எப்படி சாப்பிடுவது? ஆனா அந்த இணைபிரியா நண்பர்களும் போட்டியில ஜெயிச்சிட்டாங்க... எப்படி? உங்கள்ல யாராவது யோசிச்சு பதில் சொல்லுங்க”

சுற்றி அமர்ந்திருந்த 29 பேரும் ஒருவர் முகத்தை இன்னொருவர் பார்த்துக்கொண்டனர். அக்கம்பக்கமாக ஒருவரோடு ஒருவர் குசுகுசுவென பேசி விடையைத் தேடினர். நீண்டநேரம் கடந்தது.

“நான் சொல்லலாமா?” குரல் வந்த திசையை எல்லோரும் கூர்ந்து பார்த்தனர். ராஜன் அந்தக் குரலுக்கு சொந்தக்காரராக இருந்தார். ராஜனை வியப்பாக மட்டுமல்ல கொஞ்சம் நாணம் கலந்த புன்னகையோடும் வேல்விழி பார்த்தாள். இருந்தாலும் கர்வம் காட்டுவதுபோல், “அப்படியா? பதில் சொல்லுங்க பார்ப்போம்” என்றாள்.

“இரண்டு நண்பர்களின் முழங்கைகளும்தான் மடக்க முடியாமல் கட்டப்பட்டிருந்தன. கைவிரல்களை மடக்கி எதையும் எடுக்க முடியும் அல்லவா? அதனால் அவர்கள் உணவைக் கையால் எடுத்து ஒருவர் இன்னொருவருக்கு ஊட்டிவிட்டு போட்டியில் வெற்றி பெற்றனர்”.

அனைவரும் மிகுந்த உற்சாகத்துடன் கை தட்டினர். வேல்விழியின் கைதட்டல் ஒலி பலமாகத் தனித்துக்கேட்டது. சின்னசாமியும், முத்துமாணிக்கமும், விஷ்ணுராமனும் எழுந்து நின்று ராஜனைக் கட்டியணைத்து வாழ்த்து தெரிவித்தனர். வேல்விழியும் மற்ற சில பெண்களும் கை குலுக்கி பாராட்டுக்களை தெரிவித்தனர்.

“அமைதி... அமைதி... அமைதி...”

வேல்விழி, கூட்டத்தை இயல்பு நிலைக்குக் கொண்டுவந்தாள்.

“என் கேள்விக்கு பதிலை மட்டுமல்ல இப்போதைய பிரச்சனைக்கான தீர்வையும் ராஜன் கூறிவிட்டார்.”

வேல்விழி சொன்னது புரியவில்லை. மொட்டைத் தலைக்கும் முழங்காலுக்கும் முடிச்சுபோடுவதாக நண்பர்கள் குழம்பினர்.

“புரியலையா? ஒவ்வொருவரும் கொண்டுவந்திருக்கிற உணவை எடுத்து எல்லோருக்கும் ஒருவாய் ஊட்டி விட வேண்டும். இப்படி செய்தால் எல்லார் உணவையும் எல்லாரும் ஷேர் பண்ணிக்கலாமில்ல? அத்தோடு நம்மளோட நட்பு காலத்துக்கும் நினைவில் இருக்குமில்ல...”

வேல்விழி சொல்லி முடிப்பதற்குள் அவளது வார்த்தைகள் காதுக்கு வராத அளவுக்குக் கைதட்டல் ஒலி காற்றில் கலந்தது. ஏ... ஏ... ஏ... என்று எல்லோரும் குதித்தனர். அந்தக் குதிப்போடு அவரவர் உணவுப் பாத்திரத்தையும் திறக்க ஆரம்பித்தனர். ஆளுக்காள் ஊட்டிவிடுவதும் தொடங்கியது. ஆண் பெண் என்ற வேறுபாடு இல்லாமல் மகிழ்ச்சியோடு உணவைப் பகிர்ந்துகொண்ட அந்தக் கண்கொள்ளாக் காட்சியை ராஜனும் வேல்விழியும் கண்டு ரசித்தனர். விடுகதை சொன்னதற்காக வேல்விழிக்கு ராஜனும் விடை சொன்னதற்காக ராஜனுக்கு வேல்விழியும் கண்களாலேயே மகிழ்ச்சியை, நன்றியைப் பரிமாறிக்கொண்டனர். இவர்களுக்கும் அவ்வப்போது சிலர் உணவை ஊட்டிவிட்டனர். நட்புக்கு இப்படியொரு திரு விழாவா?

மீண்டும் முப்பது பேர் வட்டம் உருவானது. பந்தொன்று கொண்டுவரப்பட்டது. அந்தப் பந்தினை மாற்றி மாற்றி தூக்கிப்போட வேண்டும். பந்தினைப் பிடிக்கத் தவறுகின்றவர் நடுவில் வைக்கப்பட்டிருக்கும் பெட்டியிலிருந்து ஒரு சீட்டை எடுக்க வேண்டும். அந்தச் சீட்டில் என்ன எழுதியிருக்கிறதோ அதை அவர் செய்யவேண்டும். பாட்டு, நடனம், நடிப்பு, கோமாளிபோல் சேட்டை செய்வது. ஒரு தலைவர்போல் அல்லது ஒரு பேராசிரியர் போல் குரலை மாற்றி பேசுவது என்று பலவிதமாக இருக்கும். ஆணுக்கு நடனம் என சீட்டுவரும் போது அந்த வட்டமே குதூகலிக்கும். எப்படி ஆடப் போகிறார் என ஆர்வத்தோடு எதிர்பார்ப்பு. ஆடும்போது கேலியும் கிண்டலும் கெக்கலிப்பும் ஆடியவர் வெட்கப்பட்டுக் கொண்டே ஓடிவந்து உட்கார்வதும் அடுத்தவர் மீண்டும் மையத்திற்குத் தள்ளிவிடுவதும் என அந்த இடமே களை கட்டியது.

எல்லாவற்றையும் கண்டு களித்து கைதட்டி ரசித்துக் கொண்டிருந்த ராஜனுக்கும் வேல்விழிக்கும் ‘செக்’ வைக்கக் காத்திருந்தான் - போட்டி நடத்தும் ஃபசலுல்லா.

“நமக்கெல்லாம் விடுகதை போட்ட வேல்விழிக்கும் அதற்கு விடை சொல்லி குழந்தைக்கு சாப்பாடு ஊட்ட இப்போதே பழக்கப்படுத்திய ராஜனுக்கும் கடுமையான போட்டி காத்திருக்கிறது. காணத் தயாராகுங்கள்” என்று ஃபசலுல்லா கட்டியம் கூறும்போதே எல்லோரிடமும் உற்சாகம் தொற்றிக்கொண்டது.

“ராஜன் இப்போது வேல்விழியிடம் அன்பையும் காதல் உணர்வையும் நாடக பாணியில் வெளிப்படுத்த வேண்டும். எதையும் காப்பியடிக்காமல் ஒரிஜினலாக இருக்க வேண்டும். அதற்கு ரெண்டு நிமிடம் அவகாசம் எடுத்துக்கொள்ளலாம்.”

“ஃபசலுல்லா விளையாட்டுக்காக சொன்னாலும் இந்த நடிப்பே உண்மையாக இருந்துவிடக்கூடாதா” என்று இருவரின் மனங்களும் ஏங்கின.

வேல்விழியிடம் மன உணர்வுகளை வெளிப்படுத்த இது சரியான நேரம். விளையாட்டுத்தான் என்றாலும் இதுபோல் ஒரு நேரம் கிடைக்காதா என்று காத்திருந்த ராஜன்... வேல்விழியை மனம் திறந்து பாராட்டிப் பேசினான்.

“வேல்விழி! உனது நீண்ட கருங்கூந்தலின் சுருள் முடிகள் காற்றில் அசைந்து இசையாக மாறுகிறது. மரக்கிளைகளில் இருக்கும் பறவைகள் அதைக்கேட்டு மகிழ்கின்றன.”

“ஹே... ராஜன் நடிகராவே ஆயிட்டாரு... கற்பனை பிரமாதம்... நண்பர்களின் கைத்தட்டல் உற்சாகத்தோடு நடிப்பு தொடர்ந்தது.

“உன் கூந்தலில் உள்ள நறுமணத்தால் மல்லிகைப் பூக்கள் வெட்கப்பட்டு முகம்வாடி சுருங்குகின்றன. இவ்வளவு சிறப்பு வாய்ந்த உனக்கு என் காதலைக் காணிக்கையாக்குகிறேன்.”

ராஜன் தரையில் மண்டியிட்டு வேல்விழியின் வலதுகை மோதிர விரலைப் பிடித்து ஏற்கெனவே தயாராக வைத்திருந்த மோதிரத்தை அணிந்தான்.

“தத்ரூபமான நடிப்பு. சினிமாவுக்குப் போனா சிவாஜியை ராஜன் மிஞ்சிடுவாரு” என்ற குரலோடு கரவொலியும் கலந்துகொண்டது.

“ராஜன் நடித்தாரா? உண்மையில் இப்படி மனதைத் திறக்க நேரம் பார்த்துக் காத்திருந்தாரா? பேசியதோடு நிறுத்தாமல் என் விரலைப் பிடித்து மோதிரத்தையும் போட்டிருக்கிறாரே! அப்படியென்றால் ஏதாவதொரு சந்தர்ப்பம் கிடைக்காதா என மோதிரத்தோடு காத்திருந்தாரோ? எப்படியிருந்தாலும் ராஜன் மனதில் நான் இடம் பிடித்திருக்கிறேன். அதுபோதும்!”

இன்பமும் அதிர்ச்சியும் இழைகளாய் ஓட வேல்விழியின் மனம் காதல் ஆடையை நெசவு செய்தது. இடையில் பாவுநூல் அறுந்துவிடுவது போல நண்பர்களின் ஓங்கி ஒலித்தக் குரல்கள் “ராஜன் மண்டியிட்டுக் கேட்டதற்கு பதில் சொல்லுங்க வேல்விழி” என்றன.

வேல்விழிக்குத் தொண்டை அடைக்கிறது. வார்த்தைகள் வர வில்லை, வாய்பேச முடியவில்லை. ஒருவழியாகத் தன்னை சமாளித்துக்கொண்டு, ஒரே வரியில், “இன்று நான் பிறவிப் பயனைப் பெற்றேன்” என்கிறாள். இந்த வார்த்தைகள் காற்றில் மிதந்துவந்தவை அல்ல, வேல்விழியின் அடிமன ஆழத்தி லிருந்து ஊற்றாய் பீறிட்டவை.

கைதட்டல், கும்மாளம், கொண்டாட்டம், “வாழ்க வாழ்க” என்று வாழ்த்துக் குரல்கள், பெண்கள் வேல்விழியையும், ஆண் கள் ராஜனையும் சூழ்ந்து கொண்டு தெரிவித்த பாராட்டுகள், கைகுலுக்கல்கள்...

கண்களை நீர்த்திவலைப்படலம் மங்கலாக்க மோதிரத்தை வேல்விழி பார்த்துப் பெருமிதம் கொண்டாள். இந்த நினைவு கள் அவளை மேலும் தூங்கவிடாமல் செய்தன. கட்டில் காலின் முகப்பைப் பிடித்தபடி முகத்தைப் படுக்கையில் சாய்த்துக் கண்களை மூடினாள்.

❐

16

இந்தியாவின் தேசியக் கொடியோடும், 'விருந்தோம்பல்' பண்பாட்டின் சின்னமாக மீசைக்காரரின் இன்முக வரவேற்பு இலச்சினையோடும் ஏர் இந்தியா விமானம் பறந்து கொண்டிருந்தது. ராஜாளியைப்போல் இறக்கைகளை விரித்துப் பறக்கும் அந்த விமானம் அமெரிக்காவில் தரையிறங்க ஆறுமணி நேரத்திற்குமேல் ஆகும். உள்நாட்டிலேயே அதிகம் பயணம் செய்யாத... பயணம் செய்ய விரும்பாத ராஜன் இப்போது ஏர்இந்தியா விமானத்தில்... கனவிலும் நினைத்துப் பார்க்காத நிஜம்... யாருக்காக? யாரால்? இந்தப் பயணம். நினைப்பில் இனிப்பும் கசப்பும் கலந்திருந்தன.

வேல்விழியின் விருப்பம் வெம்பிப்போகாமல் கனிந்திருந் தால் விமானப் பயணத்திற்குத் தேவையில்லாமல் போயிருக்க லாம். சிவப்பட்டியில் மருத்துவ சேவை... அப்படியே கொஞ்சம் விரிவடைந்தால் மதுரை வரை மக்களோடு மக்களாய் கலந்து கரைந்துவிட எண்ணியவர்கள் இருவரும். இதற்கு அச்சாரமாக ராஜன் மருத்துவப்படிப்பை முடித்தவுடன் போஸ்டிங்கிற்கு மதுரை மாவட்டத்தைத் தேர்வு செய்திருந்தார். சிவப்பட்டி அருகே உள்ள ஆரம்ப சுகாதார மையத்தில் அவருக்குப் போஸ்டிங் வந்தது.

இது ஒருவகையில் ராஜனுக்கு மகிழ்ச்சிதான். மறுபக்கம் வேல்விழிக்கும் ராஜன் அருகிலேயே இருக்கிறார் என்ற நிம்மதி. அதோடு பழம் நழுவி பாலில் விழுந்து அதுவும் நழுவி வாயில் விழுந்ததுபோல் ஒரு வாய்ப்பு வேல்விழியைத் தேடி வந்தது. இவளுக்கு சீனியரும் நண்பருமான டாக்டர் ரத்திவிக்காவும் அவரது கணவர் டாக்டர் பாஸ்கரனும் சிவப்பட்டி ஆரம்ப சுகாதார மையத்தில் வேலை பார்த்தனர். ராஜன், வேல்விழிக்கு வேண்டியவர் என்பது ரத்திவிக்காவுக்கும் தெரியும். அதனால் அவளிடம் கோரிக்கையை வைத்தார். அதுவும் வித்தியாச மானது.

பொதுவாகக் கணவனும் மனைவியும் ஒரே இடத்தில் வேலைபார்க்க வேண்டும் என்றுதான் விரும்புவார்கள். ஆனால் ரத்திவிக்காவோ கணவரும் தாமும் வேறுவேறு இடத்தில் வேலை பார்க்க வேண்டும் என்று விரும்பி அதையே வேல்விழி யிடம் கூறினார்.

“வீட்டில் நாங்கள் ஒருவரை ஒருவர் பார்த்துக்கொண்டிருக் கிறோம். வேலைக்கு வருகிற இடத்திலும் அதே மாதிரி இருப்பது அலுப்பா இருக்கு! வேறவேற இடத்துல வேலபார்த்துகிட்டு வீட்டுக்கு முன் பின்னா வந்து ஒருவரை ஒருவர் எதிர்பார்த்துகிட்டிருந்தாதானே ஒரு சுவாரஸ்யம் இருக்கும்?”

‘டாக்டர் ரத்திவிக்கா நம்மகிட்ட எதுக்காக இதையெல்லாம் சொல்றாங்க? இவங்க வேற வேற எடத்துல வேலை செய்யற துக்கு நாம ஒண்ணும் தடையா இல்லையே. ம்... ஏதோ மனசுல இருக்கிற சுமைய நம்மகிட்ட இறக்கிவச்சி ஆறுதல் அடைய றாங்க போலிருக்கு’ என்று உள்ளுக்குள்ளேயே சொல்லிக் கொண்டாள் வேல்விழி. ரத்திவிக்காவே தொடர்ந்தார்.

“அதனால... வேல் மனசு வச்சா எனக்கு உதவி செய்ய முடியும்...” என்றார்.

“என்ன டாக்டர் சொல்றீங்க? நான் எப்படி உங்களுக்கு உதவி செய்ய முடியும்?”

“சொல்றேன் வேல்விழி. டாக்டர் ராஜன் உங்களுக்குத் தெரிஞ்சவரு. நல்லா நெருக்கமா பழகுறவரு. அவரு பக்கத்து ஊர்ல இருக்கிற ஆரம்ப சுகாதார மையத்துல வேலையில சேர்ந்திருக்காரு. அவர்கிட்ட பரஸ்பர பணிமாறுதல் கேக்கச் சொன்னா... பாஸ்கர் அங்கே போயிடுவாரு. ராஜன் சிவப் பட்டிக்கு வந்துடுவாருல்ல?”

ரத்திவிக்காவின் யோசனை தண்ணீரில் கல் விழுந்தது போல் சிறிது நேரம் கலக்கிவிட்டது. இருந்தாலும் அது வெகுநேரம் நீடிக்காமல் இவருக்கும் மூளையில் ஒரு பொறிதட்டியது. பழம், பாலில் விழுந்து அது வாயிலும் விழுகிறது. ஏன் சாப்பிடத் தயங்க வேண்டும். ராஜன் சிவப்பட்டிக்கு மாற்றலாகிவந்தால் அவர் மக்களுக்கு செய்யும் மருத்துவ சேவை சிறப்பாக அமையும். இதனால் ஏற்படும் நற்பெயர் நாம் நினைத்ததை நிறைவேற்ற உதவலாம் என்று எண்ணினாள். அதனால் ரத்திவிக்கா கூறியதை ஏற்றுக்கொண்ட வேல்விழி உடனடியாக ஏற்பாடு செய்ய முனைப்பு காட்டினாள்.

விதைத்த கீரை விதை தண்ணீர் பட்ட சில நாளிலேயே முளைத்துவிடுவதுபோல் பரஸ்பர விருப்பமாற்றம் என்பதால் உடனடியாகப் பயன் விளைந்தது. ராஜன் சிவப்பட்டிக்கு

மாற்றலாகிவிட்டார். இவருக்குப் பொறுப்பு அதிகாரியாக ரத்திவிக்கா இருந்தது ரொம்பவும் வசதியாகிப்போனது. அவரது விருப்பத்தின்பேரில் மாற்றலாகி வந்ததால் வேலைப் பிரிவினையில் நல்ல புரிதல் இருந்தது. வெளிநோயாளிகள் பார்வை நேரத்தையும், பக்கத்து கிராமங்களுக்கு செல்லும் நாட்களையும் ஒருவருக்கொருவர் கலந்துபேசி பகிர்ந்து கொண்டார்கள். வார விடுப்பிலும் பிரச்சனை இல்லாமல் ரத்திவிக்காவுக்கு சனிக்கிழமை ராஜனுக்கு ஞாயிற்றுக்கிழமை என்ற முடிவுக்கு வந்தனர். இது வேல்விழிக்கும் சாதகமாக அமைந்தது. அவருக்கும் ஞாயிற்றுக்கிழமை விடுமுறை. ராஜனோடு கூடுதல் நேரம் செலவிட முடிந்தது.

ரேவதி வீட்டில் தான் ராஜன் தங்கியிருந்தார். சீனியர் பயிற்சி மருத்துவம் முடிந்ததும் ரேவதி வீட்டிற்குச் செல்லும் வேல்விழி சுகாதார மைய அனுபவங்களை ராஜனிடம் கேட்டுத்தெரிந்து கொள்வாள். அதில் ஒரு சுவாரஸ்யம் இருந்தது. பாடமாகப் படிப்பதற்கும் அதனைக் களத்தில் செயல்படுத்தும்போது மக்கள் மனநிலைக்கும் மலைக்கும் மடுவுக்குமான ஏற்றத்தாழ் வுடன் இருந்தது. இது வியப்பை மட்டுமல்ல கொஞ்சம் வேதனையையும் ஏற்படுத்தியது.

வயிற்றுப்போக்கு ஏற்பட்டால் உப்புக்கரைசலில் சர்க்கரை கலந்து சாப்பிடுவது எளிய மருத்துவமுறை. முக்கியமான முதலுதவி. ஆனால் வயிற்றுப்போக்கு என்றாலே காளியாத் தாள் புகுந்து காலரா நோயை ஏற்படுத்திவிட்டதாகப் பற்றவைத்துவிடுவார்கள். இது அக்கம்பக்கமாகப் பற்றிக் கொள்வதோடு இதற்குப் பரிகாரமாக மந்திரித்துத் தாயத்து கட்டத் தொடங்கிவிடுவார்கள். கோயிலுக்குப் போய் வேண்டுதல் செய்வார்கள். வயிற்றுப்போக்கு நின்றுவிட்டால் நேர்த்திக்கடன் செய்யவும் தவறுவதில்லை. படிக்காத ஏழைகளை மட்டுமல்ல கொஞ்சம் படித்த, வசதி உடையவர் களையும் மூடநம்பிக்கை விட்டு வைக்கவில்லை. மணல்வாரி அம்மை, சின்னம்மை நோயால் குழந்தைகள், பெரியவர்கள் பாதிக்கப்பட்டாலும் வைத்தியம் செய்துகொள்ள மாட்டார் கள். பாரம்பரியமாக வேப்பிலை கட்டுவது, வீட்டிற்குள்ளேயே ஒதுக்கிவைப்பது, தண்ணீரில் வேப்பிலை போட்டு வெயிலில் வைத்துத் தலைக்கு ஊற்றுவது என்பதுதான் நடந்தது. இது மாதிரியான மக்களின் சிந்தனையில்லாத நம்பிக்கைகளில் அறிவியல் மங்கிப்போகத்தான் செய்கிறது. இதிலிருந்து விழிப்பை ஏற்படுத்த ராஜனும், ரத்திவிக்காவும் கிராமங்களுக்கு செல்வார்கள். நோய்கள்,

அதற்கான வைத்திய முறைகள் பற்றியும் விளக்குவார்கள். அரை மணி நேரம் பேசினாலும் அரைகுறையான பயன்தான் கிடைக்கும். குழந்தைகளுக்கு வயிற்றுப்போக்கு என்றால் மாந்தம் என்பது, குடலேற்றம் என்பது, அதற்காக உள்ளூரில் பிள்ளைப்பேறு பார்க்கும் பெண்களிடம் சென்று எண்ணெய் உருவுதல், உச்சி தூக்குதல் என்றுதான் வைத்தியம் செய்வார்கள். உரிய மருந்து மாத்திரை கள் கொடுத்தால் வாங்கிக்கொள்வார்கள். பயன்படுத்துவது குறைவுதான்.

சில குழந்தைகள் சத்தான உணவு இல்லாததால், போதிய தாய்ப்பால் கிடைக்காததால் உடல் மெலிந்து போயிருக்கும். அந்தக் குழந்தைக்குத் தேவையானதைக் கொடுக்க முன்வராமல் தோஷம் என்று கயிறு, தாயத்து கட்டுவார்கள். கால்களும், உடலும் மெலிந்து, கண்கள் பெரிதாக, முகம் ஒடுக்கு விழுந்த அலுமினியப் பாத்திரம் போல் இருக்கும் ஒரு விலங்கினம் தேவாங்கு. நோயால் வாடிய குரங்கு என்றுகூட சொல்லலாம். அந்தத் தேவாங்கை வைத்துப் பிழைப்பு நடத்துபவரை அழைத்து அதனைக் குழந்தை மேல் உருட்டி எடுத்துத் தாயத்தும் கட்டிவிட்டால் பிள்ளை குண்டாகிவிடும் என்றொரு நினைப்பு.

கிராம மக்களிடம் உள்ள அறியாமையைப் பயன்படுத்தி இப்படி எத்தனையோ பேர் பிழைப்பு நடத்தினார்கள். நாட்டுக்கு விடுதலை கிடைத்தாலும் மூடநம்பிக்கைகளிலிருந்து விடுதலை அடைவது எளிதானதாகத் தெரியவில்லை. முழு விடுதலை உடனே கிடைக்காது என்றாலும் அறிவியலாகப் படித்ததைப் பயன்படுத்தி ஓரளவுக்காவது அறியாமை இருளிலிருந்து வெளிச்சத்துக்குக் கொண்டுவரும் முயற்சிகளை ராஜனும், ரத்திவிக்காவும் செய்தனர். பெண்களே இவர்களின் இலக்கு. ஆண்களில் பெரும்பாலோர் உடும்புப்பிடியாக இருந்தார்கள். சொன்னதைக் காது கொடுத்துக் கேட்காவிட்டாலும் பரவா யில்லை. விதண்டாவாதமாகக் கேள்விகேட்டுத் தங்களின் ‘அறி வுடைமை’யை நிரூபிக்க முயற்சி செய்வது தான் விசித்திரம்.

மருத்துவமனையில் படித்ததைவிட மக்களிடம் படித்தது தான் சமூகத்தை சரிவர புரிந்துகொள்ள உதவியது. நடக்க வேண்டிய தூரம் எவ்வளவு இருக்கிறது என்பதும் தெரிந்தது. சலித்து நின்று விடாமல் ஒவ்வொரு நாளும் சமாளித்து எதிர்நீச்சல் போட்டு முன்னேற மன உறுதியின் தேவையை அறியவைத்தது. அறியாமைப் பள்ளத்திலிருந்து கைப்பிடித்து மேலேற்றும்போது

கிடைக்கிற ஒவ்வொரு வெற்றியும் மருத்துவம் படித்ததற்குத் தங்கமெடல் கிடைத்தது போன்ற உணர்வைத் தந்தது.

சிவப்பட்டி ஆரம்பசுகாதார மையத்தில் ராஜன் வேலை பார்த்தபோது சில விஷயங்கள் சவாலாக இருந்தன. பெண் களின் பேறுகால இறப்பு, சிசுமரணங்கள் பலரது வாழ்க்கையை சூனியமாக்கின. குழந்தை ஆரோக்கியமாகப் பிறந்து தாய் இறந்து விட்டாலும் தாய் ஆரோக்கியத்தோடு இருந்து குழந்தை இறந்து பிறந்தாலும் பிறந்தபின் இறந்தாலும் அவர்களின் குடும்பத்தில் விளக்கு அணைந்து இருள் கப்பிக்கொள்ளும். இதனை சரிசெய்ய ராஜனும், ரத்திவிக்காவும், பாஸ்கரனும் பெரும் முயற்சி செய்தார்கள். உடல் சார்ந்த நோய் என்பதோடு இதில் மனதும் சம்பந்தப்பட்டிருந்தது.

கிராமப்புற திருமணங்கள் சட்டத்திற்கு உட்பட்டவை அல்ல, அது சமுதாயத்திற்கும் - சாதிக்கும் - முறைமாமனுக்கும் - வாழ்க்கை வசதிக்கும் கட்டுப்பட்டிருந்தது. பெண்கள் இங்கே மஞ்சள் குங்குமம் வைத்து மாலை சூட்டப்பட்ட பலியாடுகள் தான். பெண் வயதுக்கு வந்துவிட்டால் ஓராண்டு, ஈராண்டுக்கு மேல் வீட்டில் வைத்திருப்பது கவுரவப் பிரச்சனையாகப் பார்க்கப்பட்டது. ஏதோ ஒரு பொருள் விற்பதற்குத் தயாராகியும் விற்கப்படாமல் அல்லது விற்க முடியாமல் கிடப்பது போல பலரது விசாரிப்புகள் பெற்றவர்களை ஊசிகளாய்க் குத்தும்.

இந்த வலிதாங்காமல் பதினெட்டு வயதுக்கு முன்னதாகவே பல பெண்களுக்கும் திருமணம் ஆகிவிடும். குடும்பப்பொறுப் பையும் சுமந்து வயிற்றில் குழந்தையையும் சுமந்து ஆண்கள் சாப்பிட்டப் பிறகுதான் பெண்களுக்கு சாப்பாடு என்ற கட்டுப்பாட்டுக்கும் உட்பட்டு வேளா வேளைக்கு சத்தாக சாப்பிடாமல் பெண்கள் பெரும்பாலும் ரத்தசோகையால் பாதிக்கப்பட்டனர். பிரசவத்தில் பெண்கள் இறப்பது, பிறந்த குழந்தைகள் இறப்பது. எடை குறைவாகக் குழந்தைகள் பிறப்பது, குறை பிரசவம் இதற்கெல்லாம் பெரும்பாலும் ரத்தசோகை காரணமாக இருந்தது. தாயையும் குழந்தையையும் காப்பற்றவும் ஆரோக்கியத்திற்கும் இரும்புச்சத்து ஃபாலிக் மாத்திரைகள் அரசுகளால் இலவசமாக வழங்கப்பட்டன. இந்த மாத்திரைகள் கருப்பு நிறத்தில் இருக்கும்.

அவ்வளவுதான்! மாத்திரைகளை பார்த்ததுமே பெண்களின் முகம் மாறிவிடும். கருப்பு மீதான வெறுப்பு மாத்திரைகள் மேல்

ஏறிக்கொள்ளும். சிலர் வாங்கமாட்டார்கள், சிலர் வாங்கினாலும் சாப்பிடமாட்டார்கள். கருப்பு மாத்திரைகளைச் சாப்பிட்டால் குழந்தை கருப்பாகப் பிறந்துவிடும் என்பது கர்ப்பிணிப் பெண்களின் கவலை. கருப்பு நிறத்தைச் சொல்லி கல்யாணங்கள் நின்றுபோன கதைகளெல்லாம் அவர்களின் நினைவுக்குவரும். கருவில் இருக்கும் குழந்தையை சிவப்பாக்க அவர்கள் கண்டுப்பிடித்திருந்த வழி குங்குமப்பூ சாப்பிடுவது. பாலில் கலந்தோ வேறு முறையிலோ அதைச் சாப்பிட்டால் குழந்தை சிவப்பாகத்தான் பிறக்கும் என்று அதீத நம்பிக் கையோடு இருப்பார்கள்.

நம்பிக்கையில் ஊறிப்போன மனக்கறைகளை எந்த சோப்பு போட்டுக்கழுவுவது? மீண்டும் மீண்டும் பேசுவதுதான் ஒரேவழி. ராஜன், ரத்திவிக்காவோடு வேல்விழியும் சேர்ந்து கொண்டார். அவருக்கு சொந்த ஊர் என்பதாலும் அவரது அப்பா ஊர்த்தலைவர் என்பதாலும் மக்கள் வேல்விழி மீது மதிப்பும் மரியாதையும் வைத்திருந்தனர். பழகும் முறையால் தனிப்பட்ட பாசமும் இருந்தது. வா அக்கா, வாம்மா, வா வேலு என்று வேறுவேறு வார்த்தைகளில் பாசம் வெளிப்பட்டது. எதையும் புரியும்படி உதாரணங்களோடு விளக்குகிற வேல்விழி சொல்வதை உள்ளூர் பெண்கள் கூர்ந்து கவனித்தனர். கருப்பாயிருந்தாலும் மாத்திரைகளை சாப்பிட முன்வந்தனர்.

அடுத்த அடுத்த ஆண்டுகளில் இதற்குக் கைமேல் பலன் கிடைத்தது. பிரசவ காலத்தில் பெண்கள் இறப்பதும் குழந்தை கள் இறப்பதும் குறைந்துபோனது. எலும்புமேல் தோல் போர்த்தியது போல் சவலைக் குழந்தைகள் பிறப்பதும் குறைந்தது. தேவாங்குகளுக்கும் கயிறுகள் தாயத்துகளுக்கும் தேவை இல்லாமல் போனது. மருத்துவம் படித்தவர்களுக்கு வேறெது மகிழ்ச்சியாக இருக்க முடியும்.

சிவப்பட்டியில் மட்டுமல்ல பக்கத்து கிராமங்களின் பெண்களையும் அவர்களின் வயதுக்கேற்ப உறவுமுறை வைத்து அழைத்த வேல்விழியின் அணுகுமுறை ரொம்பவும் சிறப்பாக இருந்தது. இவள் எப்பொழுதும் எதையும் கற்றுக்கொடுத்தப் படியே இருக்கிறாள்.

இவள் எனக்குத் தோழி, ஆசிரியர், வழிகாட்டி என்று சொல்லத்தோன்றியது ராஜனுக்கு. வாழ்நாள் முழுவதும் இவள் என்னுடன்... எனக்காக... என்றிருந்து விட்டால்...

முக்கல்... முனகலோடு... அம்மா... அம்மா... என்ற அலறலோடு ஒரு பெண் ஸ்ட்ரெச்சரில் கொண்டுவரப்பட்டது ராஜனின் கனவைக் கலைத்துப் போட்டது. அந்தப் பெண்ணுக்கு முப்பது வயதிருக்கும். ஏற்கெனவே மூன்று குழந்தைகள். வீட்டிலேயே சுகப்பிரசவம். இப்போது நான்காவது குழந்தை. சாதாரணமாக வரமுடியாது என்பதுபோல் கர்ப்பப்பையில் அது குறுக்காகப் படுத்திருந்தது. இதனால் தலைப்பகுதி கீழே இறங்கவில்லை. வழக்கமாகப் பிரசவம் பார்க்கும் மருத்துவச்சி, தன்னால் முடியாதென்று கை விரித்துவிட்டார்.

ஆபத்தான நிலையில் பிரசவ கேஸ், என்ன செய்வது? ரத்திவிக்காவுக்கும் இன்று வாரவிடுப்பு. கொண்டுவரப்பட்ட பெண்ணின் நாடித்துடிப்பும் குழந்தையின் இதயத் துடிப்பும் சீராக இல்லை. ராஜனுக்குக் கையும் ஓடவில்லை... காலும் ஓடவில்லை... இருந்தாலும் முதலுதவியாக ஆக்சிஜனுக்கு ஏற்பாடு செய்து நரம்பு மூலம் திரவ மருந்துகளையும் செலுத்தினான். ஆம்புலன்ஸ் மூலம் மதுரை மருத்துவமனைக்கு அழைத்துச்செல்லும் பரபரப்பில் இருந்தான். வேல்விழியிடம் ஏதாவது ஆலோசனை கேட்கலாம் என்றால் தொலைபேசி ஒத்துழைக்கவில்லை.

ராஜனை நோக்கி சீனியர் செவிலியர் வந்தார். இவர் மதுரை அரசு மருத்துவமனையில் மகப்பேறு மருத்துவப்பகுதியில் அதிக நாட்கள் வேலைபாரத்தவர். பதவி உயர்வு வேண்டாம் என்று உதறிவிட்டு சொந்த ஊருக்கு சேவை செய்வதற்காகவே சிவப்பட்டிக்கு மாற்றல் கேட்டு வந்தவர்.

“டாக்டர்! இங்கிருந்து மதுரைக்கு முப்பது கிலோமீட்டர். ஹாஸ்பிட்டலுக்குப் போக ஒரு மணி நேரம் ஆகிவிடும். அதற்குள் தாயைக் காப்பாற்றுவது முடியாது. குழந்தையும் உயிரோடு பிறக்குமா என்பது சந்தேகம்...” “நீங்க சொல்றது சரிதான் சிஸ்டர். எனக்கு வேற என்ன வழியிருக்கு? டாக்டர் ரத்திவிக்காவும் இல்லை, டாக்டர் வேல்விழிக்கும் லைன் கெடைக்கல...”

“இல்ல டாக்டர் ஏற்கெனவே டாக்டர் வேல்விழி இங்க சிசேரியன் செய்திருக்கிறார். நீங்களும் உதவி செய்திருக்கிறீர்கள். இப்போதும் உங்களால் முடியும். நம்பிக்கையோடு ஆபரேஷன் செய்ங்க. தாயையும் பிள்ளையையும் காப்பாற்றிய புண்ணியமும், பெருமையும் உங்களுக்குக் கிடைக்கும்”

'புண்ணியம் கெடைக்குதோ இல்லியோ? பெருமை கிடைக்கும். ஆனால் ஏதாவது பிசகாகிவிட்டால்... பேரு ரிப்பேரா யிடுமே.'

ராஜன் யோசித்தார். சீனியர் செவிலியர் திரும்பத்திரும்ப வற்புறுத்தியதால் நடப்பது நடக்கட்டும் என்று சிசேரியன் செய்ய முடிவு செய்துவிட்டார். எதற்கும் கடைசியாக ஒருமுறை வேல்விழியைத் தொடர்பு கொள்ளலாம் என்று தொலை பேசியில் அழைத்தார். லைன் கிடைத்துவிட்டது. அப்பாடா!

இனிமேல் கவலை இல்லை. கத்தியைவிட வேல்விழியின் புத்தியைக் கொண்டு வெற்றிகரமாக சிசேரியன் நடந்துவிடும். அவளின் குரல் கேட்டாலே போதும். பக்கத்தில் இருந்து வழிகாட்டுவது போன்ற உணர்வு வந்துவிடும்.

இது உண்மைதான் என்பதுபோல் தாயும் சேயும் காப்பாற்றப்பட்டுவிட்டனர். ராஜனுக்கு நிம்மதியும் சீனியர் செவிலியருக்கு மகிழ்ச்சியும் ஏற்பட்டது. தொலைவிலிருந்து ஆலோசனை சொன்ன வேல்விழி வெற்றியை அறிந்து பெருமிதம் கொண்டாள். கூடுதல் பராமரிப்புக்காகத் தாயும் சேயும் மதுரை அரசு மருத்துவமனைக்கு ஆம்புலன்சில் அனுப்பி வைக்கப்பட்டனர். ராஜனும் உடன் சென்றிருந்தார். ஆரம்ப சுகாதார நிலையத்தில் சிக்கலான பிரசவம் வெற்றி கரமாக நடந்ததைப் பாராட்டி பத்திரிகைகள் செய்தி வெளி யிட்டன. மருத்துவமனை டீனும் மாவட்ட சுகாதார அதிகாரியும் ராஜனைப் பாராட்டினார்கள். தனக்குக் கிடைத்த எல்லாப் பெருமையும் வேல்விழிக்கே சமர்ப்பணம் என்று ராஜன் மனுதுக்குள் பதியவைத்துக்கொண்டார்.

தீபாவளிப் பண்டிகை கோலாகலமாகக் கொண்டாடப் பட்டாலும் வெடியின் சிறு பொறி குடிசை வீட்டில் விழுந்து தீப்பற்றி, பதற்றத்தை எற்படுத்துவதுபோல் ராஜனின் இந்த மகிழ்ச்சிக்குப் பின்னால் ஒரு நெருடல் இருந்தது.

குழந்தை பெற்ற பெண்ணுக்கு வயது முப்பதுதான். இதற்குள் நான்கு குழந்தைகள் என்றால்... மீதி வயதில் இந்தப் பெண்ணின் நிலை? பெண் என்றால் குழந்தைகளை பெற்றுத்தரும் எந்திரமா? என்பது ஒருபக்கம். மக்கள் தொகை பெருகிக்கொண்டே இருந்தால் நாட்டின் வளர்ச்சி கேள்விக்குறி ஆகிவிடாதா? என்பது இன்னொருபக்கம்.

ஒரு டாக்டராகவும் அக்கறையுள்ள குடிமகனாகவும் குடும்பக்கட்டுப்பாடு திட்டத்தை மக்களிடம் கொண்டு செல்வதில் ராஜன் தீவிரம் காட்டினார். சிவப்பு முக்கோணம் போட்டு மூன்று மூலைகளிலும் மூன்று குழந்தைகள் படத்தை வரைந்து தம்பதியரை இன்னொரு பக்கத்தில் வரைந்து சுவர்களை அழகுபடுத்தும் வேலை விறுவிறுப்பாக நடந்தது.

இரண்டுக்குப் பிறகு இப்போது வேண்டாம். மூன்றுக்குப் பிறகு எப்போதும் வேண்டாம் என்று ஆரம்பித்த குடும்பக் கட்டுபாடு திட்டம் நாம் இருவர் நமக்கு இருவர் என்று குடும்பநலத் திட்டமானது. ஒன்று பெற்றால் ஒளிமயம் என்று இலக்கியநடை பெற்று சிறுகுடும்ப நெறியானது. மூன்று கட்டங்களிலும் ராஜன் சேவை செய்து மனம் நிறைவு பெற்றிருந்தார். சிறுகுடும்ப நெறி வாழ்க்கை முறையாக மாறி யிருப்பதால் பெண்கள் கருத்தரிக்கும் எந்திரக் கூண்டிலிருந்து விடுபட்டுவிட்டார்கள் என்பது உண்மைதான். மக்கள்தொகை கட்டுப்படுத்தப்பட்டதால் நாடு வளர்ச்சி அடைந்துவிட்டதா? வறுமையும் ஏழ்மையும் ஒழிந்துவிட்டதா? இந்தக் கேள்விச் சூழலால் திக்குமுக்காடிய ராஜன் இத்தனைக்காலம் பாடு பட்டது யாருக்காக? மக்களுக்காகவா? நாட்டுக்காகவா? இரண்டுக்காகவும் இல்லை. யாரோ சிலரின் வளர்ச்சிக்காக. இத்தனை ஆண்டுகள் ஓடி ஓடி உழைத்தது வீணா? நோ? நோ?வீண்போகாது. விதைத்தவனுக்கு சோர்வு ஏற்படலாம். ஆனால் விதைகள் சோர்ந்து போவதில்லை. அவை மண்ணை முட்டி முட்டிப் பிளந்து முளையாகி வெளிவந்து வளரும். அந்த வளர்ச்சி எல்லோருக்கும் எல்லாவற்றையும் கொண்டுவந்து சேர்க்கும். ராஜனின் நம்பிக்கை மேலெழுந்து பரவியது அவர் பயணம் செய்துகொண்டிருந்த விமானம் போலவே.

❒

17

சிவப்பட்டி வீட்டுத் திண்ணையில் சீமைராஜா உட்கார்ந்திருந்தார். சோர்ந்த முகத்தில் அவரது மனக்குழப்பம் பிரதிபலித்தது. கடல்போல் எண்ணங்கள் அவருக்குள் அலை பாய்ந்தன.

அலையில் ஒதுங்கியதுபோல் துரைராஜ், சீமைராஜா வீட்டுக்கு வந்திருந்தார்.

"அண்ணா நீங்க வரசொன்னதா சொன்னாங்க"

"ம்... ம்... இப்படி உக்காரு"

திண்ணையிலேயே ஒரு இடத்தை துரைராஜிடம் காட்டினார் சீமைராஜா.

"சரிங்க அண்ணா"

சீமைராஜாவின் முகத்தில் வழக்கத்துக்கு மாறாக வாட்டம் இருந்ததை துரைராஜ் ஊகித்தார்.

"என்னப்பா? ஏதோ கேள்விப்பட்றேன் உண்மையா?"

சீமைராஜா எதையோ தெரிந்துவைத்துக்கொண்டு துரைராஜுக்கும் தெரியும் என்பதுபோல் பொடிவைத்துப் பேசினார்.

"அண்ணா நீங்க புதிர் போட்ற மாதிரி கேள்வி கேட்டா நான் எப்படி பதில் சொல்றது? நீங்க என்ன கேள்விபட்டீங்கன்னு சொன்னாதானே தெரியுமா தெரியாதான்னு சொல்ல முடியும்..."

"தொர ராசு... நீ போலீஸ் அதிகாரி இல்ல. அதான் என்னையே மடக்கி என் வாயிலிருந்தே வாக்குமூலம் வாங்கப்பாக்குற..."

"அப்படில்லாம் இல்லண்ணா. உங்க கேள்வி எனக்குப் புரியல. ஆதனாலதான் கேட்டேன்".

"சரி... சரி... நான் நேராவே கேக்கறேன்... நம்ம வேல்விழியும் டாக்டர் பையன் ராஜனும் ஒருமாதிரியா பழகறாப்பல கேள்விப்பட்டேன்... ரெண்டு பேருமே என்னவிட ஒனக்கு ரொம்ப நெருக்கமாச்சே! அதனாலதான் ஒனக்கு ஏதாவது தெரியுமான்னு கேட்டேன்."

சீமைராஜா ரொம்பவும் நேரடியாகவே விஷயத்துக்கு வந்து விட்டார். இப்படியொரு சந்தர்ப்பத்திற்காகக் காத்திருந்தவர் போல் துரைராஜிடம் பதிலும் நேரடியாகவே இருந்தது.

"ஆமாண்ணா! அப்படித்தான் தெரியுது. அவங்க ரெண்டு பேரும் நெருங்கி பழகுறாங்க. அதிலும் வேல்விழி ராஜனை ரொம்பவும் விரும்புற மாதிரி தெரியுது."

முகத்தைக் குனிந்து கண்களை மூடியபடி இதனை சீமைராஜா கேட்டுக் கொண்டிருந்தாலும் அவரது கண்ணி மைக்குள் விழிகள் உருண்டன. மனதுக்குள் கோபம் உருள் வதை இது உணர்த்தியது.

முகத்தை நிமிர்த்திக் கண்களைத் திறந்த சீமைராஜா பூமிக்குள் புதைக்கப்பட்டிருக்கும் குண்டுகள் போல் கோபத்தை அடக்கிக்கொண்டு கடுமையும் மென்மையும் கலந்த குரலில் கேட்டார்.

"இவ்வளவு தெரிஞ்சிருக்கிற நீ, நான் கேட்டப்பிறகுதான் சொல்லுவியா?"

துரைராஜ் குற்றவுணர்வு கொண்டவராக தலைகுனிந்து நின்றார்.

"கேக்குறேன்ல... சொல்லுப்பா?" சீமைராஜாவின் குரல் கொஞ்சம் ஓங்கியது.

"தெரிஞ்சது இன்னைக்கா நேத்தாங்குறதா முக்கியம். நீங்க என்னசெய்ய போறீங்க."

போலீஸ் அதிகாரிக்கே உரிய தோரணையோடு துரைராஜ் கொஞ்சம் கேலியையும் கலந்து பேசினார்.

சீமைராஜா இதை எதிர்பார்க்கவில்லை. 'இவன் கேள்வி கேக்கறானா? இல்ல கிண்டல் பண்றானா?' என்று அவர் மனதில் ஓடியது. ஊர்ப்பஞ்சாயத்துத் தலைவர் என்ற தனது திறமையைக் காட்டுவது போல், "என்ன செய்யலாம்ணு நீயே சொல்லு. நம்ம குடும்ப விஷயம் தானே" என்றார்.

'தூண்டில் கொக்கியைப்போல் திமிற முடியாமல் மாட்டி இழுக்கிறாரே' என்று நினைத்த துரைராஜ், குடும்ப உறுப்பின ராகவும், உலக நடப்பை அறிந்தவராகவும் பதில் சொன்னார்.

"நான் வேல்விழி பக்கம்தான் இருப்பேன். ரெண்டுபேரும் டாக்டர். ஊருக்கு உதவணும், ஏழைபாழைகளுக்கு வைத்தியம்

செய்யணும்னு நெனைக்கிறவங்க. இவங்க சேர்ந்திருக்கிறது நல்லதுதானே! ரேண்டு பேரையும் சேத்துவச்சிடுவேன்.''

துரைராஜின் பதில் கண்களில் மின்னல் வெட்டி மூளையில் இடிஇடித்ததுபோல் இருந்தது சீமை ராஜாவுக்கு.

இதனை வெளிக்காட்டிக்கொள்ளாமல் எதார்த்தவாதி போல் பேசினார்.

''கேக்க நல்லாத்தான் இருக்கு. ராஜனும் நல்ல பையன்தான். நம்ம ஊர் ஆஸ்பத்திரிக்கு அந்தப் பையன் வந்தபிறகு எவ்வளவோ செய்திருக்கான். கொஞ்ச நாளைக்கு முன்னாடி கூட ஆயுத கேஸ்ல ஒரு பொண்ணையும், குழந்தையையும் காப்பத்துனதுபத்தி ஊரே பாராட்டுது...''

சமயம் பார்த்திருந்தவராக துரைராஜ் குறுக்கிட்டார்.

''அப்புறம் என்னங்க அண்ணா. ரெண்டு பேரும் சேர்ந் திருந்தா உங்களுக்கும் பெருமைதானே!''

''பெருமைதான்! நானே ஊர்த்தலைவரா இருந்துகிட்டு சாதி அமைப்பையும், ஊர்க்கட்டுப்பாட்டையும் மீறமுடியுமா?''

'ஆமா... ஒங்க சாதியும். ஊர்க்கட்டுப்பாடும். காலம் மாறி கிட்டே இருக்கு. நீங்க மட்டும் கண்ண மூடிகிட்டு உலகம் இருட்டுதான்னு சாதிக்கிறீங்க' துரைராஜ் மனதுக்குள் அண்ணனை வைதார். வாயைத் திறந்து இதனைச் சொல்ல முடியாது!

கொஞ்சநேரம் அமைதியாக இருந்த சீமைராஜாவே தொடர்ந்தார்.

''அவங்க ஒண்ணு செய்யட்டும். சத்தமில்லாம வெளிநாட்டுக் குப்போய் கல்யாணம் பண்ணிக்கட்டும். கொஞ்சகாலம் கழிச்சு வந்தா அப்ப யோசிக்கலாம்''

''நீங்க சொன்னத சொல்லிட்றேன். இத அவங்க ஏத்துப் பாங்களான்னு தெரியல. சரிப்பட்டு வராதுன்னுதான் நெனைக் கிறேன்''

''ம்... ம்... பொறப்புடு...'' திண்ணையிலிருந்து எழுந்த சீமைராஜா 'அதிகப்பிரசங்கி' என்று முணுத்துக் கொண்டே வீட்டுக்குள் சென்றார்.

''துரைராஜ் சித்தப்பா சொன்னத கேட்டீங்களா ராஜன். நாம ஒரு முடிவெடுக்க வேண்டிய நேரம் வந்துடுச்சி'' வேல்விழி

பேச்சை ஆரம்பித்தாள். அவள் மனம் பேசுவதைக் கேட்க வழி விட்டு ராஜன் அமைதியாக இருந்தான். “என் பேருக்கு முன்னால ஒட்டிகிட்டு இருக்காங்களே பாட்டி சிவகாமி-அவங்க கூட அடிக்கடி இப்படித்தான் சொல்லுவாங்க. ‘ஒனக்குப் புடிச்சவன் யாராவது இருந்தா அவன கல்யாணம் பண்ணிகிட்டு வெளி நாட்டுக்குப்போயிடு- ஏன்னா இங்க இருக்கிற காட்டு மிராண்டிங்க ஒனக்குப் புடிச்ச வாழ்க்கைய வாழவுட மாட்டாங்க.’

“எங்க பாட்டி சொன்னமாதிரியே... என்னோட ... செல்ல மான... அப்பா ... மனமிரங்கி... சொல்லியிருக்கிற யோசனைப்படி நாம ரெண்டுபேரும் வெளிநாடு சென்று திருமணம் செய்து கொள்ளலாம். எனக்குப் பரிச்சயமான ஒரு டாக்டர் தம்பதியர், வாஷிங்டன்ல பெரிய மருத்துவமனையில வேல பாக்குறாங்க. அங்கேயே குடியேறிட்டாங்க. அவங்க மட்டுமில்ல மொத்த குடும்பமுமே அங்கேதான் இருக்கு.

தனியாவோ, கணவரோடோ அமெரிக்காவுக்கு வரும்படி அவங்க என்னை வற்புறுத்துறாங்க. நானும் அமெரிக்காவில் பணியாற்ற இசிஎஃப்எம்ஜி டெஸ்ட்ல பாஸாயிருக்கேன். நம்ம இருவருக்கும் பாஸ்போர்ட் இருக்கு. அமெரிக்காவுக்குப் போய் வேலையும் பாத்துக்கிட்டு நிரந்தரக்குடியுரிமையும் வாங்கிட லாம். இங்கே செய்ய நெனைக்கிற சமூக, அரசியல் சேவையை அங்கேயும் செய்யலாம்.

ஆனா அது ஒரு விஷயமில்ல. நாம டாக்டரா கொஞ்சகாலம் இங்கே வேலசெஞ்சாலும் எவ்வளவோ நல்லது செஞ் சிருக்கோம். எந்த சிந்தனையும் இல்லாம மக்கள் நம்பிகிட்டி ருந்தத மாத்தின உங்களயும் என்னையும் ஊரே பாராட்டினாங்க. உங்களோட நான் வந்தப்போ எல்லாரும் எவ்வளவு சந்தோஷமா என்னை உறவுவச்சி கூப்பிட்டுப் பேசினாங்க, பழகுனாங்க, பாத்தீங்களா, முதலைக்கு பலம் தண்ணியில, நமக்கு பலம் நம்ம ஊர்லதான்? என்ன சொல்றீங்க ராஜன்?”

“நீங்க சொல்றது சரிதான். ஆனா நடக்கணுமே!” “கொஞ்ச நாளில் நான் சிவப்பட்டிக்குப் போகப்போறேன். அங்கே இந்த உண்மையை சொல்வேன். நம்மையும் நம்மளோட சேவையையும் மக்கள் ஏத்துக்குறாங்களா இல்லையான்னு பாப்போம். நீங்களும் யோசிங்க. நம்ம கொள்கைக்கு ஏற்புடையதா ரெண்டு பேரோட

முடிவும் இருக்கணும்'' வேல்விழி பேசியதில் உள்ளர்த்தம் இருப்பதாகத் தோன்றியது. ஆனால் உடனடியாக ராஜனால் ஊகிக்க முடியவில்லை. தலையை மட்டும் அசைத்து அமைதியானான்.

மகப்பேறு மருத்துவத்தில் எம்.டி. தேர்வு முடிந்தபின் வேல்விழி, துரைராஜ், டாக்டர் ரேவதி. சாவித்திரி அம்மா சகிதம் சீமைராஜா வீட்டுக்குச் சென்றார்கள். இது துரியோதனனுக்கு எதிராகப் பாண்டவர்கள் போருக்குப் புறப்பட்டதுபோல் தோன்றியது.

எதிர்பாராத இவர்களின் வருகை சீமை ராஜாவுக்கு அதிர்ச்சிதான். ஆனால் இடிதாங்கி போல் அதனை உள்ளிறக்கிக் கொண்ட அவர், "வாப்பா தொரராசு. திடீர்னு இப்படி எல்லாரும் ஒண்ணா சேந்து வந்திருக்கீங்க. ஏதாவது விசேஷமா?'' என்று ஏதும் அறியாத அப்பாவிபோல் கேட்டார்.

"விசேஷம் ஒண்ணுமில்ல. நீங்க சொன்னத வேல்விழிகிட்ட சொல்லிட்டேன். அதபத்தி நேரே பேசறன்னு எங்களையெல்லாம் வேல்விழிதான் கூட்டி வந்திருக்கு.''

துரைராஜ் தூதரைப்போல் பட்டும்படாமல் மழுப்பலாகக் கூறினார்.

"அப்படியா? மேலிடத்து உத்தரவ கொஞ்சமும் பிசகாம செய்ற நல்ல அதிகாரிங்கிறத வீட்டு விஷயத்துலயும் காட்டிட்டியே. சரி கொஞ்சம் இருங்க. இது நம்ம வீட்டு விஷயம் இல்ல. ஊரும் சம்மந்தப்பட்ட விஷயம். அவங்களையும் கூட்டித்தான் பேசணும்.''

அப்பா வேடத்தில் இருந்த சீமைராஜா ஊர்த்தலைவர் வேடத்துக்கு மாறினார். அவர் எள்ளென்று சொல்வதற்குள் எண்ணெயாக்கிக் கொண்டுவருகிற உதவியாட்கள் ஐந்து நிமிடத்திற்குள் சீமைராஜா வீட்டு முற்றத்தில் ஊரைக் கூட்டி விட்டார்கள். ஊர் என்றால் அங்கே வசிக்கிற அத்தனை பேரும் அல்ல. அவரின் சாதிக்காரர்கள். அவர்களிலும் சாதி கவுரவத்தைக் கட்டிக் காப்பதற்கே அவதாரம் எடுத்து வந்திருப்பதாக நினைத்துக்கொள்ளும் நரைத்த தலைகள். குடும்ப மானமே பெண்களிடம் தான் இருக்கிறது என்று உடும்புப்பிடியாக இறுகிப்போன பெண்கள். இவர்கள் பெரும்பான்மையாக ஆஜராவதுதான் ஊர்க்கூட்டம்.

காலம் மாறிகிட்டே இருக்கு. அதுக்குத் தகுந்தாற்போல் நாமும் கொஞ்சம் மாறணும் என்பதற்குக் காது கொடுக்காதவர்

கூட்டத்தில் நமக்கென்ன வேலை என்று ஒதுங்கிக் கொள்கிற இளைஞர்களும் உண்டு. நடுத்தர வயதினரும் உண்டு. அந்தக் கூட்டத்துக்குப் போனா கூடபடிக்கிற பசங்ககிட்ட பேசறதுக் கும் பயம்வந்துடும்னு நினைக்கிற இளம்பெண்கள்.

இப்படி மாற்றத்தை விரும்பும் பெரும்பான்மை ஒதுங்கிக் கொள்ள பழமைவாத சிறுபான்மை அரைத்த மாவையே அரைத்து ஓட்டிக்கொண்டிருப்பதுதான் ஊர்க்கூட்டம்.

கூட்டம் கூடியதும் சீமைராஜா, துரைராஜைப் பார்த்தார். துரைராஜ் மனைவி சாவித்திரி அம்மாவைப் பார்த்தார். சாவித்திரி அம்மா வேல்விழியைப் பார்க்க, வேல்விழி, தனக்கு எதிரே நிற்கும் அம்மாவைப் பார்த்தாள். அம்மாவின் முகத்தில் சாந்தமோ மகளுக்கான பரிவோ தெரியவில்லை. 'குடியைக் கெடுக்க வந்த கோடரிக் காம்பாகி விட்டாயே, சுற்றி சுற்றி நம்ம வீட்டு விஷயத்துக்கே பஞ்சாயத்து கூட்ட வச்சிட்டியே' என்று மனம் குமுறுவதை முகம் காட்டியது.

தனக்கு ஆதரவான குரல் தனது வீட்டிலிருந்து வர வாய்ப்பில்லை என்பது வேல்விழிக்குத் தெரியும். என்னைப் பற்றிய விஷயம்தானே! நானே பேசுகிறேன் என்பதாக வேல்விழி முந்திக்கொண்டாள். தெளிவும் துணிவும் இருப்பவர்களைத் தயக்கத்தால் அழுத்த முடியாது.

வேல்விழி எழுந்தாள். அனைவரின் கண்களும் ஆச்சரியத் தால் விரிந்தன. 'டாக்டர் பாப்பா ஏன் எழுந்திருக்குது? இந்த மாதிரி கூட்டத்துக்கு வரக்கூடாதுன்னுதான் ஊரு பக்கத்துல இருந்தாலும் ஹாஸ்டல்ல தங்கி படிச்சுது. அப்பா, அம்மாகிட்ட கூட பேச்சுவார்த்தையில்ல. இப்ப இந்த பாப்பா எழுந்திருக்கு துன்னா... சந்தேகமா இருக்கே' என்பது அவர்களின் முகபாவங் களில் எழுதியிருந்தது.

'பிரச்சனை என்னோடது. ஆதனால தான் நான் எழுந்தேன். நீட்டா இழுத்துக்கிட்டுப் போற பிரச்சனை இல்ல. சுருக்கமா சொல்லிட்றேன்.

நான் கல்யாணம் பண்ணிக்கணும்னு நெனைக்கிறேன். இந்த வயசுல இதெல்லாம் நடக்கிறதுதான். ஆனா, ஒரு பொண்ணு அவ விருப்பப்பட்ட ஒருத்தன கல்யாணம் பண்ணிக்க முடியுதா? முடியுமா? அப்படிங்கிறதுதான் பிரச்சனை. நீங்க எத்தனையோ

பஞ்சாயத்துகளப் பாத்திருப்பீங்க. அதோட முடிவுகளால பல பெண்கள் பரிதாபமான நிலைக்குத் தள்ளப்பட்டிருக்காங்க. அது உங்களுக்கே தெரியும். எனக்கு அப்படிப்பட்ட பிரச்சனையெல்லாம் வராது.

பாவம்! ஏழை குடும்பம்னா கொஞ்ச தூரம்தான் ஓட முடியும். அதுக்குள்ள நீங்க புடிச்சிடுவீங்க. அதுக்கப்பறம் எல்லாம் உங்க சௌரியம்தான். ஆனா என்னை அப்படி செய்ய முடியாது. எனக்குப் புடிச்சவர கல்யாணம் பண்ணிக்கிட்டுப் பறந்திரு வேன். விமானத்துல வெளிநாட்டுக்குப் போயிடுவேன். அது இல்ல பிரச்சனை. அதுக்கப்பறம்?"

வேல்விழி பேசுவதை நிறுத்திவிட்டு அப்பா சீமை ராஜாவைப் பார்த்தாள். 'வளத்த கடா மார்புல பாயுதா?' என்று கேட்பதுபோல் இருந்தது அவரது பார்வை. அம்மாவின் முகமும் கண்ணாடியாய் பிரதிலித்தது. வேல்விழி தொடர்ந்தாள்.

"நான் யாரைக் கல்யாணம் பண்ணிக்க விரும்புறேன் தெரியுமா?"

ஒருவர் முகத்தை இன்னொருவர் பார்த்து கைகளை விரித்துத் தங்களுக்குத் தெரியாது என்பதை வெளிப்படுத்தினர்.

"நம்ம ஊரு ஆரம்ப சுகாதார நிலையத்துல வேலை செஞ்சாரே டாக்டர் ராஜன் அவரைத்தான் திருமணம் செஞ் சுக்கலாம்னு இருக்கேன். நீங்க என்ன சொல்றீங்க?"

வேல்விழி பேச்சை நிறுத்தினாள்.

பஞ்சாயத்து என்றாலே வேடிக்கை பார்க்கிற பொம்மை களாக மட்டுமே இத்தனைக் காலம் பழக்கப்பட்டிருந்த பெண்கள் இந்த முறை அனிச்சையாக வாய்திறந்தார்கள்.

"அந்த டாக்டர் தம்பி ரொம்ப நல்லவரு. நம்ம ஊருக்கு எவ்வளவோ நல்லது பண்ணியிருக்காரு. நீயும் ஒரு டாக்டரு, ரெண்டுபேரும் கல்யாணம் கட்டிகிட்டு..."

"என்ன பொம்பளையாளுங்க பக்கம் வாய் நீளுது. ஆம்பளை யாளுங்க நாங்க எதுக்கு இருக்கோம்? அந்தத் தம்பி சாதி, சமயமெல்லாம் என்னாண்ணு பாக்கவேணாமா? கேக்க வேணாமா?"

கன்னம் வரை நீண்டு சுருண்டு கொண்டிருந்த நரைத்த மீசை பெரியவர் பெண்களின் பேச்சைக் குறுக்காக வெட்டினார்.

அவ்வளவுதான் எல்லாப் பெண்களும் கப்சிப்.

"என்ன அவங்க வாய் நீண்டுடுச்சி?" யாரும் எதிர் பார்க்காத வகையில் டாக்டர் ரேவதி பேசினாள்.

"எத்தன காலத்துக்குத்தான் நீங்களே பேசி நாங்க கேட்டுக் கிட்டிருக்கணும். சொந்தக்காரனால நான் ஏமாத்தப்பட்டப்போ நான் செத்துப்போக நெனைச்சேன். என்னைக் காப்பாத்துனவரு ராஜன். அவர் இல்லன்னா என்னைப் பொதச்ச இடத்துல புல்லு மொளச்சிருக்கும். அவரு சாதி, சமயம் பாத்தா காப்பாத் துனாரு? ஒரே சாதியில இருக்கிறவன் ஏமாத்துனப்போ இந்த ஊர் பஞ்சாயத்து ஒண்ணுமே கேக்கலியே?"

மகளின் பேச்சில் நியாயம் இருப்பதை துரைராஜ் உணர்ந்தார். பழைய சம்பவத்தை நினைத்து சாவித்திரி அம்மாவும் கண் கலங்கி நின்றார். இதெல்லாம் இந்தப் பழம் பஞ்சாங்கங் களுக்குப் புரியப் போறதில்ல. அண்ணன் வீட்டு விஷயத்துல நாம பிரச்சனை பண்ணினதா வேணாம்னு நெனைச்ச துரை ராஜ் மகளைத் திரும்பிப் பார்த்தார். அந்தப் பார்வை 'அமைதி... அமைதி...' என்று சொல்வதாகத் தோன்றியது.

வேல்விழி நிதானித்துக்கொண்டு பேசினாள்.

"டாக்டர் ராஜன் சாதி என்னன்னு எனக்குத் தெரியாது. அதைக் கேட்டுத் தெரிஞ்சிக்க வேண்டிய அவசியமும் இல்ல. ஆனா கேக்காமலே தெரிஞ்சிக்க முடிஞ்சது அவரோட மதம். அவர் ஒரு கிறிஸ்டின்"?

வாய் பிளந்த பெரியவர்களின் கண்விழிகள் மேலும் கீழும் பக்கவாட்டிலும் உருண்டு எதிர்ப்பையும் வெறுப்பை வெளிப்படுத்தின. மனிதர்களின் மனதைப் படிப்பதற்கு முகத்தைவிட சிறந்த உறுப்பு இன்னும் கண்டுபிடிக்கப்பட வில்லையே!

"தலைவரே... இது... ஒங்க வீட்டுப் பிரச்சனையா இருக்கு. இந்தப் பஞ்சாயத்துல கொஞ்சம் மாறுபட்ட கொரலும் வந்திருக்கு. அதனால... நீங்களே தீர்ப்பு சொல்றதுதான் நல்லாருக்கும்"

பாதிபற்களை இழந்து உதடுகள் உள்ளடங்கிய ஒரு பெரியவர் குழறி குழறி சொல்ல நினைத்ததை சொல்லிவிட்டார்.

நமக்கே பஞ்சாயத்தாயிடுச்சேன்னு உள்ளுக்குள் குமைந்து கொண்டிருந்த சீமைராஜாவுக்கு என்ன சொல்வதென்று புரியவில்லை. விரும்புனவன கல்யாணம் பண்ணிகிட்டு வெளிநாட்டுக்குப் போகட்டும்னு தானே சொல்லியனுப் பினேன். பிறகு எதற்கு இந்தப் பஞ்சாயத்து? படிச்சிட்டோம்கிற திமிரு. படிக்கப்போனது டாக்டருக்கு, படிச்சிட்டு வந்திருக்கிறது அரசியல்.

சீமைராஜாவின் அமைதியைக் கலைத்தார் அவரது மனைவி.

“அவர் என்ன சொல்றதுக்கு இருக்கு? சாதி தெரியாதுன்னு சொல்லிட்டா. அதவிடுங்க. மதம் கிருஸ்டியன்னு சொன்ன துக்குப் பொறவு. என்ன பஞ்சாயத்து? அவ நெனைக்கிறது நடக்காது. அம்புட்டுத்தேன்”

ஊசி விழுந்தாலும் சத்தம் கேட்கும் அமைதி, சீமைராஜா குனிந்ததலை நிமிரவில்லை. வேல்விழி தலையை நிமிர்த்தி குரலை உயர்த்திக் கேட்டாள்.

“இப்பவும் பொம்பள தானே பேசினாங்க! ஒரு பெரியவங்க ளும் வாய தெறக்கலியே. உங்களுக்கு சாதகமா இருந்தா பொம்பளையும் பேசலாம். அத தீர்ப்பாக்கூட ஏத்துக்குவீங்க. இல்லன்னா பொம்பளையாளுங்க வாய் எவ்வளவு நீளம்னு அளந்து பாப்பீங்க”. வேல்விழி குண்டூசி வார்த்தைகளால் குத்திக்காட்டிப் பேசினாள். பெரியவர்கள் ஒன்றிரண்டு பேரின் த்லைகள் தொங்கின. இவர்கள் தான் வாய் நீளத்தைப் பற்றி எச்சரித்தவர்கள். வேல்விழி தொடர்ந்தாள்.

“சரி... தீர்ப்பு சொல்ல முடியாம ஒரு வேள பாசம் எங்கப்பாவ தடுத்திருக்கலாம். அம்மா சொன்னாலும் அப்பா சொன்னாலும் சரிதான். நான் ஏத்துக்குறேன்”. அம்மாவின் விறைப்பும், முறைப் பும் குறையவில்லை. துரைராஜ், அண்ணன் சீமைராஜாவையே பார்த்துக் கொண்டிருந்தார். மனம் இளகாதா என்று.

“இப்பவும் சொல்றேன். நான் விரும்புனேன்னா நாளைக்கே என் சித்தப்பா எனக்கு ராஜனை கல்யாணம் பண்ணிவச் சாகணும்... அவர் போலீஸ் அதிகாரியாச்சே! சட்டம் அதத்தான் சொல்லுது, ஆனா... மகள் மானத்த வாங்கிட்டாளேன்னு அப்பா எந்த எல்லைக்கும் போய் முடிவெடுக்கலாம். அதுல எனக்கு விருப்பமில்ல.”

இப்போதுதான் சீமைராஜா தலை நிமிர்ந்தார். வேல்விழி துடுக்கா பேசினாலும் அப்பாகிட்ட மரியாதையும் பாசமும் வச்சிருப்பதை நினைத்து மனவோரத்தில் மகிழ்வதாக தெரிந்தது. வேல்விழி அடுத்து ஆவேசமாகப் பேசியது இந்த மகிழ்ச்சியைத் திசை மாற்றி விரட்டுவதுபோல் இருந்தது.

“இண்ணைக்கு எனக்கு சாதகமாக பேசினவங்களுக்கு நன்றி. இனிமேலும் வாயடைச்சி நிக்காதீங்க. இன்னும் ஒரக்கப்பேசுங்க. காலம் மாறும்போது நாமும் மாறணும். இல்லேன்னா மனுஷனுக்கு என்ன அர்த்தம்? மாற்றத்தை விரும்பும் இளம்பிள்ளைகளப் பஞ்சாயத்துக்கு வரச்சொல்லுங்க. ஒதுங்கியிருந்தா ஒரு பயனும் கெடைக்காது. மாற்றம் நிச்சயம் வரும். நீங்க நெனைச்சா வரும். வரவழைங்க. காதல் பிரச் சனையில் தோத்துப்போற கடைசிப் பொண்ணா நான்தான் இருக்கணும்...”

அம்மாவையும் அப்பாவையும் அருகே சென்று பார்த்தாள் வேல்விழி. ‘இப்ப மகிழ்ச்சி தானே! சாதி கவுரவத்த காப்பாத் திட்டீங்கள்ல. நீங்க தனியா இருந்து உங்க சாதிய கட்டிகிட்டு அழுங்க’ என்று சொல்வது போல் அந்தப் பார்வை இருந்தது.

❐

18

வேல்விழியுடனான திருமணம், இரண்டு பெண் குழந்தை கள், அவர்களில் ஒருத்தி எங்களைப் போலவே டாக்டர் மற்றொருத்தி பத்திரிகையாளர். அவர்கள் விரும்பியவர்களுடன் திருமண வாழ்க்கை...

இதெல்லாம் திட்டமிட்டதல்ல. நீரோட்டம் போன்ற வாழ்க்கையில் சேர்ந்துகொண்ட நிகழ்வுகள். வேல்விழியை டாக்டர் பிரபு கனவிலும் கண்டதில்லை. ஏன்? திருமணம் என்பதையே நினைத்துப் பார்க்கவில்லை. அதுவே ஒரு நிர்பந்தத்தால் நடந்ததுதான். அந்த நிர்பந்தத்தில் நல்லதொரு வாழ்க்கைத் துணை கிடைத்ததுதான் அபூர்வமானது. இன்று வரை ஆனந்தத்தை அளிப்பது.

நேற்றுதான் திருமணம் நடந்ததுபோல் இருக்கிறது. நாற்பது ஆண்டுகள் ஓடிவிட்டன. இதில் மலைப்பு இல்லாததற்கு இரு வரின் மன அலைகளும் ஒரே மாதிரியாக ஓடியது தான் காரணம். எதிரும் புதிருமாக இருந்திருந்தால் சில ஆண்டுகளே சில யுகங்கள் போல தெரிந்திருக்குமோ என்னவோ!

வேல்விழி தூக்கம் வராமல் கண்களை மூடிப் படுக்கையில் புரண்டது போலவே பழைய நினைவுகளும் புரண்டன. வேல் விழி கிராமத்தில் பிறந்தவர் என்றாலும் சாதிமதம் சடங்குகள் சம்பிரதாயங்களில் அவருக்கு நம்பிக்கையில்லை. அறிவு பூர்வமாகவும் எதார்த்தமாகவும் எல்லாவற்றையும் யோசித்தார். இதற்கு உடன் பயின்ற மாணவர்களும், ஆழ்ந்து அகண்ட வாசிப்பும் காரணங்களாக இருக்கலாம். எனது எண்ணங்களும் அவருடன் ஒத்துப்போயின. எங்கள் இருவரின் குணங்களும் கொள்கைகளும் குழந்தைகளிடம் பிரதிபலித்தன. இது பெரும்பேறு என்று டாக்டர் பிரபு நினைத்தார்.

தடைக்கற்களும் படிக்கற்களாக மாறுவதுபோலத்தான் வேல்விழி கிடைத்தார். சாதியோ மதமோ மாறி திருமணம் செய்துகொள்வது பெருங்குற்றம் என்ற ஊர் நியதியின் காவலர்களாக வேல்விழியின்

அப்பா அம்மா இருவருமே இருந்தனர். இந்தப் பிரச்சனையால் உந்தித் தள்ளப்பட்ட வேல்விழி சரியான இடத்திற்கு வந்து சேர்ந்துவிட்டார்.

இவரை சேர்த்துவைத்ததற்குப் பிரபுவின் தங்கைகளுக்குத் தான் நன்றி சொல்ல வேண்டும். அவர்களின் திருமணத்தை நடத்திவைக்கும் கடமையை நிறைவேற்றவே அவர் சிவப் பட்டிக்குப் பக்கத்தில் உள்ள கிராமத்திற்கு சென்றார்.

படித்து முடித்ததும் அமெரிக்கா சென்று வாஷிங்டனில் உள்ள புற்றுநோய் சிகிச்சைக்கான சிறப்பு மருத்துவமனையில் பணியில் சேர்ந்துவிட்டார். சில ஆண்டுகள் அங்கேயே தங்கி ஊர்திரும்பாததால் ஊருக்குள் ஒருவதந்தி உலாவரத் தொடங்கியது.

‘அமெரிக்கா சென்ற பிரபு அங்கேயே ஒரு சட்டைக்காரிய கல்யாணம் பண்ணிகிட்டிருப்பாரு. அதான் இங்க வரல. பாவம் அவர் கல்யாணம் பண்ணி வைப்பாருன்னு நம்பிக்கிட்டிருக்கிற ரெண்டு தங்கச்சிங்களோட கதி என்ன ஆகப்போகுதோ?’

வதந்தி பரப்புபவர்கள் மற்றவர்கள் மேல் அக்கறை என்கிற முகமூடியை அணிந்துகொள்வது வழக்கம் தானே! இந்த வதந்தியைப் பிரபுவின் தாய் நம்பவில்லை. இருந்தாலும் தந்தை இல்லாத இரண்டு தங்கைகளையும் வாழ்க்கையில் கரையேற்றக் கை கொடுக்கும் பொறுப்பு பிரபுக்குத் தானே இருக்கு. எப்பப் பேசினாலும்... கடிதம் போட்டாலும்... வந்துட்ரேன்.. வந்துட்ரேன்னு... சொல்றானே தவிர வந்தபாடில்லை. எத்தனை நாளைக்குத்தான் சமாதானம் சொல்லிக்கொண்டே இருப்பது?

தாயின் கவலை தந்தியாய் சென்று சேர்ந்ததைப் போல சில நாட்கள் கழித்து பிரபு ஊருக்கு வந்துவிட்டார். தாய் தங்கைகளின் முகங்கள் சூரியகாந்திப் பூக்களாய் மலர்ந்தன. புதையல் கிடைத்தது போல் பூரித்தன.

“இந்த ஊருக்கு இப்பத்தான் வழி தெரிஞ்சுதாப்பா? அம்மா, தங்கச்சிங்களை பாக்க இப்பத்தான் ஞாபகம் வந்துதாப்பா?”

ஆனந்தக் கண்ணீரால் குழைத்த அன்புடன் செல்லமாய்க் கடிந்து கொள்ளும் அம்மாவின் வார்த்தைகள் நா தழுதழுக்க வெளிவந்தன.

“அதெல்லாம் இல்லம்மா... வெளியூருன்னா நெனச்சப்பா போகலாம். நெனச்சப்ப வரலாம். வெளிநாடுல்லியா? போயி வேலையில சேர்ந்து நம்ம திறமையை உணரவச்சி நம்ம மேல

நம்பிக்கைய வரவழைச்சு அதுக்குப் பிறகுதானேம்மா லீவு கேக்கறது நல்லது?"

டாக்டர் பிரபு அம்மா மீதான அன்பையும் தங்கச்சிகள் மீதான பாசத்தையும் சமமாய் கலந்து ஏற்கும்படியான பதிலைக் கூறினார்.

"என்னைப்பத்தி கூட எனக்குக் கவலை இல்லப்பா. இதோ வளந்து நிக்கிற ரெண்டுபேர பத்திதாம்பா என் கவல, அவங்க ளுக்குக் கல்யாணத்தப் பண்ணி பாத்துட்டா நான் நிம்மதியா போயிடுவேன்..."

"பேரன் பேத்தியெல்லாம் பாக்க வேணாம்மா?"

"அந்த பாக்கியத்த நீயே குடுக்கல."

பிரபுவின் முகம் சுருங்கியது. இவருக்குத் திருமண விருப்பம் இல்லை என்பது சொந்த விஷயமாக இருக்கலாம். ஆனால் குடும்பம் என்று வரும்போது ஒருவர் எடுக்கும் முடிவு அடுத்த வரை பாதிக்கிறது. அந்த முடிவுக்குக் கண், காது, மூக்கு வைத்து உலவவிட நிறையபேர் இருக்கிறார்கள். வீட்டில் இருக்கும் தங்கைகளுக்குத் திருமணம் நடந்துதானே அண்ணனுக்குத் திருமணம் நடக்கும் என்று போகிற போக்கில் பொடி வைத்துப் பேசுவதால் ஏற்படும் உருத்தல்கள் எத்தனை! எத்தனை! பிரபுவின் பெருமூச்சு ஆறுதலா... ஆதங்கமா... புரிந்துகொள்ள முடியாதது போல் இருந்தது.

"நீ ரெண்டு வருஷமா வீட்டுக்கு வராததால அமெரிக் காவுலியே கல்யாணம் பண்ணி தங்கிட்ட. இந்த அம்மாவும் பொண்ணுங்களும் தான் பாவம்னு ஊர்ல பேச ஆரம்பிச் சிட்டாங்க தெரியுமாப்பா?"

"அவங்க பேசறத நீங்களும் நம்ப ஆரம்பிச்சிட்டீங்களா? அவங்கவங்களுக்கு ஆயிரம் பிரச்சனை இருக்கும். அதத் தீக்க யோசிக்க மாட்டாங்க. அடுத்தவளுக்குப் பிரச்சனை ஏற்படாதா? நான்தான் அப்பவே சொன்னேனே என்று பீற்ற முடியாதா? இதுலதான் இவங்களுக்கு அக்கற. அத விடுங்கம்மா? தங்கச்சிங்களுக்குக் கல்யாணம் பண்ணத்தான் ரெண்டுமாசம் லீவு போட்டுட்டு வந்திருக்கேன் மகிழ்ச்சி தானே!"

"கேக்கவே மனசு நெறைஞ்சிருக்குப்பா? அப்படியே உன் கல்யாணத்தையும் நடத்தி ஊர்வாய அடைச்சா ரொம்ப சந்தோஷமாயிருக்கும்பா"

“சரிம்மா... பாப்போம்”

திருமணப் பேச்சை எடுத்தாலே நழுவி விடுகின்ற பிரபு இந்த மழுப்பலான பதிலுடன் உள்ளே அறைக்குச் சென்றான். மதுரையில் இருக்கும் நெருங்கிய நண்பன் மாறனுக்குப் போன் செய்தான் பிரபு. கிராமத்துக்கு வந்திருப்பதாகவும், இரவு தங்குவதற்கு வழக்கம் போல் அவன் வீட்டுக்கு வந்துவிடுவதாகவும் பிரபு கூறினான்.

சொன்னபடி இரவில் மதுரை நண்பரின் வீட்டுக்குச் சென்றவன் இரண்டு வருட அமெரிக்க அனுபவங்களை உணர்ச்சி பொங்க உணர்வு கலந்து பரிமாறிக்கொண்டான். தங்கைகளுக்கான திருமண ஏற்பாடு பற்றியும் பேசினான். உறவுகளிடம் தகவல் பரிமாற்றம் நடந்திருப்பதையும், திரும்பவும் அமெரிக்கா செல்வதற்குள் எல்லாம் நல்லபடியாக நடக்கும் என்றும் பிரபு மனதில் நம்பிக்கையை மாறன் ஊன்றிவைத்தான். அத்தோடு. அம்மாவின் திருப்திக்காகப் பிரபுவும் திருமணம் செய்து கொள்ள வேண்டும் என்பதையும் சொல்லி வைத்தான்.

இரவு நீண்ட நேரம் பேசி நிலவைக் கிழக்குப்பக்கம் தள்ளியவர்கள் அடுத்த நாள் காலையில் சூரியன் கிழக்கே எழுந்தது அறியாமல் தூங்கிக் கொண்டிருந்தார்கள்.

யாரோ கதவை தட்டும் சத்தம் மாறன் காதுகளுக்கு நாராசமாக இருந்தது. படுக்கையிலிருந்து எழுந்து சோம்பல் முறித்து “விடியக்காலையில வந்து கதவத் தட்டி...” என்று முனகிக்கொண்டே சென்றான். கதவைத் திறந்தபோது எதிரே துரைராஜ் நின்றார்.

“வாங்க சார். எங்க இந்த நேரத்துல” என்று முகத்தில் அசடு வழிய கேட்டான் மாறன்.

“இந்த நேரத்துலயா? காலையில மணி பத்தாவுது. என்ன வித்தியாசமா இன்னைக்கு இவ்வளவு நேரம் தூக்கம்?”

துரைராஜின் கேள்வியும், பதிலும் மிளகாயைக் கடித்தது போல் சுர்ரென ஏறி மாறனுக்குத் தூக்கம் போயே போச்சு.

“சாரி சார்... என் நண்பன் அமெரிக்காவிலிருந்து வந்திருக் கான். அவனோட ரொம்ப நேரம் பேசிகிட்டிருந்தேன். அதான்...”

“பரவாயில்ல. தூக்கம் வந்தா தூங்கவேண்டியதுதான். இன்னைக்கு லீவு. அதான். உன்னைப் பார்த்து ஒரு விஷயம் பேசிட்டுப் போகலாம்னு...” துரைராஜ் முடிப்பதற்குள்.

“உக்காருங்க சார், நான் அஞ்சு நிமிஷத்துல குளிச்சு ரெடியா யிட்டு நண்பன் பிரபுவையும் உங்களுக்கு அறிமுகம் செய்கிறேன். அவன் ஒரு டாக்டர்.

மதுரை மருத்துவக்கல்லூரியில்தான் படிச்சான். இப்ப வாஷிங்டன்ல வேல பாக்குறான். அவனுக்கு ரெண்டு தங்கச்சிங்க. அவங்களுக்கு கல்யாணம் முடிக்கத்தான் ரெண்டு மாசம் லீவு போட்டுட்டு வந்திருக்கான். ஆனால் இவன்தான் கல்யாணம்னு சொன்னாலே முகத்தைத் திருப்பிக்கிறான்.

சாரி. அவன் இல்லாமலே நான்பாட்டுக்கு பேசிக்கிட்டி ருக்கேன். கொஞ்சம் வெயிட் பண்ணுங்க. இதோ வந்துட்றேன்.”

மாறன் வேகவேகமாக உள்ளே சென்றான். நண்பன் பிரபுவையும் எழுப்பிவிட்டான்.

வீட்டுக்கூடத்தில் அமர்ந்திருந்த துரைராஜ் மனக்கணக்குப் போடத் தொடங்கினார். மாறன் நம்ப சமூகத்தைச் சேர்ந்த பையன். பிரபுவும் அப்படியா இருப்பாரா? எந்த ஊராக இருக்கும்? டாக்டர் என்கிறான். அமெரிக்காவில் வேலை செய்கிறான். டாக்டர் என்ற வகையில் வேல்விழிக்குப் பொருத்த மாக இருக்கலாம். ஆனால் எந்த சமூகம் என்பது தெரியல. திருமணத்துல விருப்பம் இல்லன்னு சொல்றான். ரெண்டு பேரும் ஒத்துப்போனா எவ்வளவு நல்லாயிருக்கும். பருத்தியே துணியா காச்சமாதிரியிருக்கும்... ம்ம்... நடக்கணுமே...

துரைராஜ் பெருமூச்சு விட்டார். அமைதியாக வீட்டுக்குள் நுழைந்த துரைராஜ் குழப்பமும், ஏக்கமும் கலக்க பதற்ற மடைந்தார். மாறனும் பிரபுவும் எப்போது வருவார்கள் என்ற தவிப்பு அவரிடம் தொற்றிக்கொண்டது. படபடப்பு அடங்கி அங்கே இருந்த தண்ணீரை எடுத்து மடமடவென குடித்தார்.

மாறனும் பிரபுவும் குளித்து ரெடியாகி வெளியே வந்தனர். மாறன் சொன்ன பிரபு ... டாக்டர் பிரபு ... முகம் அமைதியாக இருந்தது “பார்ப்பதற்கே நல்லவராகத் தெரிந்தார். நாம நெனச்ச மாதிரி வேல்விழிக்குப் பொருத்தமா இருந்தா நல்லாயிருக்கும் என்று துரைராஜ் நினைத்தார்.”

"சார். இவன்தான் நான் சொன்ன டாக்டர் பிரபு. சிவப் பட்டிக்குப் பக்கத்து ஊருதான். இவனோடது... சொன்னா தப்பு இல்ல. இவன் நம்ம சமூகத்துப் பையன்தான்."

"டேய் மாறன்! ஊரையும் பேரையும் சொன்னா போதாதா? சமூகத்தப்பத்தி அவரு கேட்டாரா? சமூகம், சமூகம்னு பேசித் தான் படிச்ச ரெண்டு தங்கச்சிங்களுக்கு மாப்ளதேடி அலையறது நிக்கமாட்டேங்குது. சாதி... சமூகம்னு சொல்லி அந்தச் சனியன கட்டிகிட்டு இன்னும் எத்தன காலத்துக்குத்தான் அழப்போறிங்களோ?"

சுட்ட எண்ணெயில் போட்ட கடுகுபோல் பிரபு படபடவென பொரிந்து தள்ளினான். சமூகம் என்ற சொல்லே இவருக்கு வேப்பங்காய் என்றால் வேல்விழிக்குப் பொருத்த மானவர்தான் என்று துரைராஜ் ஆசுவாசமானார். நாம நெனச்ச மாதிரி பருத்தி புடைவையாத்தான் காச்சிருக்கு என்று உள்ளூர சந்தோஷப்பட்டுக்கொண்டார்.

"தம்பிக்குக் கல்யாணம் ஆயிடுச்சா?" ஆகவில்லை என்பது முன்பே தெரியும் என்றாலும் ஒப்புக்குக் கேட்டுவைத்தார் துரைராஜ்.

"என்ன சார்? அதுக்குள்ள மறந்துட்டீங்களா? இவன்தான் கல்யாணம்னு பேச்செடுத்தாலே காத தூரம் ஓட்றான்னு நீங்க வந்தவுடனே சொன்னேனே!"

மாறன் நினைவு படுத்தியபோது பிரபு எரிச்சலடைந்தான்.

"அதையும் சொல்லிட்டியா? நான் அமெரிக்காவுல ஒரு பொண்ண கல்யாணம் பண்ணி அங்கேயே தங்கிட்டேன். இனிமே ஊருக்கே வரமாட்டேன். அம்மாவும் தங்கச்சிங்களும் தான் அய்யோ பாவம். அப்படின்னு எங்க ஊர்ல கொஞ்சபேர் சொல்லிகிட்டுத் திரிஞ்சாங்களாம். அது உன் காதுக்கு வரலன்னு நெனைக்கிறேன். வந்திருந்தா அதையும் சேத்தே சொல்லியிருப்ப போலருக்கு"

பிரபுவின் வெள்ளந்தியான பேச்சு துரைராஜுக்கு ரொம்பவும் பிடித்திருந்தது. இவர் வேல்விழிக்கு மாப்பிள்ளையாகக் கிடைத் தால் எப்படி இருக்கும் என்று அவர் கனவுகாணத் தொடங்கி விட்டார்.

“சார்... தப்பா நெனைச்சுக்காதீங்க” என்ற மாறனின் குரலால் கனவு கலங்கலானது. துரைராஜ் இயல்புக்குத் திரும்பினார்.

“பிரபுவோட தங்கச்சிங்களுக்கு மாப்பிள்ளை பார்த்து வச்சிருக்கேன். பிரபுவ நேர்ல கூட்டிக்கிட்டுப்போய் காட்டிட்டு வரலாம்னு இருக்கேன். இப்பவே நேரம் ஆயிடுச்சி. நாம இன்னொரு நாளைக்குப் பாக்கலாம் சார்.”

மாறன் பேச்சில் அவனுக்கு அவசரம் மட்டுமல்ல அக்கறை யும் கலந்திருந்தது. துரைராஜ் தலையசைத்தபடி புறப்பட்டார். மாறனும் பிரபுவும் கூட புறப்பட்டுச் சென்றனர்.

“உன்னோட ஒரு ஆசை நிறைவேறா விட்டாலும் இன்னொரு ஆசை நிறைவேற வாழ்த்துக்கள் வேல்விழி” என்று புதிர் போடுவது போல் பேசினாள் டாக்டர் ரேவதி.

“எனக்கு ஒரு ஆசைதானா? எவ்வளவோ ஆசைகள் இருக்கு. உலகம் முழுவதும் ஒரு குடும்பம் போல இருக்கணும். எங்கேயும் பசி, பட்டினி, வறுமை இருக்கக்கூடாது. ஆறறிவு கொண்டவர் கள் அத்தனை பேரும் படிச்சிருக்கணும். உழைக்கும் சக்தி இருக்கிற எல்லாருக்கும் வேலை இருக்கணும். மனிதர்களுக்குள் பேதங்கள் இருக்க கூடாது. கணவரைத் தேர்வு செய்வது உட்பட எல்லா சுதந்திரமும், உரிமையும் பெண்களுக்கு இருக்கணும். இப்படி எவ்வளவோ ஆசைகள். இதுல எந்த ஆசை நிறை வேறலன்னு சொல்ற”

வேல்விழி நீளமாகப் பேசினாலும் ரேவதி சுருக்கமாக பதில் சொன்னாள்.

“கடைசியா சொன்னியே ‘கணவரைத் தேர்ந்தெடுப்பது உட்பட எல்லா சுதந்திரமும் உரிமையும்னு’ அதைத்தான் சொல்றேன்”

வேல்விழியின் முகம் சுருங்கியது. ‘தோல்விதான் ஏற்படும் என்று தெரிந்தே செய்த முயற்சி அது. ராஜனுக்கும் எனக்கும் இது பேரிழப்புதான் என்றாலும் பேரதிர்ச்சியில்லை’. என்று எண்ணியபடி,

“இரண்டாவது ஆசை நிறைவேற வாழ்த்துக்கள்னு? சொன்னியே அப்படியென்ன நிறைவேறப் போகுது?” என்றாள் வேல்விழி.

“அப்பா ஒரு தகவல் சொன்னார். அதைக் கேட்டதிலிருந்து எனக்கு மகிழ்ச்சியா இருக்கு.”

“என்ன அப்படி மகிழ்ச்சியான தகவல்?”

“பக்கத்து ஊர்லேருந்து டாக்டருக்குப் படிச்சிட்டு வாஷிங்டன்ல ஒருத்தர் வேலை செய்றாராம். அவரும் உன்னைப் போலத்தனாம். சாதி, சமூகம்கிற சங்கிலிகள்லாம் கூடாதுன்னு நெனைக்கிறாராம். அதனாலேயே அமெரிக்காவுக்குப் போயிட்டாராம். இப்ப தங்கச்சிங்க கல்யாண ஏற்பாட்டுக்காக வந்திருக்காராம். பெரியப்பா நெனைக்கிற மாதிரி கல்யாணம் நடந்தாலும் நீ நெனைக்கிற மாதிரி வாழ்க்கை அமையும்ணு எனக்குத் தோணுது. ஒரு கதவ பெரியப்பாவோட பிடிவாதக் காத்து சாத்தினாலும் இன்னொரு கதவ இயற்கையின் காத்து திறந்துவிட்ட மாதிரி எனக்குத் தோணுது.”

ரேவதி ரொம்பவும் நம்பிக்கையோடு பேசினாள்.

“என்னம்மா ரேவதி... கதவ தெறந்தே வச்சிகிட்டு தெறந்துகிட்ட மாதிரின்னு பேசிகிட்டிருக்கே”

துரைராஜ் வீட்டுக்குள் வந்தார்.

“ஒண்ணுமில்லப்பா. நேத்து நீங்க ஒருதகவல் சொன்னீங் கல்ல. அத வேல்விழிகிட்ட சொல்லிக்கிட்டிருந்தேன்.”

“என்னம்மா அவசரம்? வேல்விழி இப்பத்தான் ஒரு போராட்டத்த நடத்தி வெற்றி கெடைக்காம மனம் நொந்து சோர்ந்து போயிருக்கு. அதுகிட்ட போய்...”

சித்தப்பாவுக்கும் ரேவதிக்கும் தன் மேல் வைத்திருக்கிற அக்கறையும் அன்பும் போட்டிப் போட்டுக் கொண்டிருப்பதை வேல்விழி உணர்ந்தாள். “தோல்வி என்றதும் வெயில்பட்ட கீரைத்தண்டுபோல் துவண்டு சாய்ந்துவிடக்கூடாது. எதையும் உறுதியோடு எதிர்கொள்ள வேண்டும் என்பதுதானே இது வரையிலான இவளின் பாதையாக இருக்கிறது. மேக்டலின் விஷயத்தில் ராஜனுக்கு தைரியம் அளித்து மீட்டுவந்த வேல்விழி. தனக்கென வந்துவிட்டால் சோர்ந்து விடுவாளா என்ன?” வேல்விழி மனதுக்கு ஒத்தடம் கொடுப்பதுபோல் பேசினாள் ரேவதி. வேல்விழியின் பதிலும் ரேவதியின் பேச்சு ஒத்தடம் இதமாக இருப்பதை வெளிப்படுத்தியது.

“அப்படியெல்லாம் இல்ல சித்தப்பா. தனக்குத் தெரிந்த ஒரு விஷயத்த மனசுக்குள்ள வச்சிக்கிற பழக்கமில்லாதவ

ரேவதி. உங்களுக்குத் தெரியாதா?" என்று சமாதானம் அடைந் திருப்பவளாகக் காட்டிக்கொண்டாள் வேல்விழி.

"மொரட்டு முட்டா அண்ணன் சீமராசாவ பாத்துட்டுத் தான் வர்ரேன். அவருகிட்ட எல்லா விஷயத்தையும் சொன் னேன். கேட்டுக்கிட்டாரு. இதுலயும் முட்டாத்தனமா முடி வெடுக்காம உங்கிட்ட பேசி முடிவெடுன்னு எங்கிட்ட சொன்னாரு. மத்தவங்களுக்குப் பஞ்சாயத்துப் பேசுறப்போ நெஞ்ச நிமித்தி கம்பீரமா பேசுற அண்ணன் உன்னோட விஷயம்னு வர்ரப்போ எப்படி குனிஞ்ச தலை நிமிராம உக்காந்திருந்தார் பாத்தியா? பந்தம் பாசம்னு வர்ரப்போ கல்லுக்குள்ளேயும் ஈரம் கசியும். ஆனா ஈரம் கசிய வேண்டிய அண்ணி கல்லா மாறி தீர்ப்பு சொன்னாங்க கவனிச்சியா? வெறி தலைக்கேறிட்டா இப்படித்தான்."

வேல்விழிக்குத் தான் வாதிட்ட பஞ்சாயத்துக் கூட்டம் மீண்டும் படக்காட்சிபோல் மனதில் ஓடியது. வேல்விழியும் இப்போது மவுனமாகத்தான் இருந்தாள். ஆனால் இது கள்ள மவுனம் அல்ல, எதிர்காலம் பற்றி சிந்திக்கும் மவுனம்.

"வேல்விழி... உனக்கு ஏற்கெனவே பழக்கமாய் இருக்கிற வாஷிங்டன் டாக்டர் தம்பதி போன் நம்பர நேத்தைக்கு சாயந்தரம் உங்கிட்ட கேட்டேன்ல. அது இதுக்குத்தான். அவங்களும் தமிழ்நாட்டுக்காரங்கதானே! ஏதாவது தகவல் தெரியுமான்னு பேசிப்பார்த்தேன். அவங்களும் பிரபுவும் ஒரே ஆஸ்பத்திரியிலதான் வேல பாக்குறாங்களாம். இவர் புற்றுநோய் மருத்துவராம். போன ரெண்டு வருஷத்துல அந்த ஆஸ்பத்திரியே மெச்சுற அளவுக்கு சேவை செஞ்சிருக்காராம். நம்ம ஊரு அரசியல், சமூகம் பத்தியெல்லாம் பேசுவாராம். எந்தக் கெட்டப்பழக்கமும் இல்லாதவர்னு பாராட்டி தள்ளிட்டாங்க."

உனக்கு மிகவும் பொருத்தமானவர். திருமணத்துக்கு ஒத்துக்கம்மா என்று பாசம் பொங்க சித்தப்பாவின் பேச்சு இருப்பதாக வேல்விழி நினைத்தாள்.

"இது நான் கேள்விபட்டதுதான். இதை அப்படியே நம்பி தலையாட்டுன்னு உங்ககிட்ட சொல்லமாட்டேன். அவர் மதுரையிலதான் இருக்காரு. ஒரு முறை நீ சந்திச்சு உனக்கு ஏதாவது பேசணும்னு பட்டா பேசும்மா"

சித்தப்பாவின் பேச்சு இன்னும இறங்கிவந்து தன்னிடம் மன்றாடுவதாகப்பட்டது வேல்விழிக்கு.

"அப்பாதான் இவ்வளவு தூரம் சொல்றாருல்ல. நேருக்கு நேரா கேள்வி கேட்டுத் தெளிவாவது உன்னோட வழக்கம் தானே! ஊம்னு சொல்லு. வீட்ல வச்சி கூட பேச வேணாம். வெளியிலேயே ஃப்ரீயா பேசலாம்"

ரேவதியும் தனது அப்பாப்பக்கம் நின்று பேசினாள். ஒருவருடன் பேசுவதில் ஒன்றும் தப்பில்லைதான். ஆனால் வாழ்க்கைத் துணையாய் வருவதாகக் கூறப்படும் ஒருவரிடம் அவ்வளவு எளிதாகப் பேசிவிட முடியுமா? என்மீது காதல் கொண்டிருந்த ராஜனின் மனம் எப்படியிருக்கும்? என்விஷயத்தில் அவர் என்ன நினைக்கிறார்? என்பதை தெரிந்துகொள்ள வேண்டாமா?

இத்தனைக் கேள்விகள் நெஞ்சில் அலைமோதும் போது சித்தப்பாவுக்கும் ரேவதிக்கும் என்ன பதில் சொல்வது? என்மீது அக்கறை காட்டும் இவர்களுக்கு பதில் சொல்லாமல் இருப்பது மரியாதையாகவும் இருக்காது, நாகரிகமாகவும் இருக்காது. ஒருவழியாய் சமாளித்துக்கொண்டு வேல்விழி பதில் சொன்னாள்.

"சித்தப்பா! ஒருநாள் அவகாசம் கொடுங்க யோசிச்சு சொல்றேன்"

"சரிம்மா!"

வேல்விழி விஷயத்தில் பாதிதூரம் வந்துவிட்டதாக நினைத்தார் துரைராஜ்.

❐

19

சொந்த வாழ்க்கை பொது வாழ்க்கை என்று வேறுபாடு இருக்கக்கூடாது. வாழ்க்கை என்றால் வாழ்க்கைதான் - என்பது வேல்விழியின் கொள்கை. இது ராஜனுக்கும் பிடித்திருந்தது. மனம் ஒரு குரங்கு என்றால் அது தாவத்தானே செய்யும்! அதுவும் காதல் கொண்ட மனம் ஊசலாடாமல் இருக்குமா? வேல்விழி நல்ல வாழ்க்கைத் துணை என்றால் அவரோடு சேர்ந்து வாழ போராட வேண்டும். இல்லையென்றால் வேல் விழியின் தந்தை சொன்னது போல் திருமணம் செய்துகொண்டு அமெரிக்காவுக்குப் போய்விட்டால் என்ன? அங்கேயே தங்கிவிட்டால் என்ன பிரச்சனை துரத்தப்போகிறது?

பிரச்சனை துரத்தாது. ஆனால் இருவரின் மனசாட்சிகளும் உறுத்துமே! சமூக மாற்றத்துக்காகப் போராட வேண்டும் என்று சொல்லி, எழுதி, பேசிவிட்டு சொந்த வாழ்க்கை என்று வந்ததும் சுயநலத்தோடு ஓடிவிட்டதாகப் பேசமாட்டார்களா? உள் நாட்டில் இருந்தால் எதுவும் நடக்கலாம் என்ற உயிரச்சம் வெளிநாட்டுக்கு ஓடவைத்துவிட்டது என்று இழிவாகப் பார்க்க மாட்டார்களா?

மறுபக்கம் வேல்விழியின் தந்தை தனது மகளையும் பிரிந்து ஊர்த்தலைவர் என்ற தகுதியையும் இழக்க நேர்ந்துவிடும். வறட்டு கவுரவம் தப்பான முடிவையும் எடுக்கத் தூண்டலாம். அப்படி ஏதாவது நடந்தால் வேல்விழியுடனான வாழ்க்கை இனிமையாக இருக்குமா?

இப்படியான கேள்விகள், கிருமிகளாய் மூளையில் தொற்றிக்கொண்டதுதான் ஊசலாட்டத்திற்குக் காரணம். குரங்குமனம் இனி தாவவும் கூடாது. எந்தக் கூட்டையும் பிரிக்கவும் கூடாது. சொந்த வாழ்க்கை பொதுவாழ்க்கை என்ற பாகுபாடு கூடாது. வாழ்க்கை என்றால் வாழ்க்கைதான்.

வேல்விழியின் கொள்கை வழியே நிற்பதென ராஜனும் முடிவெடுத்தான். காதல் என்ற கணக்குக்கு விடை திருமணம் மட்டும் தானா? எல்லையில்லா அன்பாகவும் அது நீடிக்கலாம் அல்லவா? நீடிக்கலாம் என்ன? நீடிக்கும் என்ற உறுதியோடு வேல்விழியின் வருகைக்காகக் காத்திருந்தான் ராஜன்.

மல்லிகை மணம் முன்னே வந்தால் வேல்விழி பின்னே வருவது உறுதி.

"டாக்டர் ராஜன்! ரொம்ப நேரமா காத்திருக்கீங்களா? சாரி."

வேல்விழி கெஞ்சுவதுபோல் பேச்சைத் தொடங்கி வைத்தாள்.

'அதெல்லாம் ஒண்ணுமில்ல வேல். நீங்க கொஞ்சம் தாமதமா வந்ததும் நல்லதுதான். கல்லெறிந்த குளம் அலைபாய்ந்து அடங்கி தெளிந்தபோது நீங்க வந்திருக்கீங்க.' மெல்லிய குரலில் பேசினான் ராஜன்!

"சிவப்பட்டியில என்ன நடந்ததுன்னு முத்துமாணிக்கம் சொல்லியிருப்பாரு. உங்க முடிவுக்காகத்தான் காத்திருக்கேன். நீங்க எந்த முடிவு எடுத்தாலும் எனக்கு சரிதான்"

முடிவுப் பந்தினை வேல்விழி ராஜன் பக்கம் தள்ளி விட்டதால் மனதில் நினைத்ததை சொல்லும் வாய்ப்பாக அதனைப் பயன்படுத்திக்கொண்டான்.

"என் வாழ்க்கைப் பாதையிலிருந்து மேக்டெலின் விலகியபின் வெள்ளத்தில் வீழ்ந்தவனுக்கு ஒரு தெப்பமா நீங்க வந்து கர சேத்தீங்க. இருவரும் மனம் விட்டுப்பேசி வாழ்க்கையில் ஒருவருக்கொருவர் துணையா இருக்கலாம்னு யோசிச்சோம். இந்த சமூகத்துல அது நடக்குமாங்கிற கேள்விக்குறியோடதான் யோசிச்சோம். அது நடக்காதுங்குற முற்றுப்புள்ளி இப்ப வைக்கப்பட்டிருக்கு.

ஆனா ஒண்ணு, உங்களோட கருத்த அப்பாகிட்ட உறுதியா எடுத்துச் சொன்னப்ப பெண்கள் உங்களுக்கு ஆதரவா இருந்தாங்கன்னு முத்து மாணிக்கம் சொன்னான். ரொம்ப ஆறுதலா இருந்துச்சு. ஆண்கள் அரிதில் கடத்திகள். பெண்கள் எளிதில் கடத்திகள். தங்களுக்கு ஒரு விஷயம் சரியெனப் பட்டுவிட்டால் எல்லா சந்திப்புகளிலேயும் அத வெளிப்படுத்து வாங்க. கருத்துக்கு ஆள் சேப்பாங்க. இன்னைக்கு இல்லன்னா லும் இன்னொரு நாளைக்கு நெனைச்சத பெண்கள் சாதிச்சுக் காட்டுவாங்க. சிவப்பட்டி மண்ணுல நீங்க சீர்திருத்த வெதைய வெதச்சிட்டு வந்திருக்கீங்க. அதுவே பெரிய விஷயமா எனக்குப்படுது"

ராஜன் மனதிலிருந்தது முழுவதையும் வெளியே கொட்டி விட்டான். அமைதியாகக் கேட்டுக்கொண்டிருந்த வேல்விழி,

“ஆமா! முற்றுப்புள்ளி வச்சாச்சுன்னு சொன்னீங்களே? அதுதான் உங்க முடிவா?” என்று கலக்கத்தோடு கேட்டாள்.

“அது மட்டுமில்ல வேல்விழி. நீங்க திருமணம் செஞ்சிகிட்டு வெளிநாடு போயிட்டா பழைய நினைவுகளை மனதிலிருந்து அகற்றிவிட வேண்டும். அப்படிசில நினைவுகள் ஒட்டிக் கொண்டிருந்தால் அது தரையில் படிந்த பாசிபோல் வழுக்கி விட்டு விடும். அதனால கொஞ்சகாலத்துக்கு நமக்குள் கடிதத் தொடர்போ தொலைபேசி உரையாடலோ இல்லாமல் தவிர்க்க வேண்டும்.”

குரல் கம்ம நா தழுதழுக்க ராஜன் கூறினான்.

“அவ்வளவு பலவீனமானவரா நீங்க? பேசினால் மனம் தடுமாறுமா? வழுக்கி விழுவீங்களா? எனக்கு அதுல நம்பிக்கை இல்ல. வழக்கம் போல நம்மளோட நட்பும் தோழமையும் வழி காட்டலும் நீடிக்கணும்.”

எப்போதும் போல் வேல்விழி உறுதியாகப் பேசினாள். ராஜனுக்கு வியப்பாக இருந்தது. நட்பு தொடரும் என்பது மகிழ்ச்சியாகவும் இருந்தது.

“நம்மளோட திருமணம் நடக்காததால எங்கப்பா ஜெயிச் சிட்டார்னு நெனைக்காதீங்க. அவர் கட்டி வச்சிருக்கிற சாதி சமூகக் கோட்டையிலிருந்து முதல் கல்லை நானே உருவப் போறேன்...”

“என்ன சொல்றீங்க?”

“எங்க சித்தப்பா மகள் - உங்களோட அன்புத் தங்கை டாக்டர் ரேவதிக்கும் முனைவர் சின்னசாமிக்கும் திருமண ஏற்பாடு பேசியிருக்கேன். பெரும்பாலும் முடிஞ்சமாதிரிதான். அப்பா மாதிரியே சித்தப்பாவும் இருப்பாரோண்ணு சின்ன சந்தேகம் இருந்துச்சு. ஆனா அவர் தெளிவா சொன்னாரு. ‘உங்கப்பாவோட ராஜ்யம் சிவப்பட்டியோடதான். மதுரைக்கு செல்லாது. அதுவும் எங்கிட்ட செல்லாது. ராஜன மாதிரி ஒரு நல்ல பையன், ஊருக்கு நல்ல டாக்டரு...’ உனக்குக் கெடைச் சதக்கு சந்தோஷப்படாம சாதி-மதத்த கட்டிகிட்டு அழறாரு. ராஜன் அன்னைக்கு ரேவதியைக் காப்பாத்தி வீட்டுக்குக் கொண்டு வந்தப்பவே இந்த சாதிமத விலங்கிலிருந்து என்மனசு விடுதலையாயிடுச்சி அப்படின்னாரு.”

ஆஹா! மனிதாபிமானத்தோடும் சுயநலம் இல்லாமலும் செய்யப்படும் செயலுக்கு நிச்சயம் பலன் கிடைக்கும் என்பதற்கு

இந்தப் பேச்சே உதாரணமாயிருந்தது. அத்தோடு வேல்விழி பேச்சுக்கிடையே ‘உங்க அன்புத் தங்கை டாக்டர் ரேவதி’ என்ற பாசப் பிணைப்பு சாதிமதம் கடந்தது என்பதை நினைத்து ராஜன் பெருமை கொண்டான். ராஜனுக்கு ஒரு தங்கை கிடைத்தது சோகத்தில் விளைந்த சொந்தம்.

சாவித்திரி அம்மா - துரைராஜ் தம்பதியருக்கு ரேவதி கைக்குழந்தையாக இருந்தபோது ஐந்து வயதில் ஓர் அண்ணன் இருந்தான். அவன் ரொம்ப அழகாகவும் துருதுருவென்றும் இருப்பான். ஒருநாள் மதியம் பள்ளிக்கூடத்திலிருந்து வரும் வேன் அவர்கள் வீட்டிற்கு எதிர்ப்பக்கத்தில் நின்றது. ஓட்டுநர் குழந்தையின் கையைப் பிடித்துக்கொண்டு தெருவைக் கடப்பதற்காக நின்றிருந்தார். சாவித்திரி அம்மா, வீட்டின் பக்கம் தெருவோரமாக நின்றிருந்தார். தாயைப் பார்த்த சிறுவன் ஓட்டுநரின் கையை ‘உதறிவிட்டு... அம்மா?’ என்று கூப்பிட்டபடி தெருவின் குறுக்காக ஓடிவந்தான். கண்ணிமைக்கும் நேரத்தில் அந்தத் தெருவில் வேகமாக வந்த கார் சக்கரங்கள் ஏறிய போதும் ‘அம்மா...’ என்றான். அந்த அலறல் மூச்சுக்காற்று நின்று உடல் நசுங்கிப்போனதற்கு முந்தைய அலறல்...

கண்ணெதிரிலேயே அன்பு மகன் துள்ளத்துடிக்க இறந்து போனதைப் பார்த்த சாவித்திரி அம்மா கதறி அழுதார். இதயம் துடிப்பதை நிறுத்திக்கொண்டதுபோல் சிறிது நேரத்தில் தரையில் சரிந்தார். மகனை வாரிக் கொடுத்த மனம் பதைப் பதைத்தது. உண்ணாமல் உறங்காமல் தவித்தார். யாருடனும் சரியாகப் பேசுவதில்லை. கணவரே பேசினாலும் கலகலப்பு இல்லை. துரைராஜ் பயந்துபோய்விட்டார். இப்படியே விட்டால் சாவித்திரிக்கு ஏதாவது ஆகிவிடும். ஏதாவது செய்ய வேண்டும் என்று நினைத்தார்.

சாவித்திரி அம்மாவின் உறவினரான மனநல மருத்துவர் தயாளனியை வரவழைத்து சாவித்திரி பற்றி ஆலோசனை கேட்க நினைத்தார். டாக்டர் தயாளனி. சில மாதங்கள் எடுத்துக் கொண்டு சாவித்திரி அம்மாவின் மனதைத் தேற்றி இயல்பு நிலைக்குக் கொண்டுவந்தார். மகன் இறந்த சோகத்தை மெல்ல மெல்ல மறந்து மகள் ரேவதியை நல்ல முறையில் வளர்த்தார்.

ரேவதி மருத்துவக்கல்லூரியில் படித்த போது, ராஜன் மனநிலை பாதிக்கப்பட்டு ரேவதி வீட்டுக்கு அழைத்து வரப்பட்டார்.

ராஜனைப் பார்த்த சாவித்திரி அம்மாவுக்கு இறந்துபோன தன் மகன் வளர்ந்து ஆளாகி இருப்பதாகத் தோன்றியது. இதனால் தன்னை 'ஆன்ட்டி' என்று கூப்பிட்ட ராஜனிடம் 'அம்மா' என்றே கூப்பிடு என்று அன்போடு கேட்டுக்கொண்டார் சாவித்திரி அம்மா. அப்போதிலிருந்து மதுரையில் ஒரு அம்மாவும் ஒரு தங்கையும் ராஜனுக்குக் கிடைத்தனர்.

அந்தத் தங்கைக்கு துரைராஜ் இல்லத்திலேயே நிச்சயதார்த்தம் நடைபெற்றது. வேல்விழி திருமணத்திற்குப்பின் ரேவதிக்குத் திருமணம் என்று முடிவு செய்திருந்தனர்.

வேல்விழியை சந்தித்துப் பேசியதில் ஆறுதலடைந்ததோடு தெளிவும் கிடைத்ததாக ராஜன் நினைத்தான். அடுத்தநாள் வீட்டைவிட்டு வெளியே செல்லாமல் மன அலைகளை உள்வாங்கச் செய்து பூரண அமைதியை அனுபவிக்க வேண்டும் என்று நினைத்தான். காலை பத்து மணிவரை அந்த வைராக்கியம் நீடித்தது. அதன் பிறகு ஒலித்தத் தொலைபேசி அதனைச் சிதைத்தது. தொலைபேசியை எடுக்காமல் எண்ணியதை சாதிக்க வேண்டும் என்று நினைத்தான். ஒருமுறை... இரண்டு முறை... மூன்று முறை... அதற்குமேல் ராஜனுக்குப் பொறுமை இல்லை. ஒரு டாக்டர் இப்படித் தொலைபேசி அழைப்பைத் தவிர்ப்பது கடமை தவறிய குற்றமும் ஆகும். ஏதோ அவசரம் போல் தெரிகிறது. இல்லையென்றால் தொடர்ந்து இத்தனை முறை தொலைபேசி ஒலிக்குமா? ஒருவேளை வேல்விழியோ, ரேவதியோ, முத்துமாணிக்கமோ கூட அவசரத் தேவைக்கு அழைத்திருக்கலாம். அடுத்த முறை மணி ஒலித்தால் கட்டாயம் எடுத்துவிட வேண்டும் என மன உறுதியைத் தலைகீழாக மாற்றிக்கொண்டான்.

ஆனால் தொலைபேசி அழைப்பு வரவில்லை. ராஜன் பதற்ற மடைந்தான். "சே! அழைப்பு வந்தபோது எடுக்காமல் அலட்சியப்படுத்திவிட்டு இப்போது பதற்றப்படுவது என்ன முட்டாள் தனம். 'தும்பை விட்டுவிட்டு வாலைப் பிடிக்க ஓடுவது' என்பார்களே அது எவ்வளவு உண்மையான வார்த்தை" என்று தனக்குத்தானே பேசி அலுத்துக் கொண்டான். அலுப்பை ஆசுவாசப்படுத்துவதுபோல் தொலை பேசி மீண்டும் ஒலித்தது.

"அப்பாடா..." பதற்றத்தைத் தணிக்கும் வேகத்தோடு ஒலி அடங்குவதற்குள் 'டக்' கென தொலைபேசி ரிசீவரை எடுத்தான்.

"ஹலோ! டாக்டர் ராஜன் `ஹியர்" என்றான்.

“டாக்டர் ராஜன், நான் டாக்டர் ரத்திவிக்கா பேசுறேன். ரொம்ப பிசியா. போனைய எடுக்கல. எனக்கு டென்ஷன் ஏறிப்போச்சு” என்று மறுமுனையில் பேசியவர் கூறினார்.

தான் செய்த குற்றம் வெளிப்பட்டுவிடாமல் எச்சரிக்கை உணர்வோடு வார்த்தைகளை நிதானமாகப் பேசினான்.

“சாரி டாக்டர், பிசி ஒண்ணுமில்லை. கொஞ்சம் லேட்டா எழுந்து...”

ராஜன் முடிப்பதற்குள் ரத்திவிக்கா குறுக்கிட்டார்.

“சரி... சரி... உங்கக் கதைய பிறகு கேட்டுக்குறேன். ஒரு சீரியஸ் கேஸ். கிரிட்டிகலா இருக்கிற ஒரு நோயாளியை ஆம்புலன்ஸ்ல அனுப்பி வைக்கிறேன். நியாயமா பாத்தா நான்தான் கூட வரணும், ஆனா, இங்கே நிறையபேர் காத்திருக்காங்க. உடனடியா கேஷுவாலிட்டிக்குப் போயி கேஸ ரிசீவ் பண்ணி ட்ரீட்மென்ட்ட ஆரம்பிங்க” என்று படபடவென ரத்திவிக்கா பேசினார். இது நோயாளியின் ஆபத்தான நிலையை உணர்த்தி யது.

“நல்லவேளை பொய் சொல்லி சமாளிக்க வேண்டிய அவசியமில்லாம பண்ணிட்டாங்க. அவங்களுக்கு நன்றி சொல்லணும்” என்று நினைத்துக்கொண்டே அவசர சிகிச்சைப் பிரிவுக்குச் சென்றான். சிவப்பட்டியிலிருந்து ஆம்புலன்ஸ் வேகமாக வந்து நின்றது. நோயாளி உடனடியாக இறக்கப்பட்டு சிகிச்சை அறைக்குக் கொண்டு செல்லப்பட்டார். அங்கே அவருக்கு முதலுதவியாக செய்ய வேண்டிய சிகிச்சையை செய்து நோயாளியை ஆசுவாசப்படுத்தினார்.

“பயப்படும் படியா ஒண்ணுமில்ல. ஒருபாட்டில் ட்ரிப்ஸ் போடுங்க. மூணு மணி நேரம் கழிச்சு வந்து பாக்குறேன்” என்று நர்சிடம் சொல்லிவிட்டு ராஜன் புறப்பட்டார்.

நோயாளியின் உறவினர்கள் ராஜனைப் பின் தொடர்ந்து “அய்யா... அய்யா அவருக்கு ஒண்ணுமில்லிங்களே? பொழைச் சுக்குவாருங்களா? அய்யா... அய்யா...” என்று அந்தப் பெண் கெஞ்சும் குரலில் அழுதுகொண்டே கேட்டாள். அவர் நோயாளியின் மனைவிபோல் தெரிந்தது.

“ஒண்ணுமில்லம்மா... பயப்படாதீங்க... சரியா சாப்பிடாம... நெறைய வேல செஞ்சிருப்பாருபோல தெரியுது. ஒடம்பு சோர்ந்து

போச்சு. ட்ரிப்ஸ் போட்டிருக்கோம்ல. சரியாயிடு வாரு" என்று ராஜன் ஆறுதலாகக் கூறினான்.

"அய்யா... நீங்க சிவப்பட்டி டாக்டர் தானே! அவர எப்படியா வது காப்பாத்திடுங்கய்யா. நீங்க நல்லா இருப்பீங்க" அந்தப் பெண் வாழ்த்தினாள்.

அங்கிருந்து நகர்ந்த ராஜன், 'சிவப்பட்டியிலேயே தங்கி மக்கள் சேவை செய்யணும்னு ஆசை ஆசையா இருந்தோம். ஆனா சாதிதான் மதம்பிடிச்ச யானையா எங்கள விரட்டுதே' என்று எண்ணி வேதனைப்படும்போதே ஒரு குரல் திரும்பிப் பார்க்கச் செய்தது.

"டாக்டர் ராஜன்... ராஜன்" ஒரு நெடிய உருவம் ஓடிவந்து "நான்தான் டாக்டர் பிரபு. என்னை ஞாபகம் இருக்கா" என்று கேட்டது.

"சார்... உங்கள மறக்க முடியுமா?" அகமும் முகமும் மலர ராஜன் மகிழ்ச்சியுடன் பதில் சொன்னான்.

"நானும் விஷ்ணு ராமனும் இறுதியாண்டு அறுவை சிகிச்சை போஸ்டிங் மூன்று மாதம் உங்க கீழதானே இருந்தோம். 12 வார போஸ்டிங்கில் எட்டு இல்லன்னா பத்து நாள்தான் வார்டுக்குப் போயிருப்பேன். நான் தேர்தல் வேலைக்காக சென்னைக்குப் போயிருக்கேன்னு விஷ்ணுராமன்கிட்ட கேட்டுத் தெரிஞ்சி கிட்டீங்க. உங்களுக்கும் அதே அரசியல் உணர்வு இருந் திருக்கும்னு நெனைக்கிறேன். எங்கிட்ட சிறப்புக் கவனம் வச்சீங்க. தேர்வுக்கு இப்படிப்பட்ட கேஸ்கள்தான் வைப்பாங் கன்னு சொல்லி வகுப்பெடுத்தீங்க. இதையெல்லாம் என்னால மறக்க முடியுமா சார்"

ராஜன் சில ஆண்டுகளுக்கு முன் நிகழ்ந்ததை காட்சிப் படுத்துவதுபோல் விவரித்தான். ராஜன் கூறியதையெல்லாம் கொஞ்சம் கூச்சத்தோடும் கொஞ்சம் பெருமிதத்தோடும் கேட்டுக்கொண்ட டாக்டர் பிரபு புன்சிரிப்பால் அதனை ஒப்புக்கொண்டார்.

"டாக்டர், இப்ப நீங்க எங்க இருக்கீங்கன்னு தெரிஞ்சிக் கலாமா" ராஜன் கேட்டான்.

“ஓ எஸ். நான் வாஷிங்டன்ல ஒரு பெரிய மருத்துவமனையில வேல பாக்குறேன். அதுவும் நுரையீரல் டிபார்ட்மெண்ட்ல கேன்சர் சிகிச்சை பிரிவுல இருக்கேன்.”

டாக்டர் பிரபுவை ஆசிரியராக ஏற்கெனவே பிடித்திருந் தாலும் இப்போது ‘அமெரிக்கத் தலை நகரில் வேலை பார்த்தாலும் - அவருக்கு நான் மாணவனாக இருந்தாலும் - அலட்சியப்படுத்தாமல் கூப்பிட்டுப் பேசுகிறாரே! இந்தப் பண்புக்கு வணங்க வேண்டும’ என்று மனதுக்குள் நினைத்துக் கொண்டு, “மதுரைக்கு இப்போ என்ன வேலையா வந்திருக்கீங்க டாக்டர்?...” என்று தயக்கத்துடன் கேட்டான் ராஜன்.

“ஒண்ணுமில்ல குடும்பக்கடமைதான். ரெண்டு தங்கைகளுக் குத் திருமணம் செய்யணும். அதுக்குத்தான் வந்திருக்கேன்.”

திருமணம் என்றதுமே ராஜனுக்குத் திக்கென்றது. சாதி சமூகம் பார்த்து ஊரும் உறவும் ஒத்துவந்து கல்யாணம் பண்றதுக்குள்ள... என்ன பாடுபடப் போறாரோ... டாக்டராக இருந்தாலும் பிரபுவின் நிலையை எண்ணி அனுதாபப்படத்தான் முடிந்தது. அதுவும் மனதுக்குள். வெளியே சொல்ல முடியுமா? நினைவலைகளில் மிதந்தான் ராஜன். பிரபுவின் பேச்சு அவனைக் கை தூக்கி விட்டது.

“இங்கே மாறன்னு ஒரு நண்பன் இருக்கான். அவன் மூலமா மாப்பிள்ளை பார்த்து திருமண ஏற்பாடு கிட்டத்தட்ட நெருங்கிடுச்சு”

மகிழ்ச்சியோடேயே பிரபு சொன்னது ராஜனுக்கும் மகிழ்ச்சியாகவே இருந்தது. வாழ்த்து தெரிவிப்பதுபோல் இன் முகத்தோடு கைகுலுக்கினான். இனி ஒருமுறை சந்திக்கும் வாய்ப்பு கிடைக்குமோ கிடைக்காதோ என்ற பரப்பரப்பில் இன்னொரு கேள்வியைப் போட்டான் ராஜன்.

“உங்களுக்குத் திருமணமாகி” என்று இழுத்து, குழந்தைகள் இருக்கா என்று ராஜன் கேட்டு முடிப்பதற்குள் பிரபு பேச்சைத் துண்டித்துவிட்டார்.

“கணவரை இழந்த வயசான அம்மா, ரெண்டு தங்கைகள்... இந்தக் குடும்பத்துல அண்ணன் முதல்ல கல்யாணம் பண்ணி கிட்டா நல்லாவா இருக்கும். ஆனா... தங்கைகள் திருமணம் உறுதியான நெலமையில எனக்கும் ஒரு பெண் பேசியிருக்காங்க. என்னோட பேச அவங்க குடும்பத்த இங்க வரச்சொல்லி

யிருக்கேன். அநேகமா வந்திருப்பாங்க..." என்று கூறிய பிரபு காத்திருப்பதாகச் சொன்ன இடத்தின் திசையில் திரும்பினார் ராஜனும் அதே திசையில் பார்த்தான்.

பிரபுவுக்கு அண்மையில் அறிமுகமான துரைராஜ் அங்கே நின்றிருந்தார். கூடவே வேல்விழி, முத்துமாணிக்கம், ரேவதி இருந்தார்கள்.

"அதோ அவங்க வந்துட்டாங்க. நீங்களும் வாங்க ராஜன் பேசலாம்" என்றார் பிரபு.

நிலைமையை ராஜன் புரிந்துகொண்டார். நல்லவேளை யாரும் ராஜனைப் பார்க்கவில்லை. பிரபுவையும்தான்.

அந்த நேரத்தில் அவசர சிகிச்சை வார்டிலிருந்து ஒரு மேல் நர்ஸ் ராஜனைத் தேடி ஓடிவந்தார். சிவப்பட்டியிலிருந்து வந்த அவசரக் கேஸை உடனடியாகப் பார்க்க வேண்டும் என்று அழைத்தார்.

இதையே காரணமாகக் காட்டி ராஜன் அங்கிருந்து புறப்பட்டார். டாக்டர் பிரபு ரொம்பவும் நல்லவர், நல்ல மனிதர். அவரோடு வேல்விழிக்குத் திருமணம் நடக்க வேண்டும் என்ற விருப்பத்தை, "வாழ்த்துக்கள் டாக்டர். நீங்கள் நினைத்தபடியே எல்லாம் நன்றாக நடக்கட்டும்" என்று கூறி ராஜன் புறப் பட்டான்.

அன்று வாழ்த்திய படியே திருமணம் நடந்ததால் வேல்விழியையும் பிரபுவையும் சந்திக்க ராஜன் இன்று அமெரிக்காவுக்கு சென்று கொண்டிருந்தார்.

❐

20

டாக்டர் ராஜனை வரவேற்க வேல்விழியின் வீடு தயாராகிக் கொண்டிருந்தது. முதல் நாள் தூக்கம் அரைகுறையாக இருந்தாலும் உற்சாகத்தில் அதையெல்லாம் மறந்து டாக்டர் பிரபு, வேல்விழி, சின்னசாமி, குழலி, ரேவதி எல்லோரும் ஆளுக்கொரு வேலையில் சுறுசுறுப்பானார்கள்.

யார் இந்த டாக்டர் ராஜன்? எல்லோரும் இவ்வளவு எதிர்பார்ப்போடு காத்திருக்கிறார்கள். இந்தியாவிலேயே பெரிய மருத்துவரா? ரொம்ப காலத்துக்குப்பிறகு சந்திக்கிறார்களா? குழலியின் கணவர் வினோத் கேள்விகளால் நிறைந்தார். யாரிடம் கேட்பது? குழலியிடம் கேட்கலாம். இருந்தாலும் குழலியின் வயதுக்கு முழுமையான தகவல் தெரியாது. டாக்டர் பிரபுவிடம் ஏன் கேட்கக் கூடாது. அதுதான் சரி என்று முடிவு செய்தார்.

இவ்வளவு பரபரப்புக்கும் இடையே டாக்டர் பிரபுவை இடைமறித்த வினோத் "அங்கிள், யார் இந்த டாக்டர் ராஜன்? அவ்வளவு பேரும் பரபரப்பா இருக்கீங்க..." என்றார்.

"அதுவா? 40 வருஷத்துக்குப் பிறகு அவர நாம பாக்கப் போறோம். நம்ம குடும்பத்தோடு ரொம்ப நெருக்கமானவர். ஆனால் இத்தன வருஷமா நெருங்காமலேயே இந்தியாவில் இருந்த அவரை குழலி கல்யாணத்துக்காக அமெரிக்கா வர அழைப்பு அனுப்பி இருந்தோம்..." என்று பிரபு முன்கதைச் சுருக்கத்தைக் கூறினார்.

"அப்படின்னா குழலி கல்யாணத்துக்கு வராம இப்ப ஏன் வராரு? அப்பவே வந்திருந்தா எவ்வளவு சந்தோஷமா இருந்திருக்கும். எனக்குப் பெருமையாகவும் இருந்திருக்கும்." வினோத் ஆதங்கப்பட்டார்.

"அவர் டாக்டர் மட்டுமல்ல சமூகசேவகர், அரசியல் ஆர்வம் உள்ளவர், யாருடைய பிரச்சனைக்கும் ஓடோடிச் சென்று உதவும் குணமுடையவர், மதுரை சியாட்டில், இதழ்களில் சமூக அக்கறையுடன் நிறைய கட்டுரைகள் எழுதியவர்... அவர்தான்

நேரே வரப்போறாருல்ல. இதுக்குமேலே என்னவெல்லாம் கேக்கத் தோணுதோ அதையெல்லாம் அவர்கிட்டயே கேட்டுத் தெரிஞ்சிக்குங்க”

குறுக்கும் நெடுக்குமாக ஓடி ஓடி வேலை பார்த்த வேல்விழி கொஞ்சநேரம் நின்னு தன்பங்குக்குக் கொஞ்சம் விவரத்தைச் சொல்லிவிட்டுச் சென்றார்.

உதட்டைப் பிதுக்கி தோள்களை உயர்த்தி கைகளை விரித்து ‘என்னவோ நடக்குது’ என்பது போல அங்கிருந்து நகர்ந்தார் வினோத்.

திரும்பவும் வந்த வேல்விழி பிரபுவைப் பார்த்து, “டாக்டர், ராஜனை ஏர்போர்ட்ல ரிசீவ் பண்ண யார் போறீங்க” என்று கேட்டார்.

“நீங்களும் நானும் போயிட்டு வந்திடலாமே?” என்றார் பிரபு.

“ம் கூம்... எனக்கு ஊர்பட்ட வேல கெடக்கு. மாலையில ஃபங்ஷன் வேற இருக்கு. அதோட ராஜனுக்கு ஒரு சர்ப்ரைஸ் குடுக்கணும். நான் ஏர்ப்போர்ட்டுக்கு வந்தா சப்புன்னு ஆயிடும். நீங்களே போய்ட்டுவாங்க. தொணைக்கு வேணும்னா மாப்ளையையோ சின்னசாமியையோ கூட்டிக்கிட்டு போங்க...” திறந்துவிட்ட குழாயின் தண்ணீர் போல வார்த்தைகளை சடசடவென்று கொட்டி விட்டு விரைந்தார் வேல்விழி.

“அக்கா பேச்சுக்கு அப்பீல் ஏது? வாங்க நானும் வர்றேன் போகலாம்” வேல்விழியின் வெடிப்பேச்சைக் கேட்டபடியே அங்கே வந்த சின்னசாமி உடன் வருவதற்கான ஒப்புதலைத் தாமாக முன்வந்து அளித்தார்.

“நீங்கள் வருவது நல்லது. நான் அவரைப் பார்த்து நாற்பது வருஷம் ஆயிடுச்சி. இப்ப எப்படியெல்லாம் மாறியிருப்பாரோ. நீங்கன்னா தொடர்ச்சியான நண்பர். ஒருமுறைக்கு உங்களுக்கு மைத்துனர் வேற. நல்லா அடையாளம் தெரியும். அஞ்சு நிமிஷத்துல நாம புறப்படலாம். சரியா இருக்கும்.”

டாக்டர் பிரபு யோசனையை சொல்லிவிட்டு அறைக்குச் சென்றார்.

டாக்டர் ராஜன் பயணம் செய்த விமானம் ஏர்ப்போர்ட்டுக்கு வந்துவிட்டது. இறங்க வேண்டியதுதான். வழக்கமான

சோதனைகளை முடித்துக்கொண்டு வெளியே சென்றார். ராஜனின் மனம் குதூகலம் கொண்டது. வீட்டுக்கு அழைத்துச் செல்ல வேல்விழி வருவாரா? கல்லூரி மாணவியாகப் பார்த்த வேல்விழி! இரண்டு குழந்தைகளுக்குத் தாயாகி மாமியாராகி பேரக்குழந்தைகளுக்குப் பாட்டியாகவும் ஆகிவிட்ட வேல்விழியின் உருவத்தை எப்படிக் கற்பனை செய்வது?

பெரும்பாலும் டாக்டர் பிரபுவுடன் திருமணம் நிச்சயமாகி விடும் என்ற நினைப்பில் வாழ்த்துக்கள் சொல்லி கை குலுக்கிய போது... கையை வெடுக்கன இழுத்து ஓங்கி என் கன்னத்தில் அறைவிட்ட அவரின் பலம் அப்படியே இருக்குமா? இருக்காது. அந்த பலம் அப்போதே இளகி என் கன்னத்தை இதமாகத் தடவி விட்டு மன்னிப்பு கேட்ட பூ போன்ற மனம் அவருடையது.

திருமணம் நிச்சயமாகி மதுரையிலிருந்து சிவப்பட்டிக்கு ஒரு வாரத்திற்கு முன்பே செல்ல வேண்டிய நிர்பந்தம் ஏற்பட்டது. அன்றைக்கு மதுரையில் சாவித்திரி அம்மாவின் காலைத் தொட்டு வணங்கிய வேல்விழி கொஞ்சமும் எதிர்பாராத நிலையில் ராஜனின் காலையும் தொட்டுவணங்கத் தலை குனிந்தார். "என்ன இது புதுப்பழக்கம்" என்று சுயமரியாதைக் குரல் வந்தது.

"இதுவா? கல்லூரிக்கு புதுசா வந்த போது பகடி செய்த நீங்கள் என் காலைத் தொட்டதற்கு பதில் மரியாதை" என்று நிலைமையை சமாளித்தார் வேல்விழி.

இன்றைக்கு சந்திக்கும் போது ஒருவேளை மகள்களிடம் முதல்மரியாதை செய்ய கேட்டுக்கொள்வாரோ என்னவோ!

வேல்விழியின் நினைவுகளோடு வெளியே வந்த ராஜனை வரவேற்க டாக்டர் பிரபுவும் சின்னசாமியும் காத்திருந்தனர். சின்னசாமி, ராஜனை டக்கென அடையாளம் கண்டு கையசைத்து வரவேற்றார். இருவரும் நெருங்கிச்சென்று கைகுலுக்கினர்.

"டாக்டர் பிரபு, நீங்க மாறவேயில்ல. அன்னைக்குக் காலேஜ்ல பாத்த மாதிரி அப்படியே இருக்கீங்க"

"உங்களை எப்படி அடையாளம் கண்டுபுடிக்கிறதுன்னு யோசிச்சேன். நீங்களும் அப்படியேதான் இருக்கீங்க... தலையில மட்டும் ஒண்ணு ரெண்டு சில்வர் லைன்"

ராஜனும் பிரபுவும் உரையாடியது கல்லூரி மாணவர்கள் போல் கலகலப்பாக இருந்தது.

“ஏன் வேல்விழி வரவில்லையா?” என்று கேட்க நினைத்தாலும் வார்த்தைகள் வெளிவர மறுத்தன. ‘சரி! ஆக்கப் பொறுத்தவனுக்கு ஆறப்பொறுக்காதா? அமெரிக்கா வரை வந்தாச்சு. இன்னும் கொஞ்ச நேரத்துல வீட்டுல போயி வேல்விழிய பாக்கப்போறோம். அவ்வளவு பொறுமை இருக்காதா?’ என்று யோசித்தபடியே சென்ற ராஜன், சின்னசாமியுடன் காரில் பின்னர் ஏறினார். பிரபு ஓட்டுநர் இருக்கையில் அமர்ந்தார்.

இந்தியாவில் படித்தவர்களின் சொர்க்கபுரியாகக் கனவு காணப்படும் அமெரிக்காவின் வெளித்தோற்றத்தைக் கார் கண்ணாடி வழியாகப் பார்த்துக்கொண்டே ராஜனின் பயணம் இருந்தது. இதற்கு வாய்ப்பு கொடுப்பதே நோக்கம் என்பது போல பிரபுவும் சின்னசாமியும் பேச்சுகொடுக்காமல் மௌனம் காத்தனர்.

அகண்ட சாலைகள், வானுயர்ந்த கட்டடங்கள், கண்கவரும் ஷாப்பிங் மால்கள், வகைவகையான கார்கள்... வியப்பில் கண்கள் விரிய இவற்றை ராஜன் பார்த்தாலும் அரசியல் ரீதியாக இந்த நாடு ஊரை அடித்து உலையில் போடும் ஏகாதிபத்திய நாடுதானே என்ற அலட்சியக் கண்ணோட்டம் அமுங்கி விடவில்லை. எல்லா நாடுகளின் அறிவையும் உழைப்பையும் சுரண்டிஜொலிப்பதுதானே இந்த நாடு!

என்னதான் படிப்பறிவு, ஜனநாயகம், புதிய கண்டுபிடிப்புகள் இருந்தாலும் மனிதர்களைத் தோலின் நிறத்தால் தூரத்தில் ஒதுக்கிவைக்கும், கருப்புத்தோல் மக்களைத் துன்புறுத்தும் கேவலம் தொடர்கதைதானே! இந்தியாவில் தலித் என்றால் அமெரிக்காவில் கறுப்பின மக்கள்! இந்தியாவில் இந்த நாட்டைப் போற்றிப் புகழும் படித்த மேல்குடிமக்களால் தானே தலித்துகள் உருவாக்கப்பட்டார்கள். அப்படிப்பார்த்தால் இனத்துக்கு இனம் சார்பாகத் தானே இருக்கும் என்றும் எண்ணினார்.

நாடுகளுக்கிடையே பகைமைத் தீயைப் பற்ற வைத்து ஊதிப்பெரிதாக்கி ஆயுத வியாபாரத்தில் ஆதாயம் தேடும் அமெரிக்க அரசு நிர்வாகம். இதை அம்பலப்படுத்தினால் துப்பாக்கி தோட்டாக்கள் பலியாக்கும்.

இந்த எண்ணத்தை மடை மாற்ற வேண்டும். இல்லாவிட்டால் மனம் இறுக்கமாகிவிடும் என்று அஞ்சிய ராஜன், “டாக்டர் பிரபு சார்... சென்னை-மதுரை-சியாட்டில் வெள்ளிவிழா ஏற்பாடுகள் சிறப்பாக நடக்குதா?” என்று கேட்டு வைத்தார்.

பிரபு, உற்சாகமாகிவிட்டார். “சிறப்பா நடக்கும். விழாவ பத்திய மற்றவர்களின் விசாரிப்பைப் பாத்தா அரங்கம் நெறைஞ்சி வழியும் போல இருக்கு. குழலி இம்ப்ரெஸ் ஆகி தமிழ் ஒளின்னு ஒரு கவிஞர் மே தினத்தப்பத்தி கவிதை எழுதியிருக்காராமே அத மேடையில் சொல்லப்போறேன்னு உறுதியா நிக்கிறா. டாக்டர் வேல் ராத்திரி பூரா தூங்காம பழைய இஷ்யூஸயெல்லாம் பரப்பி வச்சி முக்கியமானத நோட்ஸ் எடுத்தாங்க. எனக்கும் கூட ராத்திரியெல்லாம் பல நினைவுகள்...”

பிரபுவின் பேச்சு ராஜன் மனதை மிதக்க விட்டது. சொந்த வாழ்க்கை பொது வாழ்க்கை என்றெல்லாம் இல்லை. வாழ்க்கை என்றால் வாழ்க்கைதான் என்ற கோட்பாட்டில் வேல்விழியின் வைராக்கியத்தை எண்ணி ராஜன் பெருமைப்பட்டார்.

பிரபுவின் கார் ஒரு பெரிய கேட்டுக்குள் நுழைந்து போர்ட்டி கோவில் நின்றது. ராஜன் வீட்டை வியப்பாகப் பார்த்தார்.

விசாலமான வீடு. பார்க்கவே மன அமைதி ஏற்படுவது போல் இருந்தது. கார் உள்ளே திரும்புவது தெரிந்தவுடன் வீட்டுவாசலுக்கு எல்லோரும் வந்து விட்டனர்.

முத்துமாணிக்கம், விஷ்ணுராமன் மாதிரி ஊரில் பார்த்தவர்களிடம் நெருக்கமாக ஹலோ சொல்வது. சரி. மற்றவர்கள்... யாரை என்ன பெயரில் அழைத்து ஹலோ சொல்வது? இவ்வளவு பேருக்கும் முன்னால் வேல்விழிதானே வந்திருக்கணும்! அவங்கதானே அறிமுகம் செய்யணும். காணோமே! ஏன்? ராஜன் குழம்பி நின்றார்.

“இவங்கதான் பெரிய பொண்ணு ரேவதி. இவரு அவங்க கணவர் டொனால் ஓ கொனெய்ல். அயர்லாந்துகாரர். இவங்க ரேவதியின் குழந்தைகள். இவங்க சின்ன பொண்ணு குழலி, கணவர் வினோத்...”

டாக்டர் பிரபுவே அறிமுகம். செய்து வைத்தார். எல்லோருக்கும் ராஜன் ஹாய், ஹலோ சொல்லி முடித்ததும்

இவர்தான் டாக்டர் ராஜன். எனக்கு ஸ்டூடண்டா இருந்தவர். குழந்தை நல மருத்துவத்துறையில் டைரக்டராகி ஓய்வும் பெற்றுவிட்டார்...” என்று தொடங்கி ராஜனை ஒரு ராஜா போலவே புகழ்ந்து அறிமுகம் செய்துவைத்தார்.

இது எல்லாமே எந்திரகதியாக நகர்ந்தது. உயிராக இருந்து இயக்க வேண்டிய வேல்விழியைக் காணவில்லையே! இதுதான் ராஜனின் மனதில் ஓடிக்கொண்டே இருந்தது. கண்கள் அங்கும் இங்குமாக தேடிக்கொண்டே இருந்தது.

“டாக்டர் வேல்விழி...” பிரபுவிடம் ராஜன் கேட்டேவிட்டார்.

“ஆமாம். ஏன் அவங்க வரல. உள்ளே இருப்பாங்க... வாங்க போகலாம்”

பிரபுவின் பதிலுக்குப்பின் எல்லோரும் வீட்டுக்குள் சென்றனர்.

“அம்மா...” குழலி குரல் கொடுத்தார். பதில் இல்லை.

“டாக்டர் வேல்...” பிரபு குரல் கொடுத்தார். பதில் இல்லை.

சின்னசாமி, ரேவதி இவர்களோடு ராஜனும் குரல் கொடுத்தார். ஒருவர் குரலுக்கும் வேல்விழியிடமிருந்து பதில் இல்லாததால் பதற்றமும் பரபரப்பும் அதிகரித்தது.

திபுதிபுவென ஓட்டமும் நடையுமாக வேல்விழியின் அறைக்குள் அனைவரும் சென்றனர்.

கைகள் விரிந்து கிடக்கும் நிலையில் அச்சப்டுத்துவதாக வேல்விழி படுக்கையில் கிடந்தார். விரைந்து ஓடிய பிரபு “வேல்... வேல்... என்ன ஆச்சு” என்று துடிதுடித்து கன்னத்தில் தட்டினார். முகத்தில் தண்ணீர் தெளித்தார். இமைகளைத் தளர்த்தி கண்களைப் பார்த்தார்.

அப்போது ராஜனின் கண்களில் வேல்விழி வலது கை விரலில் அணிந்திருந்த ‘விவி’ என்று பொறித்த மோதிரம் ராஜன் கண்களில் பளிச்செனப்பட்டது. இந்த நிலையில் இதற் காக மகிழ்வதா... வேதனைப்படுவதா விளங்காமல் தவித்தார்.

அறையில் இருந்தவர்களின் அப்பாவித்தனமான செயல்களை கற்பனை செய்து பார்த்த வேல்விழியால் சிரிப்பை அடக்க முடியவில்லை. ‘களுக்கென்று’ சிரித்துவிட்டார். முத்துக்கள் சிதறி ஓடுதா என்று முன்பு பார்த்ததுபோல் ராஜன் வேல்விழியைப் பார்த்தார்.

“என்ன பயந்துட்டீங்களா? சும்மா... ராஜனுக்கு ஒரு ஷாக் கொடுத்து வரவேற்கலாம்னு நெனைச்சேன்... இல்லன்னா நானே ஏர்போர்ட் வந்திருப்பேன்ல”

குழலியும் ரேவதியும் அம்மாவின் இருபக்கமும் தோள்களில் சாய்ந்து விம்மினார்கள்.

“இப்படியா வெளையாடுவாங்க? நாங்க பயந்தே போயிட்டோம்”

“சே! சே! பயப்படாதீங்க... அம்மா எப்பவும் உங்களுக்குத் துணையாயிருப்பேன்... இது சும்மா வெளையாட்டு...”

“உங்களுக்கு வெளையாட்டா இருக்கலாம். மதுரையி லிருந்து வந்திருக்கிற ராஜன் அங்கிளுக்கு எப்படி இருக்கும்”

“எப்படி இருக்கும்? அவரப் பொருத்த வரைக்கும் நாப்பது வருஷம் நான் இல்லாதவள் தானே! நாப்பது நிமிஷம் இல்லன்னா இடியா விழுந்துடப் போவுது”

வேல்விழியின் பேச்சு ராஜனின் மனதில் இடியாக இறங்கியது. இவர் விளையாட்டாகத்தான் பேசுகிறாரா? வினய மாகப் பேசுகிறாரா? வீட்டுக்கு வந்ததும் வராததுமாக இப்படியா அதிர்ச்சி தருவது? ராஜன் கேள்விகளைத் தனக்குள் கேட்டுக்கொண்டிருந்தபோது,

“இதுதான் டாக்டர் ராஜனுக்கான சர்ப்ரைஸ் வரவேற்பா? நல்லா இருக்கு வேல். நீ கொஞ்ச நேரத்துல சிரிக்காம போயிருந்தா ராஜனுக்கு ஏதாவது ஆகியிருக்கும்” டாக்டர் பிரபு கேலி பேசி சிரித்தார். ராஜனும் அதை ஏற்பதுபோல லேசாக சிரித்தார். வீடே இயல்பாக மாறியது. மாலைநேர வெள்ளிவிழா பற்றி பேச்சு திரும்பியது. நூறு இதழ்களின் தொகுப்பை ராஜனிடம் காட்டி வேல்விழி பெருமைபட்டுக்கொண்டார். இந்த இதழ்களைக் கொண்டுவந்ததில் ஏற்பட்ட ஏற்றங்கள் இறக்கங்கள் வாழ்க்கையில் ஏற்பட்ட திருப்பங்கள் பற்றி நேரம் போவது தெரியாமல் இருவரும் சில மணி நேரம் பேசிக் கொண்டிருந்தனர்.

பேச்சுவாக்கில் பாதுகாப்பாக வைக்கப்பட்டிருந்த கடிதம் ஒன்று ராஜன் கண்களில் பட்டது. அது நேர்த்தியாக ஓர் உறைக் குள் வைக்கப்பட்டிருந்தது.

அதை எடுத்துப் பார்த்த ராஜன் மனதுக்குள் படிக்கத் தொடங்கினார்.

திருமதி வேல்விழி அவர்களுக்கு வணக்கம். உங்களின் முடிவுகள் எல்லாம் சரியாகவும் சிறப்பாகவும் இருக்கும். இந்த முடிவு சிகரம் போல் மிகவும் சிறப்பானது.

ஐக்கிய அமெரிக்காவில் ஜனநாயகவாதிகள், இடதுசாரிகள், சோஷலிஸ்ட்கள் தங்களின் உணர்வுகளை, நியாயங்களை எப்போதுமே பெரிய அளவில் வெளிப்படுத்தி வந்துள்ளனர்.

ஆனால் அரசியல் அதிகாரத்தைக் கைப்பற்றும் இடத்தை ஜனநாயகக் கட்சிக்கும் குடியரசுக் கட்சிக்கும் விட்டு விட்டார்கள். இதற்குக் காரணம் அரசியலின்மை, ஸ்தாபன மின்மையில் அங்குள்ள இடதுசாரி அறிவு ஜீவிகள், சோஷலிச வாதிகள் நம்பிக்கை வைத்திருப்பதுதான். ஸ்தாபனம் என்றாலே எதேச்சதிகாரம் என்று அவர்கள் நினைக்கிறார்கள். சம காலத்தின் நாம்சாம்ஸ்கியும் இந்தக் கருத்துடையவர் என்றே நினைக்கிறேன். நமது கடமை ஸ்தாபனத்தை முழுமையாக ஜனநாயகப்படுத்துவதுதான். பெரு முதலாளித்துவ, ஏகாதிபத்திய அரசுகள் பிரச்சாரங்கள் மூலம், மோசமான கொள்கைகளுக்கு மக்களின் ஒப்புதலைப் பெறுகின்றன.

உலக அமைதிக்கு, சோஷலிசத்திற்கு, ஜனநாயகத்திற்கு முதல் எதிரி அமெரிக்க ஏகாதிபத்தியம் தான். இதனை அதன் கூண்டி லேயே அடைக்கும் கடமை அமெரிக்க ஜனநாயகத்திடம்தான் உள்ளது. அதற்கேற்ப செயல்படவும் சிந்திக்கவும் உங்கள் முடிவு பயன்படும்.

(புரட்சிகர வாழ்த்துக்கள் ராஜன் இமானுவேல்)

“ஜனநாயக சோஷலிஸ்ட் ஆஃப் அமெரிக்கா கட்சியில் சேர்வதற்கு நான் யோசனை கேட்டபோது நீங்கள் எழுதிய கடிதம். இது அமெரிக்க அரசியலை மட்டுமல்ல இந்திய அரசியலையும் உலக அரசியலையும் புரிந்துகொள்ள ரொம்ப உதவியாக இருந்தது.” என்றார் வேல்விழி.

“நாடு எதுவா இருந்தா என்ன? அரசியலுக்கு இரண்டு முனைகள்தானே. ஒன்று சோஷலிசம், இன்னொன்று பெருமுதலாளித்துவம் அல்லது எதேச்சதிகாரம். ஆனால் சோஷலிசத்தை சர்வாதிகாரம் என்று சித்தரித்து நம்பவைக்கப் பெருமுயற்சி நடக்கிறது. எதேச்சதிகாரம், ஜனநாயகம் என்ற போர்வையைப் போர்த்திக் கொண்டு வகைவகையாய் ஏமாற்றுகிறது.’ எண்ண அலைகளை மனப்பரப்பில் பரவவிட்ட ராஜன், வேல்விழி அறையிலிருந்த நூலகம் போன்ற புத்தகங்கள் மீது கண்களை ஓட்டி பிரமித்து நின்றார். வேல்விழி மெதுவாக அமைதியை விலக்கினார்.

'மதுரையில் இருந்தாலும் சியாட்டிலில் இருந்தாலும் மனிதகுலத்திற்குப் பல விடுதலைகள் தேவையாகத்தானே இருக்கிறது. அதற்காக நாம் செய்யும் சிறுசிறு தியாகங்கள்தான் இந்த எழுத்துக்கள். இவை எதிர்காலத்திற்குக் கடந்த காலத்தைக்காட்டும் கருவிகள். நிச்சயம் வரலாறாகும்' வேல்விழி உணர்ச்சி பொங்கக் கூறினார். அவரின் உள்ளத்து ஒளியில் ராஜன் வாழ்க்கைப் பயனைத் தேடி அடைந்ததுபோல் உணர்ந்தார்.

❐

21

சென்னை-மதுரை-சியாட்டில் இதழின் இருபத்தைந்தாவ்து ஆண்டு வெள்ளி விழா அந்த அரங்கில் களைகட்டத் தொடங்கியது. நுழைவாயிலுக்கு அருகிலேயே ஒரு ஸ்டாண்ட் வைக்கப்பட்டு நூறு இதழ்களும் காட்சிப்படுத்தப்பட்டிருந்தன. அத்தனை அட்டைப் படங்களும் நேர்த்தியாக வடிவமைக்கப் பட்டிருந்தன. முன் கூட்டியே விழாவுக்கு வந்திருந்த சில பத்திரிகையாளர்கள் அந்த இதழ்களை வகைவகையான கோணங்களில் படம்பிடித்துக்கொண்டிருந்தனர். விழா ஏற்பாட்டாளர் அனுமதியுடன் சிலர் அந்த இதழ்களில் சிலவற்றை எடுத்துப் புரட்டினர்.

இதையெல்லாம் பார்க்க வேல்விழி குடும்பத்தினருக்கும் ராஜனுக்கும் மற்ற நண்பர்களுக்கும் மனம் பரவசமானது. அந்த இடத்திற்கு விஷ்ணுராமன் வந்தார்.

டாக்டர் விஷ்ணுராமனும் டாக்டர் ராஜனும் ஏறக்குறைய ஒரே சமயத்தில் பணி ஓய்வு பெற்றனர். சில வருடங்கள் கழிந்து விஷ்ணுராமன், ராஜனுடன் தொடர்பு கொண்டார். தனக்கு நுரையீரல் புற்றுநோய் இருப்பது கண்டறியப்பட்டதாகவும் மதுரை ராஜாஜி மருத்துவமனையில் அடையாறு புற்றுநோய் மையத்துக்கு செல்ல அறிவுறுத்தியதாகவும் ராஜனிடம் கூறினார்.

இருவரும் அடையாறு சென்றனர். மதுரை மருத்துவமனை பரிசோதனை முடிவுகளைப் பார்த்ததோடு விஷ்ணுராமனையும் முழு பரிசோதனைக்கு உட்படுத்தினர். இதற்கான முடிவுகள் வந்தபிறகுதான் சிகிச்சையைத் தொடங்குவதாக கூறினார்கள்.

இதற்கு நடுவே ராஜனுக்கு ஒரு யோசனை தோன்றியது. புற்றுநோய் சிகிச்சை நிபுணரான டாக்டர் பிரபுவுடனும் டாக்டர் வேல்விழியுடனும் தொலைபேசியில் பேசினார். அவரும் தாம் பணிபுரியும் மருத்துவமனையில் சிகிச்சையளிக்க ஒப்புக்கொண்டார். இதனை அடையாறு மருத்துவமனையில் கூறியபோது, “பரவாயில்லை. அமெரிக்கா சென்று திரும்பி தொடர் சிகிச்சையை இங்கே எடுத்துக்கொள்ளலாம்” என்றனர்.

நிம்மதியடைந்த ராஜன், விஷ்ணுராமனைப் பிரபுவிடம் அனுப்பிவைத்தார்.

மருத்துவமனை சிகிச்சைக்குப்பின் டாக்டர் பிரபு வீட்டில் தான் விஷ்ணுராமன் செவிலியர் சேவையுடன் தங்கியிருந்தார். அப்போதைய அனுபவத்தை விஷ்ணுராமன் சென்னை திரும்பிய ராஜனிடம் பகிர்ந்துகொண்டார். வாலிப வயதில் வருவதைப்பற்றி கவலைப்படாமல் ஊதிய சிகரெட்டுகள் உள்ளே புற்றாகி உடம்பை உருக்குலைத்து விட்டதை எண்ணி வருந்தினார். அடுத்த நிமிடம் இயல்பாகி விட்டார். அதுதான் விஷ்ணுராமன்!

பிரபு-வேல்விழி தம்பதியரின் மகள்களான ரேவதியும் குழலியும் பேச்சுப்பிரியர்கள். அவர்களிலும் குழலி கலகலப் பாகப் பேசுவாள். அவளுக்கு நகைச்சுவையாகப் பேசுவது வாய்வந்தகலை. அதைக் கேட்டு அமைதியாளரான பிரபுகூட வாய்விட்டுக் கலகலவென்று சிரிப்பார். ஆனால் வேல்விழி அளந்துதான் சிரிப்பார். மதுரையில் முத்துச் சிதறல் என்று நீ கமெண்ட் அடித்த அந்தச் சிரிப்பு வேல்விழியிடம் இல்லை.

"விஷ்ணு! வேல்விழியப் பாருங்களேன் சிக்ஸ்டி ... ப்ளஸ் மாதிரியா இருக்காங்க. சூறாவளி மாதிரி சுத்தி சுத்தி வேல பாக்குறாங்க. உற்சாகம் காட்டாற்று வெள்ளம் மாதிரி ஓடுது. காணாமல் போயிருந்த கலகலப்பான சிரிப்பு வந்துடுச்சி..." ராஜன் பிரமிப்போடு பேசினார்.

"சும்மாவா? ராஜனைப் பாத்ததுதான் எல்லாத்துக்கும் காரணம்"

விஷ்ணுராமன் பூடகமாக சிரித்துக்கொண்டே பேசினார்.

முக்கியமான விருந்தினர்கள் மேடையில் அமர்ந்தது விழா விற்குக் கட்டியங்கூறியது.

"லேடிஸ் அண்ட் ஜென்ட்ல்மேன்... என்று விளித்து சடங்குபூர்வமாகத் தொடங்கினாலும் மறவாமல் முதலில் தமிழ்த்தாய் வாழ்த்து ஒலித்தது. அதுவும் ஒலிப்பதிவு செய்யப் பட்டு ஒலிக்காமல் ரேவதியும் சின்னசாமியும் சேர்ந்து பாடி னார்கள். கூட்டத்தில் இருந்த தமிழர்கள் சிலரும் இணைந்து கொண்டது. தமிழர் என்று சொல்லி தலை நிமிர்ந்து நிற்கச் செய்தது.

‘எத்திசையும் புகழ்மணக்க இருந்த பெரும் தமிழணங்கே’ என்று பாடியதன் பொருள் இதுதான் என்று ராஜன் வியந்து நின்றார். நாற்பது ஆண்டுகளுக்கு முந்தைய தமிழ்மொழிக்கான போராட்டக் கனல் வேல்விழி மனதில் இப்போதும் இருக்கிறது. அதன் பிரதிபலிப்புதான் விழாவின் தொடக்கம் என்று நினைத்த ராஜனுக்கு அடுத்தடுத்து வியப்புகளும் இன்ப அதிர்ச்சிகளும்.

தமிழ்த்தாய் வாழ்த்து முடிந்ததும் டாக்டர் குழலி மைக் முன்னால் வந்து நின்றார். வந்தவர்களுக்கு வணக்கமும் வாய்ப்புக்கு நன்றியும் சொல்லிவிட்டு, கவிஞர் தமிழ் ஒளியின் மே தினக் கவிதையை சொல்ல ஆரம்பித்தார்.

“கோழிக்கு முன்னெழுந்து கொத்தடிமை போலுழைத்து பாடுபட்ட ஏழைமுகம் பார்த்துப் பதைபதைத்துக் கண்ணீர் துடைக்க நீ வருக!”

அமெரிக்காவில் வாழும் தமிழர்கள் இதைக்கேட்டு இன்பத்தேன் வந்து காதில் பாய்ந்ததாக மகிழ்ந்தனர். கவிதை அடுத்தடுத்த பத்திகளாகத் தொடர்ந்தது.

அழுத்தமான குரலும் தேவையான இடங்களில் ஏற்ற இறக்கமும், தொழிலாளர்களின் மன ஆவேசப்பரவலும், வரலாற்றுக்காட்சிகளைக் கொண்டுவருவது போன்ற அங்க அசைவுகளும் குழலிக்கு அவ்வப்போது கரவொலியைப் பெற்றுத்தந்தன.

மே தினம் உலகெங்கும் உள்ள தொழிலாளர்களால் கொண்டாடப்பட்டாலும் அதன் பிறப்பிடம் அமெரிக்கா என்பதைச் சொன்ன குழலியின் குரலில் வெப்பம் தூக்கலாகவே இருந்தது.

“அமெரிக்க மாநகரில் அன்றொரு நாள் மக்கள்

குமுறியெழுந்து குருதியெலாம் சிந்தியதால்

வான்சிவந்து மண்சிவந்து மாகடலும் தான் சிவந்து

ஊன்சிவந்து வந்தாய் உயிர் சிவந்த செந்தினமே”

ஒவ்வொரு வார்த்தையையும் நிறுத்தி நிதானித்து அழுத்த மாய் சொல்லியது புகழ்பெற்ற இசைப்பாடகரின் ஆரோகணம் போல் இருந்தது. உணர்ச்சி மேலீட்டால் கரவொலி அடங்க சில நிமிடங்கள் ஆயின.

குழலியை வேல்விழி பெருமிதத்தோடும் கம்பீரமாகவும் நிமிர்ந்து பார்த்துக் கரவொலி எழுப்பினார். ஏறக்குறைய எல்லோர் நிலையும் இப்படித்தான் இருந்தது. குழலிக்குத் தூண்டுகோலாக இருந்த சின்னசாமி, உள்ளப்பூரிப்பில் கண்கள் பனிப்பது யாருக்கும் தெரிந்துவிடக் கூடாது என்று குனிந்தபடியே ரசித்து மகிழ்ந்தார்.

குழலிக்குப்பின் மேடையும் அரங்கமும் தமிழால் ஒளி யேற்றிக்கொண்டது. டாக்டர் பிரபு, ராஜன், சின்னசாமி, அமெரிக்க சிறப்பு விருந்தினர்கள் உணர்ச்சியுடன் உணர்வும் கலந்து எதிர்காலத்தின் தேவைபற்றி பேசினார்கள்.

"உலக நாடுகளின் பெயர்கள் வேறு வேறாக, மொழிகள், இனங்கள், நிறங்கள் பலவாக, பண்பாடுகள் தனித்தனியாக இருந்தாலும் மக்களை ஆள்வது இரண்டே இசம்தான். ஒன்று சோஷலிசம், மற்றொன்று கேப்பிட்டலிசம். அமெரிக்காவில் பல அரசியல் கட்சிகள்தான். ஆனால் அவை சேவை செய்வது ஒன்றுக்குத்தான். அது கேப்பிட்டலிசம். கத்தரிக்கோலின் இரண்டு பிளேடுகள் பிரிந்தாலும் சேர்ந்தாலும் இருக்கின்றன. செய்கிற வேலை ஒன்றுதான்-வெட்டுவது."

டாக்டர் ராஜன் அரசியலை வெளிப்படையாகவும் ஆழமாக வும் அழுத்தமாகவும் பேசினார். பலருக்கு உடன்பாடுதான், சிலருக்கு முகச்சுளிப்பு இருந்தது. சோஷலிசம் என்ற சொல் அந்த வேலையைச் செய்தது.

வெள்ளிவிழாவை நிறைவு செய்ய வேல்விழி மைக் முன் வந்தார். அவரது நினைவுகள் பின் சென்றன. இருபத்தைந்து ஆண்டுகளை எண்ணிப் பார்த்தபோது சென்னை-மதுரை-சியாட்டில் இதழுக்குக் கிடைத்த ஆதரவும் எதிர்ப்பும், பாராட்டுதலும், மிரட்டலும் மனக்கண்களில் விரிந்தன. பேச்சை வெளிப்படுத்த மறுத்து வேலை நிறுத்தம் செய்த நாக்கையும் தொண்டையையும் சமாதானப்படுத்த மைக்கை சரிசெய்வதும் வணக்கம் செலுத்துவதுமாக நின்றிருந்தார் வேல்விழி. ஒருவழியாக பேச்சைத் தொடங்கினார்.

வேல்விழியின் பேச்சில் நன்றி பெருக்கெடுத்தது. இதழுக்குக் கட்டுரை எழுதியவர்கள். ஆலோசனை கூறியவர்கள். வாசிப் பாளர்கள், ஊக்கப்படுத்தியவர்கள் அனைவருக்கும் நன்றி தெரிவித்தார். வார்த்தைகளை முழுவதுமாக வெளியே விடாமல் நா தழுதழுத்தது.

“ஆயிரக்கணக்கான மைல்களுக்கு அப்பாலிருந்து அமெரிக்காவுக்கு வந்தோம். டாக்டர் ராஜன் கூறியதுபோல் எங்களின் நாடு இந்தியா. இந்த நாட்டின் பெயர் அமெரிக்கா. இரண்டு நாடுகளின் பெயர்கள் வேறுவேறுதான். வேளித்தோற்றம் வேறுவேறுதான். ஆனால் உள்ளிருக்கும் சிக்கல்களில் வேறு பாடு இல்லை. இரண்டு நாடுகளின் அனுபவங்களே நாங்கள் நடத்திய காலாண்டு இதழ். இதற்கு உறுதுணையாய் இருந்து ஊக்கம் கொடுத்தவர் டாக்டர் பிரபு. அவர் என் கைகளைக் கட்டிப்போட்டிருந்தால்... ஏனிந்த வம்பு என்று ஒதுங்கியிருந் தால்... என்னை ஒதுக்கியிருந்தால்... இந்த இதழும் இல்லை, இந்த விழாவும் இல்லை.

“உண்மையைச் சொன்னால், ஒடுக்கப்படும் மக்களுக்கு ஆதரவாக நின்றால் எதிர்ப்புகள் வரும். எதிரிகள் உருவாவார்கள். அமெரிக்காவில் ஆப்ராகாம் லிங்கன், இந்தியாவில் மகாத்மா காந்தி போன்ற வரலாற்று நாயகர்கள் கொல்லப் படுகிறார்கள்... தென்னாப்பிரிக்காவின் நெல்சன் மண்டேலா போல சிறையில் சித்ரவதைக்கு ஆளாகிறார்கள். இவர்களைக் கொன்றவர்களும் சித்ரவதை செய்தவர்களும் செத்துப் போகிறார்கள். ஆனால் போராடியவர்கள் வரலாற்றில் வாழ்ந்து கொண்டே இருக்கிறார்கள். தியாகிகள் புதைக்கப்படு வதில்லை, விதைக்கப்படுகிறார்கள்.”

வேல்விழியின் பேச்சு உணர்ச்சி அலைகளை எழுப்பியது. அரங்கில் கரவொலி நிறைந்தது. கம்பீரமாக நின்று கண்களின் நீர்த்துளிர்ப்பைக் கைக்குட்டையால் ஒத்திக்கொண்ட அந்த ஒரு நொடியில் எங்கிருந்தோ இரண்டு துப்பாக்கிக் குண்டுகள் சரேலென வேல்விழியின் நெற்றியில் பாய்ந்தன. கடைசியாக அவர் யாரை அழைக்க வாய் திறந்தார் என்று தெரியவில்லை. வாய் திறந்த நிலையில் வேரற்ற மரம்போல் சாய்ந்தார். ஒருபக்கம் ராஜனும் இன்னொருபக்கம் பிரபுவும் தாங்கிப்பிடித்தனர்.

அரங்கம் முழுவதும் பரபரப்பு, பதைபதைப்பு, அய்யோ... ஓகாட்... அம்மா... அம்மா... தோழர்... என்று மூலைக்கு மூலை வேறு வேறு குரல்களால் நிறைந்தது அரங்கம். வேல்விழி பிழைக்கவே கூடாது என்ற வெறித்தனம் துப்பாக்கிக் குறியில் தெளிவாகத் தெரிந்தது.

அரங்கக் காவலர்கள் ஓடிவந்தனர். அடுத்த சில நிமிடங்களில் போலிஸ்... ஆம்புலன்ஸ்... அழுகைக்கோ ஆறுதலுக்கோ இடமில்லாமல் எல்லோரது மனமும் துடிதுடித்தது. ஒரு நண்பரின்

காரில் பிரபுவும், ராஜனும், சின்னசாமியும் மருத்துவ மனைக்குச் சென்றனர். இன்னொரு நண்பரின் காரில் குழலியும், ரேவதியும். விஷ்ணுராமனும் பின்தொடர்ந்தனர்.

நீலவானத்தில் திடீரெனக் கருமேகம் சூழ்ந்ததுபோல் காலையிலிருந்து மாலை வரை குதூகலமாயிருந்த வீட்டில் சோகம் சூழ்ந்தது. யாருக்குயார் ஆறுதல் கூறுவது? முன் கூட்டியே வீடு திரும்பிய ரேவதியும் குழலியும் துயரால் துடித்தனர். சாவித்திரி அம்மாவும் துரைராஜும் ஆறுதலாக அவர்களை அணைத்தனர். ஆறுதல் வார்த்தை கண்ணீர் துளிகளாக விழுந்தன.

சாலையில் ஆம்புலன்ஸ் வரும் சப்தம் கேட்டது. அழுது வழிந்த கண்களுடன் எல்லோரும் வீட்டு வாசலுக்கு ஓடினர். மாலையில் விழாவுக்குக் காரில் போன வேல்விழி இரவில் உயிரற்ற உடலாய் ஆம்புலன்சில் கொண்டுவரப்பட்டார். கண்ணாடி பெட்டிக்குள் வைக்கப்பட்ட உடலுக்கு நண்பர் களும் ஆதரவாளர்களும் அஞ்சலி செலுத்தினர். சென்னை-மதுரை-சியாட்டில் இதழின் வாசகர்களும் தகவல் தெரிந்து வீட்டில் குவியத் தொடங்கினர்.

விழாவில் அரிய பல கருத்துக்களை கூறி மனதில் புதிய நம்பிக்கையை புதிய திறப்பை ஏற்படுத்தியவர்களை வாழ்த்தியும் பாராட்டியும் குலுக்க வேண்டிய கைகள் சோகத்தால் கட்டப்பட்டிருந்தன. மே தினக் கவிதையை உயிர்த்துடிப்போடு முன் வைத்த டாக்டர் குழலியை நேரில் சந்தித்தும் வாழ்த்த முடியாமல்... பாராட்ட முடியாமல் போய்விட்டதே என்ற ஏக்கம் பலரின் முகத்திலும் படர்ந்திருந்தது. ‘இந்த ஏக்கத்தையே பாராட்டாக எடுத்துக்கொள்’ என்று வேண்டுவதுபோல் இருந்தது அவர்களின் பார்வை.

வேல்விழி உடலருகே சோகமே உருவாய் உட்கார்ந்திருந்த ராஜனும், பிரபுவும், சின்னசாமியும், ரேவதி, குழலி, சாவித்திரி அம்மா, துரைராஜை அருகில் அழைத்தனர்.

“வேல்விழியின் உடலை சொந்த ஊருக்கு எடுத்துச் செல்லலாமா? இங்கேயே அடக்கம் செய்யலாமா?”

டாக்டர் பிரபு கேட்டார்.

“இல்ல டாடி... நான் இறக்கும்போது வாழ்கிற ஊர்ல தான் அடக்கம் செய்யணும்னு அம்மா அடிக்கடி சொல்லுவாங்க. வயதான காலத்துல அவங்க அமெரிக்காவுல வாழறத விட

கியூபாவுல வாழணும்னுதான் ஆசப்பட்டாங்க... ஆனா...” மூத்த மகள் ரேவதி தேம்பித் தேம்பி அழுதாள்.

“வேல்விழியின் மனக்கனவு மகத்தானது. அதற்குள் அமெரிக்காவின் பாழாய்ப்போன துப்பாக்கிக் கலாசாரம் வேல்விழியின் உயிரைப் பறித்துவிட்டது...”

டாக்டர் பிரபு அழுகையை சிரமப்பட்டு அடக்கியபடி தொடர்ச்சியில்லாமல் துண்டு துண்டாகப் பேசினார்.

“டாக்டர் தம்பி. நீங்கதான் பிள்ளைகளுக்கு ஆறுதலா இருக்கணும். நீங்களே அழுதா பிள்ளைகளுக்கு யார் ஆறுதல் சொல்றது”

பிரபுவின் கைகளைப் பிடித்துக்கொண்டு துரைராஜ் கூறினார். அவரின் கண்களும் நீர்ததும்பி இருந்தன.

யார் பேசுவதையும் கவனத்தில் கொள்ளாமல் சுற்றி நடப்பது எதிலும் மனம் ஒன்றாமல் டாக்டர் ராஜன் வேல்விழியின் கிடத்தப்பட்ட உடலையே பார்த்துக்கொண்டிருந்தார். சில நேரங்களில் சோகத்தின் உச்சம் மனிதரின் கண்ணீருக்கு அணைபோட்டு மனதைக் கல்லாக்கிவிடும். இது மூளையை பாதிக்கலாம். சோகத்தின் நினைவு மட்டுமே பதிவாகி யாரிடமும் பேச விரும்பாத மன நிலைக்குக் கொண்டு சென்று விடலாம். மேக்டெலின் விஷயத்தில் ராஜன் இந்த நிலைக்குத் தள்ளப்பட்டு மீண்டவர். தூரத்திலிருந்து ராஜனை கவனித்துக் கொண்டிருந்த டாக்டர் தயாளனி அவரை நெருங்கி வந்தார். ராஜனின் கையைப்பிடித்து எழச்செய்து அறைக்கு வெளியே அழைத்து சென்றார்.

“உங்கள் வேல்விழி எங்கே ராஜன்?” தயாளனியின் கேள் விக்கு பதிலாக முகத்தைத் திருப்பி வேல்விழியைப் பார்த்தார்.

“வேல்விழியைக் கூப்பிடுங்க... உங்கள் குரல் கேட்டு அவள் எழுந்தாலும் எழலாம். போங்க... சீக்கிரம் போங்க”

தயாளனி நம்பிக்கை வருவது போல் பேசி அவசரப் படுத்தினார்.

“எழுந்திருப்பாங்களா டாக்டர்? அவங்களதான் துப்பாக்கியால சுட்டுட்டாங்களே... பாவிக கொண் ணுட்டாங்களே... நாப்பது வருஷம் கழிச்சி வேல்விழிய பாக்கணும்... பேசணும்...

அவங்களோட ஒருமாசம் தங்கணும்னு ஆசை ஆசையா வந்தேன் டாக்டர்...”

பேச்சை இடையில் நிறுத்திய ராஜன், “நான் இந்த வீட்டுக் குள்ள நுழையும் போதே அவங்க மயங்கிக் கெடக்குற மாதிரி நடிச்சி என்னை அப்செட் பண்ணினாங்க. அதையே என்னால தாங்க முடியல... இப்ப... அப்படியே நடந்துபோச்சே. இத எப்படி தாங்க முடியும்?”

ராஜன் வாய்விட்டு அழுதார். அவரின் கண்கள் குளமாயின. தயாளனி அவரை மகன்போல் தோளில் தாங்கி முதுகில் தடவி ஆறுதல் கூறினார். மனோதத்துவ முறையில் ராஜனை அழவைத்தது அவருக்கும் ஆறுதலானது. வேல்விழியின் நினைவுகளிலிருந்து மீள முடியாத ராஜன் இரவெல்லாம் அழுத கண்களோடேயே விழித்திருந்தார்.

அடுத்தநாள் காலை, வேல்விழியின் இறுதி நிகழ்ச்சி. இது இயல்பான மரணம் இல்லை. அடையாளம் தெரியாத நபரால் சுட்டுக்கொல்லப்பட்ட மரணம். மருத்துவர், பத்திரிகையாளர், பல போராட்டங்களில் முன்னின்ற போராளி, கொடுமை கண்டு பொங்குகிற லட்சியவாதி, இந்திய-அமெரிக்க-உலக அரசியல் விமர்சகர், எல்லாவற்றுக்கும் மேலாக மனிதத்தை உயர்த்திப் பிடித்தவர். அவரவர் பார்வையில் வேல்விழி மீது அபிமானம் கொண்டிருந்தவர்கள் திரண்டனர். இதில் வெள்ளையர்கள், கருப்பர்கள், இந்தியர்கள், லத்தினோ மக்கள் என விதவிதமாய் கலந்திருந்தனர். மனிதர்கள் எங்கே வாழ்ந்தாலும் மனிதாபிமானம் வாழும், மனித உரிமைகளுக்காக வாழ்பவர்கள் எங்கேயும் மதிக்கப்படுவார்கள் என்பதற்கு சான்றாக இருந்தது வேல்விழியின் இறுதி நிகழ்ச்சி.

சுகமோ துக்கமோ கூடியவர்கள் பிரிந்துதானே ஆக வேண்டும். எல்லோரும் வீடு திரும்பினர். வேல்விழியில்லாத பிரபுவின் வீடு நிழலற்ற பாலைவனம் போல் சுட்டது. மீண்டும் மீண்டும் பலவிதமான நினைவுகள் வந்ததால் பேசும் சக்தியிழந்து ஒவ்வொருவரும் வேறுவேறு இடத்தில் அமர்ந்து அமைதியானார்கள்.

“எத்தனைக் காலத்திற்கு இந்தத்தனிமை. இழப்பால் இடிந்து போகலாம், மடிந்து போவதுண்டா? வேல்விழியின் கடந்த காலத்தை நினைத்து நினைத்து மருகுவதைவிட எதிர்காலத்தில் செய்வதற்கு அவள் விட்டுச் சென்றுள்ள வேலைகளைச் செய்து

முடிக்க முயற்சி செய்யவேண்டும். அதுதான் உண்மை யான அஞ்சலியாக இருக்கும். பிரபு சார் வாங்க. ராஜன் வாப்பா. ரேவதி, குழலி எல்லாரும் வாங்க...”

டாக்டர் தயாளனி எல்லோருக்கும் ஆறுதல் கூறி அழைத்தார். கூடவே ஆளுக்கு ஒரு கப் காஃபியும் கொடுத்தார்.

“வேல்விழியின் இரண்டு கனவுகளில் ஒன்று சென்னை-மதுரை-சியாட்டில் இதழ் நடத்துவது. இன்னொன்று சிவப்பட்டியில் எல்லா வசதிகளுடன் மருத்துவமனை கட்டி மக்களுக்கு சேவை செய்வது. இப்படி இடிந்துபோய் உட் கார்ந்துவிடாமல்... இதுபற்றி பேசுங்க.”

டாக்டர் தயாளனி கூறியதில் மெய்ப்பொருள் இருந்தது. இறந்தவர்களை எண்ணி வருந்திக்கொண்டே இருப்பதைவிட அவர்கள் எண்ணிய காரியத்தை செய்து முடிப்பதே சிறந்தது என ஒவ்வொருவர் மனதிலும் தீப்பொறி விழுந்தது. அன்று மாலைக்குள் அது மனத்துயரங்களை அழித்து அடுத்தக் கட்டத்துக்கு வழிகாட்டியது. ராஜனை அழைத்துச் செல்வது பெரும் சவாலாக இருந்தது. டாக்டர் குழலியை அவருடன் பேசவைத்து அதையும் சமாளித்தார் தயாளனி.

குழலியின் திருமணத்திற்காக வந்தவர்கள் நாளையோ நாளை மறுநாளோ வீடு திரும்புவது என்று முடிவானது. இதழைத் தொடர்ந்து நடத்தும் பொறுப்பை பத்திரிகையாளர் ரேவதியும் அவரது ஐரிஷ் கணவரும் ஏற்றுக்கொண்டனர். டாக்டர் பிரபு தொடர்ந்து அமெரிக்காவில் இருந்து இதற்கு உதவி செய்யத் தீர்மானித்தார்.

சிவப்பட்டி கனவு மருத்துவமனை பொறுப்பை ராஜனும் மற்றவர்களும் ஏற்றுக்கொண்டனர்.

“அப்படின்னா நானு...” குழலி கவலையோடும், கவனத் தோடும் கேட்டாள்.

“நீயும் வினோத்தும்தான் மருத்துவமனை நிர்வாகிகள்” என்றார் துரைராஜ். சாவித்திரி அம்மாவும் “ஆமாம்... ஆமாம்” என்றார்.

குனிந்த தலையை நிமிர்த்திய ராஜன், குழலியின் முகத்தில் வேல்விழியைப் பார்த்தார்.

❒

22

“தொரராசு நான் மோசம் போய்ட்டேன்டா...”

சிவப்பட்டி வீட்டுக்கு வந்த துரைராஜுவைக் கட்டிப் பிடித்துக்கொண்டு அழுதார் சீமைராஜா. தொண்ணூறு வயதைக் கடந்திருந்த அவர் தட்டுத்தடுமாறி தம்பியின் தோளில் சாய்ந்து கதறினார்.

“சாதி, சமூகம்னு வெறிபிடிச்சி அலைஞ்ச நான் ஒரே ஒரு பொண்ணையும் பறிகுடுத்துட்டு அனாதையாயிட்டேன்டா...”

அழுகையால் மூச்சுவாங்கிய அவரால் தொடர்ந்து பேச முடியவில்லை. தம்பியைக் கெட்டியாக சேர்த்தணைத்தபடி விம்மிவிம்மி அழுதார்.

“காலேஜ்ல படிக்கிறப்ப... கோவிச்சுகிட்டு... ஒதுங்கியே இருந்த சிவகாமி... இந்த ஊர்ல ஒடம்பகூட புதைக்கக்கூடாதுன்னு சொல்லிட்டாளாமே... பாவியாயிட்டேன்... நான் பாவியா யிட்டேன்...”

கோவென்று அழுது சோர்ந்துபோன சீமைராஜாவை மெதுவாகத் திண்ணையில் உட்கார வைத்துக் குடிக்கத் தண்ணீர் கொடுத்தார் துரைராஜ்.

சாவித்திரி அம்மாவைக் கட்டிப்பிடித்து சீமைராஜாவின் மனைவி அழுதுகொண்டிருந்தார்.

மனதுக்குப்பிடித்த ஒருவருக்குத் திருமணம் செய்து வைத்து பொண்ணும் புள்ளையும் பேரப்பிள்ளைகளுமா கலகலப்பா இருக்க வேண்டிய வீடு. ஊருக்கு நாட்டாமைங்குற போலிப் பெருமைக்காகப் பொண்ணைப் பறிகொடுத்த அண்ணனுக்காக மனம் வருந்திய துரைராஜ் தோள் துண்டால் கண்களைத் துடைத்துக்கொண்டார்.

“ஆனது ஆயிடுச்சு, ஒருவருஷமா? ரெண்டு வருஷமா? நாப்பது வருஷம் ஓடிப்போச்சி... நீங்க ஒண்ணுல வைராக்கியமா இருந்த

மாதிரி சிவகாமி ஒண்ணுல வைராக்கியமா இருந்துட்டா... போன எடத்துலியும் லட்சியத்த விட்டுக்கொடுக்காம இருந்தா. ஆதனாலதான் சிவகாமிக்கு இப்படி ஒரு நெலம...''

துரைராஜ் பேச்சில் இடைமறித்த சீமைராஜா, "ஊருக்குக் கொண்டுவந்திருந்தா அவ மொகத்தையாவது பாவி பாத்திருப் பேனே'' என்று வருந்தினார்.

"ஒடம்ப அமெரிக்காவுல அடக்கம் பண்ணினாலும் சிவகாமி உயிர் சிவப்பட்டியிலதான் இருக்கு.''

ஆர்வமும், ஏக்கமும், சோகமும் கலவையான முகத்தோடு தம்பியைப் பார்த்தார் சீமைராஜா.

"ஆமா, சிவப்பட்டியில் ஆஸ்பத்திரி கட்டி அதுல ஒங்க பேத்தி வைத்தியம் பாக்கணும்னு சிவகாமி ஆசைப்பட்டதா ஒங்க மருமகன் பிரபு சொன்னாரு. உங்கபொண்ண பேத்தி மொகத்துல பாத்து ஆறுதலடைஞ்சிக்க வேண்டியதுதான்.''

"என் பேத்தி இந்த ஊருலியே இருப்பாளா? அவ புருஷ னோட திரும்பவும் அமெரிக்காவுக்குப் போயிட மாட்டால்ல...''

சீமைராஜாவின் மனப்பதைப்பிலும் பேச்சிலும் பாவ மன்னிப்பு கேட்கும் தொனி கலந்திருந்தது.

"அவங்க எப்ப வருவாங்கப்பா? என் மூச்சு அடங்குறதுக் குள்ள பாத்துடுவேன்ல?''

விரும்பியதை உடனே அடைந்துவிட குழந்தைகள் அடம்பிடிப்பதுபோல அழுகையும் ஆசையும் பொங்கிவரப் பேசினார் சீமைராஜா.

"கவலைப்படாதீங்க'' நாம ஒரு எடத்தப்பாத்து ஆஸ்பத்திரிய கட்டி முடிச்சிட்டு தகவல் சொன்னா அடுத்த நாளே இங்கே வந்துட போறாங்க...''

துரைராஜின் ஆறுதல் வார்த்தைகள் நம்பிக்கை அளித்தது.

"சிவப்பட்டியில இடம் பாக்கணுமா? எந்த இடம் வேணுமோ அந்த இடத்துல ஆஸ்பத்திரி கட்டிக்கங்க. என் பேச்ச யார் தட்டப்போறாங்க? அதுவும் சிவகாமி பேர்ல ஆஸ்பத்திரின்னா நான் நீன்னு வருவாங்க...''

படபடவென்று பேசிய சீமைராஜாவை விட்டால் அவரே கடப்பாரையை எடுத்து குழிதோண்டி கடைக்காலே நட்டு விடுவார் போல் தோன்றியது. அண்ணன் மனம் தேறிவிட்டார் என்று நிம்மதியடைந்தார் துரைராஜ்.

"டாக்டர் ராஜன், சின்னசாமி, முத்துமாணிக்கம் எம் பொண்ணு ரேவதி எல்லாரும் தான் இந்த வேலைய செய்யப் போறாங்க. ஆஸ்பத்திரி எப்படி இருக்கணும்னு அவங்க சொன்ன பெறகுதான் எடத்தப்பாக்கணும். ஆசுவாசமா இருங்க. அண்ணிக்கு ஆறுதல் சொல்லுங்க... பேத்திவரப்போற சேதியையும் சொல்லுங்க... அவங்க சென்னையிலிருந்து வந்தப்பறம் சொல்றேன்."

வதங்கி வாடிப் போயிருந்த சீமைராஜாவின் முகத்தில் கொஞ் சம் மலர்ச்சி தெரிந்தது. மகளைத் தொலைத்தவர் பேத்தி யோடாவது வாழ்ந்து கடைசிகாலத்தைக் கழிக்கப்போகிறோம் என்ற எண்ணம் அதில் இழையோடியது.

"சென்னை-மதுரை-சியாட்டில் செப்டம்பர் இதழ் அம்மா படத்தோட வரும். ஓகேயா டாட்"

பத்திரிகையாளர் ரேவதி பிரபுவிடம் கேட்டாள். முகத்தில் படர்ந்திருந்த சோகத்திரையை துண்டால் விலக்கியபடி,

"எங்கிட்ட என்னம்மா கேள்வி? நீ தான் எடிட்டர். நீதான் முடிவு பண்ணணும்" என்றார் பிரபு.

"பேருக்குத்தானே டாடி நான் இருந்தேன். அம்மாதானே எல்லாத்தையும் பாத்துக்கிட்டாங்க? இப்ப அம்மா இல்லையே..." ரேவதியின் கண்களில் நீர் முட்டியது. சிறிது நேரம் அமைதி அங்கே பரவியது.

அமைதியைக் குலைப்பதாகக் குழலியின் குரல் கேட்டது.

"நிச்சயமா அம்மா படத்தோடத்தான் இருபத்தாறாவது ஆண்டு நூற்று ஒன்றாவது இதழ் வெளிவரணும். அதிலே அம்மாவின் படத்தோடு 'போராளிகள் புதைக்கப் படு வதில்லை, விதைக்கப்படுகிறார்கள்' என்ற வாசகமும் பெருசா இருக்கணும்"

குழலி உறுதியாகக் கூறினாள்.

"சரியா சொன்ன குழலி! கொன்றுவிட்டால் ஒருவரது செயல் முடிந்துவிடலாம். ஆனால் அடுத்தவரின் செயல் கொலை செய்யும் கோழைகளுக்கு பதிலாக இருக்க வேண்டும்." என்றாள் ரேவதி.

குழலி, ரேவதியின் உரையாடல் பிரபுவுக்கு மனவலிமையைத் தந்தது. வேல்விழியை இன்னும் இரண்டு முகங்களில் அவர் பார்த்தார். இந்த வளர்ப்பு எதிர்காலத்தின் நம்பிக்கை என்று அவருக்குப்பட்டது. வேல்விழியின் பணி தொடர்வதற்காகப் பெருமிதம் கொண்டார்.

“தம்பி ராஜன், சிவகாமியையே நெனச்சி வருத்தப்படாதீங்க. அடுத்த வேலையை அவ நமக்கு விட்டுட்டுப் போயிருக்கால்ல. அதைச் செஞ்சு மனச தேத்திக்கணும். ஒன்னோட முகத்துல என் மகனப் பாத்து நான் என் மனச தேத்திக்கலியா...”

சாவித்திரி அம்மாள் ராஜனிடம் அன்பாகவும் எதார்த்த மாகவும் பேசினார். அவரது பிள்ளைப் பாசத்திற்குமுன் பேச வாயில்லாமல் கண்கள் கலங்கினார் ராஜன்.

“அழாதப்பா. சிவகாமிய கல்யாணம் பண்ணிகிட்டு சிவப் பட்டியில என்ன செய்ய நெனைச்சியோ அதைச் செய்ய இப்ப ஒனக்கு சந்தர்ப்பம் கெடைச்சிருக்கு. பயன்படுத்திக்க. அதுவும் சிவகாமியோட அச்சு அசலா இருக்கிற குழலி இங்கே வரப் போறத நெனைச்சுப்பாரு... அவங்க வந்த பிறகு ஆகிற வேலைய பாருப்பா...”

சாவித்திரி அம்மாவின் கனிவான குரல் ராஜனை மேலும் தெளிவுபடுத்தியது. சிவப்பட்டியில் ஒரு மருத்துவமனை. அதுவும் சீக்கிரமே கட்டி வேல்விழியோட பொறந்த நாள்ல தெறக்கணும் என்று ராஜனின் மனம் பரபரக்கத் தொடங்கியது.

துரைராஜ் வீட்டுக்குள் வருவதைப் பார்த்து சாவித்திரி அம்மா எழுந்து உள்ளே சென்றார். எதையும் அறியாதவராக ராஜன் யோசனையில் ஆழ்ந்திருந்தார். அவருக்குப் பக்கத்தில் ஒரு நாற்காலியில் அமர்ந்தார் துரைராஜ். அவர் முகத்தையே உற்றுப்பார்த்துக் கொண்டிருந்தார். ம்கூம்... எந்த அசைவும் இல்லை. சாவித்திரி அம்மா சிரிப்பை முந்தானையால் அடக்கி வைத்தார். எவ்வளவு நேரம்தான் அடக்குவது?

“ராஜன் தம்பி! ரேவதி அப்பா வந்திருக்காங்க... அது கூட தெரியாம அப்படி என்ன யோசிக்கிறீங்க”

ராஜன் நிலைமையைப் புரிந்து சமாளித்தபடி நிமிர்ந்து உட்கார்ந்தார். “ஒண்ணுமில்ல நீங்க சொன்னத பத்திதான் யோசிச்சிக்கிட்டிருந்தேன். சிவப்பட்டியில் எனக்கு யாரைத்

தெரியும்? தெரிஞ்ச ஒருத்தரும் சோகமா இருப்பாரு. என்னைப் பாத்தா அவருக்கு ஆத்திரம் கூட வரலாம்... அதுதான் என்ன பண்றது. எங்கே இருந்து ஆரம்பிக்கிறதுன்னு யோசிக்கிறேன்...”

ராஜனின் பேச்சில் ஒரு மாற்றம் தெரிந்தது. கொஞ்சம் முன்னேற்றம் தான் என்று சாவித்திரி அம்மா நிம்மதியடைந்தார். மருத்துவமனை பற்றிதான் இருவரும் பேசியிருப்பார்கள் என்று துரைராஜ் யூகித்துக்கொண்டார்.

“அதெல்லாம் ஒண்ணும் பிரச்சனை இல்ல டாக்டர். நான் பாத்துக்கிறேன். நல்ல... பெரிய... ஆஸ்பிட்டல் கட்றதுக்குப் பிளான் ரெடிபண்ணுங்க. அது எங்கே இருந்தா எதிர்காலத் துக்கும் உபயோகமா இருக்கும்னு யோசிங்க... மத்ததெல்லாம் நான் பாத்துக்குறேன்...”

துரைராஜ் நம்பிக்கையோடு பேசினார். ராஜனுக்குப் புதிய தெம்பு ஏற்பட்டது. ‘வேல்விழியின் கனவு என் மூலமா நிறை வேறப்போறத நினைச்சா ஒருபக்கம் சந்தோஷமா இருக்கு. இன்னொரு பக்கம் வேல்விழி இல்லையேங்கிறது சோகமா இருக்கு. அமாவாசையில் நிலவு இல்லாத மாதிரி தெரிஞ்சாலும் மூன்றாம் பிறையில் அரும்பி திரும்பவும் வளருதில்ல. அதுமாதிரி தான் வேல்விழி திரும்பவும் குழலி வடிவத்துல வந்து வளருவான்னு’ ராஜன் நினைத்தார்.

ராஜனும் துரைராஜும் சேர்ந்து சிறந்த சிவில் என்ஜினியரப் பார்த்து வரைபடத்துக்கு ஏற்பாடு பண்ணிட்டாங்க. ஆஸ் பத்திரிக்குப் பக்கத்துலியே நூறு நூத்தம்பதுபேர் உட்கார்ர மாதிரி ஒரு ஹால் வேணும்னு ராஜன் சொன்னது துரைராஜுக்குக் கொழப்பமா இருந்துச்சு. நோய்க்குன்னு வர்ரவங்க அவங்கவங்க டிபார்ட்மெண்ட்ல போயி வைத்தியம் பாத்துக்கப் போறாங்க. அப்பறம் ஏன் இவ்வளவு பேருக்கு ஒரு ஹால் என்று யோசித்தார். சந்தேகத்தை ராஜனிடமே கேட்டுத் தீர்த்துக் கொள்ளலாமே!

“ஒங்க சந்தேகம் எனக்குப் புரியுது. கூட்டத்துக்கான அந்த ஹாலுக்கு ரெண்டு நோக்கம் இருக்கு. ஒண்ணு மக்கள் நோய் வந்த பிறகுதான் அதுவும் ரொம்ப முடியலன்னாத்தான் ஆஸ்பத்திரிக்கு வராங்க. அப்பாவி மக்கள் அழுது புலம்பறத பார்த்து அனுதாபப்படுறாங்க. அதுக்கு பதிலா நோய் வர்ரதுக்கு முன்னாடி எப்படி எச்சரிக்கையா இருக்கறதுன்னு அந்த மக்களுக்கு புரியவச்சுட்டா எவ்வளவு சந்தோஷமா இருப்பாங்க...”

ராஜன் கூட்ட ஹாலுக்கான ஒரு நோக்கத்தை விவரித்தார். துர்ராராஜுக்கு ஆச்சரியம்!

"என்னங்க டாக்டர், நோயாளிகள் நெறைய பேர் வந்தாதான் லாபம்னு அவங்கவங்க ஆஸ்பத்திரி கட்றாங்க. நீங்க சொல்றத பாத்தா நம்ம ஆஸ்பத்திரிக்குக் கொஞ்சநாள்ல ஆளே வராது போலருக்கே!"

"அதனால என்னங்க! மக்கள் நோயில்லாம இருக்கணும் கிறதுதான் ஆஸ்பத்திரியோட நோக்கமா இருக்கணும். நோயையும் நோயாளியையும் உருவாக்கிறதில்ல. பாருங்க கொஞ்ச காலத்துல எப்படியொரு மாற்றம் ஏற்படப் போகு துன்னு?"

"அதுசரி... ரெண்டாவது நோக்கம்னு ஒண்ணு சொன்னீங் களே அது என்ன?"

துரைராஜ் ஆர்வத்துடன் கேட்டார். ஓய்வுபெற்ற போலிஸ் அதிகாரி திரும்பவும் பள்ளிக்கூடத்துக்கு வந்த மாதிரி உணர்ந் தார்.

"இலக்கியம், பொருளாதாரம், விஞ்ஞானம், தத்துவம் இப்படிப்பட்டதெல்லாம் சிலருக்கு மட்டும்தான் வரும். அதுக்லெல்லாம் கொடுப்பன இல்லன்னு சாமானிய மக்கள் நெனைச்சிகிட்டு ஒதுங்கியிருக்காங்க. இதுக்கு ஆணிவேரே நீங்கதான். உங்ககிட்டேயிருந்துதான் மத்தவங்க கத்துகிட்டு பேர் வாங்குறாங்க. அது எப்படிங்கிறத அவங்களுக்கே சொல்லிக் கொடுத்தா எப்படி இருக்கும்?..."

ராஜன் முடிப்பதற்குள் துரைராஜ் முந்திரிக்கொட்டை மாணவனைப் போல் ஒரு கேள்வி கேட்டார்.

"இதுக்கெல்லாம் இந்த ஏழை ஜனங்களுக்கு, பெரிசா படிப்பறிவு இல்லாத ஜனங்களுக்கு ஏது டாக்டர் நேரம்?"

வாத்தியாரை மடக்கிவிட்ட மாணவரின் மகிழ்ச்சி துரைராஜ் முகத்தில் தெரிந்தது.

"நாம படிச்சிருக்கோம்ல. அது எதுக்கு. அதப் பயன் படுத்தணும். அவங்களுக்கு ஒண்ணும் தெரியாதுன்னு ஒதுக்கிவைக்கிறத விட்டுட்டு ஒக்காரவச்சி புரிய வச்சுட்டா அப்பறம் உங்களுக்குத்தான் நேரம் இருக்காது. இது குழலி யோட யோசனை. இதுக்காக ஒரு படையை திரட்டச் சொல்லி யிருக்காங்க. நானும் ரெடி பண்ணிகிட்டுத்தான் இருக்கேன்..."

“அப்படின்னா... இங்க ஆஸ்பத்திரி மட்டும் இருக்காது. பக்கத்துல முதியோர் கல்விக்கான பள்ளிக்கூடமும் இருக்கும்னு சொல்றீங்க.”

“கொஞ்ச நாள்ல இந்த ஊரும் மக்களும் மாறப் போறத நீங்க பாக்கத்தானே போறீங்க...”

ராஜன் உற்சாகமாக வேலையில் இறங்கிவிட்டதை அவரது வார்த்தைகள் நிரூபித்தன. ‘ராஜனும் வேல்விழியும் அப்போதி லிருந்தே சிவப்பட்டியில இருந்திருந்தா எப்பவோ இந்த மாற்றத்தைப் பாத்திருப்பேன். மத்த மத்த ஊர்களுக்கும் பரவியிருக்கும். பரவாயில்லை விதைக்காமலேயே போறத விட தாமதமாவது விதைக்கிறது நல்லதுதானே’ என்று மனதை சமாதானப்படுத்திக்கொண்டார் துரைராஜ்.

அமெரிக்காவில் வேல்விழி சுட்டுக்கொல்லப்பட்ட செய்தியைக்கேட்டு அதிர்ச்சியடைந்த சிவப்பட்டி மக்களுக்கு அவர் பெயரில் ஆஸ்பத்திரி இங்கே வரப்போகுதுன்னு கேட்டது சந்தோஷமாக இருந்தது. அதிலும் அவரோட டாக்டர் மகளே வந்து நிர்வாகம் பண்ணப்போறதக் கேக்க இன்னும் ரொம்ப சந்தோஷமாயிடுச்சி. சந்திக்கிற ஒவ்வொருத் தருக்கும் ஒவ்வொரு இடத்திலேயும் இதுதான் பேச்சு.

டாக்டர் ராஜனைப் பார்த்தபோது பழைய நினைவுகளோடு பாசமா விசாரிச்சாங்க. முத்து மாணிக்கம் இந்த ஊர்ல எவ்வளவோ மாறுதலைக் கொண்டாந்திருக்கிறத சொல்லி பூரிச்சுப் போனாங்க. “நீங்க ஆஸ்பத்திரி கட்ட ஆரம்பிக்கும் போது சொல்லுங்க. இந்த ஊர் சனம் முழுசும் உங்களுக்கு ஒத்தாசையா இருக்கும். கூலியும் வேணாம். ஒண்ணும் வேணாம். ராப்பகலா வேல செஞ்சு ஆஸ்பத்திரிய கட்டி முடிச்சாதான் எங்களுக்குத் தூக்கம் வரும்”. பார்க்கிற ஒவ்வொருவருத்தரும் ஒருவாய்ப்பட்டமாதிரி இப்படியே சொன்னது ராஜனுக்கும் மற்றவர்களுக்கும் ஆச்சரியமாக இருந்தது. வேல்விழிமேல் இந்த மக்களுக்கு இவ்வளவு அன்பா? நாற்பது வருஷமா தேக்கி வச்சிருந்த மழையை வானம் கொட்டித் தீர்க்கிற மாதிரி இருந்தது இந்தப் பாசமழை.

வாக்குசுத்தம் தவறாத ஏழை எளிய மக்கள், சொன்னதைப் போலவே உழைத்து இரண்டே மாதங்களில் ஆஸ்பத்திரியைக் கட்டி முடித்து விட்டார்கள். இந்தத் தகவலைக் கேட்ட டாக்டர் பிரபு குடும்பம் பிரமித்துப்போனது. மக்கள் நினைத்தால் வெகு

அதிசயமான செயலைச் செய்து முடித்துவிடுவார்கள் என்ற வார்த்தைதான் எவ்வளவு சரியானது.

டாக்டர் பிரபு குடும்பத்தினர் நவம்பர் மாதம் மூன்றாம் வாரத்தில் வருவதாகத் தகவல் தெரிவித்திருந்தனர். இதைக் கேட்டு துரைராஜ், சீமைராஜா குடும்பங்களைவிட அதிகம் மகிழ்ச்சி அடைந்தது சிவப்பட்டி மக்கள்தான். ராஜனும் சின்னசாமியும் விஷ்ணுராமனும் மருத்துவமனை திறப்பு விழா ஏற்பாடுகளில் மூழ்கிவிட்டனர்.

"சிவகாமி வேல்விழி மருத்துவமனை" பெயர் தங்க நிறத்தில் இருக்குமாறு பார்த்துக்கொண்டார் ராஜன். உள்ளே வரும் வழியில் வேல்விழிக்குப் பிடித்தமான மல்லிகைக்கொடி வளர்க்கவும் ஏற்பாடு செய்திருந்தார்.

"திறப்புவிழாவ எப்ப வச்சிக்கலாம்?" விஷ்ணுராமன் கேட்டார். இதே கேள்வி சின்னசாமி, முத்துமாணிக்கத்திடமிருந்தும் வந்தது. மூவர் முகத்தையும் மாறிமாறி பார்த்தார் ராஜன்.

"என்ன இப்படியொரு கேள்வி? உங்களுக்கு மறந்து போச்சா?"

இப்போது மற்ற மூன்று பேரும் ஒருவர் முகத்தை இன்னொருவராகப் பார்த்துக்கொண்டனர்.

"என்ன ராஜன் புதிர் போட்றீங்க? பளிச்சுன்னு சொல்லுங்க" மூன்று பேரும் கேட்டனர்.

"வேல்விழி காலேஜ்ல சேந்தப்போ சீனியர்கள் அவரப் பகடி பண்ணினோம். அவரோட பொறந்த தேதிய கேட்டப்ப நேரடியா பதில் சொல்லாம. "புதிர் போட்டது, ஞாபகம் இல்லியா?"

ராஜனின் பதில் திரும்பவும் குழப்பியது. "சுத்தமா ஞாபகம் இல்ல. அந்த அளவுக்கு வலுவான ஞாபக சக்தி எங்களுக்கு இல்ல."

"நவம்பர் மாசம் மட்டும் ஞாபகம் இருக்கு" ஆளுக்கொரு பதிலை சொன்னார்கள்.

"பாதி கெணறு தாண்டிட்டீங்க... மீதிக் கெணற நானே கைகுடுத்துக் கரையேத்திவிட்றேன்" என்று ராஜன் தொடர்ந்தார்.

"வேல்விழி காலேஜ்ல சேந்த வருஷம் பொறந்தநாள் கொண்டாடல. ஏன்னா அவங்க பொறந்த தேதியன்னைக்கு அமெரிக்க

ஜனாதிபதி ஜான் கென்னடிய சுட்டுக் கொன்னுட்டாங்கன்னு காரணம் சொன்னாங்க”

“ஆமா... ஆமா ஞாபகம் வருது. வயசுல உன்னைவிட ஒருவருஷம் பதினைஞ்சு நாள் கம்மின்னு வேற கணக்கு சொன்னாங்க” விஷ்ணுராமன் கூறினான்.

“கரெக்ட்... வேல்விழியோட பொறந்த நாள்லியே திறப்பு விழா வச்சிக்கலாம்” என்றார் ராஜன். அந்தத் தேதியில் ஒரு முக்கியத்துவமும் இருப்பதாக அவர் நினைத்தார்.

இந்த யோசனையை துரைராஜ், சீமைராஜா, பிரபு குடும்பங்களுக்கும் தெரிவித்து ஒப்புதல் வாங்கும் வேலையை சின்னசாமியும், முத்துமாணிக்கமும், ராஜனும் ஏற்றுக் கொண்டனர்.

அதன்படியே எல்லாம் செய்து முடிக்கப்பட்டது. பிரபு குடும்பமும் ஏற்கெனவே கூறியபடி நவம்பர் இருபதாம் தேதி மதுரைக்கு வந்துட்டாங்க. முதலில் துரைராஜ் வீட்டுக்குவந்த அவர்களின் அடுத்த நாள் பயணம் சிவப்பட்டிக்கு.

வேல்விழி இல்லாத பிரபுவின் குடும்பம் வந்திருக்கும் செய்தி காட்டுத் தீபோல் ஊர் முழுவதும் மளமளவெனப் பரவியது. அவ்வளவுதான். அந்த ஊர்ப் பெண்களெல்லாம். வீட்டில் கூடிவிட்டார்கள். ரேவதி, டாக்டர் பிரபுவின் சாயலில் இருந்தாள். குழலியோ அச்சு அசலாக வேல்விழி போலவே இருந்தாள். இரண்டு பேரின் கணவர்களுக்கும் இந்த ஊருக்கும் சம்பந்தமில்லை. ஒருவர் வெளிநாட்டுக்காரரர் போல் இருந்தார். இன்னொருவர் இந்தியாக்காரரர்தான். ஆனால் தமிழ்நாட்டுக் காரரர் இல்லை. இருவரும் அந்த ஊர் மக்களைப் பார்த்து ஒதுங்கி ஒதுங்கி நின்றனர். பிரபு வந்து என்னவோ இங்கிலீஷ்ல பேசின பிறகுதான் அவர்கள் முகத்தில் கொஞ்சம் சிரிப்பு நெளிந்தது.

குழலியோடு வீட்டுக்குள் சென்ற பெண்கள் அவளோடு நிறைய பேசினார்கள். குடும்பம், வேலை, படிப்பு, வேல்விழிக்கு ஏற்பட்ட சோக முடிவு, அமெரிக்காவில் அவர்கள் இருக்கும் இடம், வீடு, வாடகை, தண்ணீர் வசதி என்று எத்தனை எத்தனையோ கேள்விகள்... ஒவ்வொரு கேள்விக்கு பதில் சொல்லும் போதும் ஆச்சரியத்தால் அந்தப் பெண்களின் முகபாவனைகளில் மாறி மாறி உணர்ச்சி அலை வீசியது. குழலியைப் பக்கத்தில் இருந்தவர்கள் தொட்டுப் பார்த்தார்கள். குழலிக்கு எல்லாமே புது அனுபவமாக

இருந்தது. அம்மா தமிழையும் சேர்த்தே கற்றுத் தந்தது இப்போது குழலிக்குப் பயன்பட்டது.

நாளைக்கு ஹாஸ்பிட்டல் திறப்பு விழா அதுக்கான வேலை இருக்கு. நாளைக்கு விழாவுல பார்க்கலாம் அக்கா. இனிமே நான் இங்கேயேதானே இருக்கப்போறேன். தெனமும் பாக்கலாம். சந்தோஷமா பாட்டி, போய்ட்டு வாங்க.

இதையெல்லாம் பார்த்துக்கொண்டிருந்த சீமைராஜாவும் அவரது மனைவியும் ஆனந்தக் கண்ணீர் வடித்தனர். குழலியை அருகே அழைத்து மார்போடு கட்டி அணைத்து முத்தமிட்ட னர். தாத்தா பாட்டியின் பழைய முகம் பற்றி யாரும் சொல்லாததால் குழலியும் மகிழ்ந்து அணைத்துக்கொண்டாள்.

ஆனால் அந்த அணைப்பு பாட்டிக்கு நெருஞ்சி முள்ளாய்க் குத்தியது. மகள் என்ற பாசத்தை அழித்து சாதியைக் கட்டிக் காப்பாற்றிய என்னை பேத்தி இப்போது கட்டித் தழுவுகிறாள். அவளின் தாயை வெளிநாட்டுக்கு விரட்டியவள் நான்தான் என்று தெரிந்தால்.... இதே பாசம் இருக்குமா? கண்களில் கண்ணீர் தாரைதாரையாய் வழிந்தது. அதில், அவரின் சாதித் திமிர் கரைந்து ஒழுகியது. வேறுஒரு மாநிலத்தை சேர்ந்தவரைக் கல்யாணம் கட்டிக் கொண்டு இவள் நன்றாகத்தானே இருக்கிறாள் என்று நினைத்த அவரின் மனம் மகளின் விருப்பம்போல் திருமணம் செய்திருந்தால் நன்றாகத்தானே இருந்திருப்பாள் என்று நினைத்து மருகினாள்.

அடுத்த நாள் காலைப் பொழுது தகதகவென்று தங்கத் தட்டுப்போல் மேலெழும்பிய சூரிய அழகோடு விடிந்தது. ஊரே விழாக்கோலம் பூண்டிருந்தது. வாழை மரங்கள், மாவிலை, தென்னை ஓலை தோரணங்களால் புதிய மருத்துவமனை அலங்கரிக்கப்பட்டிருந்தது.

ராஜனும், முத்துமாணிக்கமும், துரைராஜும் இதற்கான வேலைகளை மேற்பார்வையிட்டு ஒழுங்குபடுத்தினர். சிவப்பட்டியிலிருந்தும் பக்கத்தில் உள்ள பிரபுவின் ஊரிலிருந்து சிலரும் விழா இடத்துக்கு வரத் தொடங்கினர். வெளுத்து பத்திரப்படுத்தி வைத்திருந்த சேலை, ரவிக்கை, வேட்டி, சட்டையோடு ஆண்களும் பெண்களும் கொஞ்சம் பளப்பளப்பாக இருந்தனர். சிலர் பொட்டுத் தங்கத்தோடும் பலர் கவரிங் நகையோடும் வந்திருந்தனர். எங்கேயும் நின்றே

பழக்கப்பட்டவர்களை நாற்காலியில் அமருமாறு முத்து மாணிக்கம் வற்புறுத்திக் கொண்டிருந்தார். அவர்களும் தயங்கித் தயங்கி அமர்ந்தனர். விழாவுக்கு வந்த சீமைராஜா கட்டிடத்தை அண்ணாந்து பார்த்தார்.

இரண்டே மாதங்களில் இவ்வளவு பெரிய மருத்துவ மனையை இரண்டு மாடிகளோடு கட்ட முடியுமா என்று வியந்து போனார். 'என் மகள் மீது இந்த ஊர் மக்களுக்கு இவ்வளவு மதிப்பும் மரியாதையுமா? இது தெரியாம நான்தான் புத்திக்கெட்டுப் போனேன். சாதி, சமூகம்னு உடும்புப்பிடியா வாழ்ந்து இப்ப என்னத்த வாரிகிட்டு போகப்போறேன்' என்று சீமைராஜா தனக்குள் புலம்பிக்கொண்டார்.

விழா தொடங்குவதற்கு அடையாளமாக சின்னசாமி மேடைக்கு வரவேண்டியவர்களின் பெயரைச் சொல்லி அழைத்தார். ஒவ்வொருவராக வந்து அமர்ந்தனர். சீமை ராஜாவை அழைத்தபோது அவர் வேண்டாமென மறுத்தார். துரைராஜ் அவரை சமாதானப்படுத்தி கைத்தாங்கலாக மேடைக்கு அழைத்துச் சென்றார்.

"சிவகாமி வேல்விழி மருத்துவமனை பெயர்ப்பலகை" திறப்பதற்கு முன் சீமைராஜாவின் அம்மா சிவகாமியின் உருவப் படத்தை சாவித்திரி அம்மா திறந்துவைத்தார். வேல்விழியின் உருவப்படத்தை ரேவதி திறந்துவைத்தார். மருத்துவமனை பெயர்ப்பலகையைத் திறக்குமாறு சீமைராஜாவைக் கேட்டுக்கொண்டனர். அந்தத் தகுதி தனக்கில்லை என்பது போல் கையெடுத்துக் கும்பிட்டு அழைப்பை நிராகரித்தார். சிறிதுநேர இழுபறிக்குப்பின் பெயர்ப் பலகையை டாக்டர் ராஜன் திறந்துவைக்க அனைவரும் சேர்ந்து வற்புறுத்தினர். வாடிய முகத்தோடும் மூடிய கண்களோடும் நின்றிருந்த ராஜன் கடைசியாக அந்தக் கோரிக்கையை ஏற்றார்.

மருத்துவமனை திறப்பு விழாவிற்கு முன்னுரை எழுதப்பட்டு விட்டது. அடுத்து உள்ளுரையாக வரவேற்புரை நிகழ்த்த டாக்டர் பிரபு அழைக்கப்பட்டார். மைக் முன்னால் வந்த பிரபு, "நான் பேசி முடித்தபின் மறந்தாலும் மறந்துவிடுவேன். அதனால் முதலில் இந்த மருத்துவமனைக்கு மூல காரணமாக இருந்த டாக்டர் ராஜனுக்கு ஒரு பரிசைக் கொடுத்து விடுகிறேன்." என்றார்.

ராஜன் ஆச்சரியத்தோடு நிமிர்ந்து பார்த்தார். ராஜனை நோக்கிப்

பிரபு வந்தார். ராஜனின் வலது கையைப் பிடித்து மோதிரம் ஒன்றை அணிந்தார். பின்னர் ராஜனின் கையை உயர்த்தி “இது டாக்டர் வேல், ராஜனுக்கு அளித்த பரிசு. எங்கள் குடும்பத்தின் சார்பில் இதனை அணிவிக்கிறேன்.” என்று பிரபு கூறியதும் மக்கள் கைதட்டி வரவேற்றனர்.

விரலில் அணிந்த மோதிரத்தைப் பார்த்து ராஜன் அதிர்ச்சி அடைந்தார். ஆனால் வெளிக்காட்டிக் கொள்ளாமல் அமைதி யானார்.

பிரபுவுக்குப்பின், மேடையில் இருந்தவர்கள் ஒவ்வொரு வராகப் பேசினர். ராஜனுக்கு இருப்புக்கொள்ளவில்லை. பிரபுவைக் கொஞ்சம் மேடைக்குப் பின்பக்கம் வருமாறு சைகை செய்தார். இருவரும் எழுந்து சென்றனர்.

“டாக்டர் பிரபு, திடீர்னு மேடையில இப்படி ஒரு அதிர்ச்சி குடுத்துட்டீங்களே...” ராஜனே பேச்சை ஆரம்பித்தார்.

“இந்த மோதிரம் வேல்விழி அணிந்திருந்த மோதிரம். இதப் பாதுகாக்கிறது உங்களோட கடமையும் பொறுப்பும். அதப்போயி... எனக்குப் பரிசா கொடுக்குறீங்க... அதுவும் வேல்விழி கொடுத்ததா சொல்றீங்க... நான் மறுப்பு சொல்லாம இருக்க நீங்கக் கண்டுபிடிச்ச வழிதானே இது?”

ராஜன் படபடவென்று பேசினாலும் காம்பு ஒடிந்து விடாமல் பூக்கட்டும் லாவகம் போல் அது பக்குவமாக இருந்தது. அதையே பிரதிபலிப்பது போல் பிரபுவும் பேசினார்.

“இந்த மோதிரம் நீங்கள் வேல்விழிக்குக் கொடுத்த அன்புப் பரிசு. இன்னும் சொல்லப்போனா காதல் பரிசு... எல்லாத்தையும் டாக்டர் வேல் எங்கிட்ட சொன்னாங்க. இந்த மோதிரத்துல இருக்கிற ‘விவி’ எழுத்துக்கள் கூட ஒண்ணு ‘வேல்’ என்பதன் குறியீடு. இன்னொண்ணு ‘விழி’ என்பதற்கு அல்ல. உங்கப் பேருல இருக்கிற இமானு ‘வேல்’ என்பதற்கான ‘வி’

ஒரு காதலன் நல்ல ஃபிரண்டா மாறினா அந்தப் பெண்ணுக்கு அவரது குடும்பத்திற்கு ஏன் ஒட்டுமொத்த சமூகத்துக்கும் நல்லது. அதுக்கு நீங்க எடுத்துக்காட்டு. வேல்விழி எல்லாத்தையும் சொல்லி முடிச்சபோது அவங்களோட வெள்ளை மனசு எனக்குப் பளிங்கா தெரிஞ்சுது. உங்கமேல மதிப்பு கூடியது.

இப்ப சொல்லுங்க, இந்த மோதிரம் யார்கிட்ட இருக் கணும்னு?"

ராஜனின் முதுகில் தட்டிக் கொடுத்த பிரபு "வாங்க பிரதர், விழாவ கவனிப்போம். மிச்சம் இருக்கிற காலத்துக்கு நம்மால முடிஞ்ச நல்லத செய்வோம்" என்றார். அப்படியே தோளில் கையணைத்து மேடைக்கு அழைத்துச் சென்றார். பிரபு இப்போது அண்ணாந்து பார்க்கும்படி மிக உயரமாகத் தெரிந்தார்.

மேடையில் அமர்ந்த ராஜன் கைக்குட்டையால் முகத்தைத் துடைப்பது போல் கண்களின் நீரை ஒத்தி உறிஞ்சச் செய்தார்.

அடுத்து ராஜன் பேசுவார் என்று அறிவிக்கப்பட்டது. ராஜன் கொஞ்சம் ஆடித்தான் போனார். இப்போது போய் பேசினால் அழுகை வந்து விடுமோ? பழசையெல்லாம் நினைத்து உளறி விடுவோமோ? என்ற மின்னல்கள் அவரது மூளையைத் தாக்கின.

நல்ல வேளையாக இடிதாங்கி போல குழலி வேகவேகமாக மைக் முன்னால் வந்தார்.

"டாக்டர் ராஜன் கடைசியாகப் பேசுவார். அதுக்கு முன்னால நான் ஒண்ணு சொல்ல வேண்டியிருக்கு. அதைச் சொல் லிட்றேன். ஓ.கேங்களா?" திரும்பி ராஜனைப் பார்த்தார்.

அப்பாடா... யார் காப்பாத்துவாங்கன்னு நெனைச்சேன். உங்கள வேணாம்னா சொல்லுவேன். பேசுங்க பேசுங்க என்பது, போல ராஜன் தலையாட்டினார்.

"எல்லாருக்கும் வணக்கம். எங்க பாட்டி, அம்மா பேர்ல இந்த ஹாஸ்பிடல் இருக்கு. ஆனா உங்களுக்கு ஒண்ணு சொல்லிக்க விரும்புறேன். இந்த ஹாஸ்பிடல ரெண்டு மாசத்துல கட்டி முடிச்சதுல உங்களோட வேர்வை இருக்கு, உழைப்பு இருக்கு. எதையும் மக்கள் நெனைச்சா சாதிக்க முடியும்னு எங்கம்மா அடிக்கடி சொல்லுவாங்க. அத இப்ப நான் நேரடியாவே பாக்கறேன். அதனால இந்த ஹாஸ்பிடல் எங்களது இல்ல. உங்களோடது. மக்களோடது. இது மக்கள் ஹாஸ்பிடல்..."

ஊர்மக்கள் உற்சாகமானதால் கைத்தட்டல் ஓங்கி ஒலித்தது. கடைசியாக ஒரு சிறுவன் தட்டி முடிப்பதுவரை கூட்டத்தைப் பார்த்துக் கொண்டிருந்த குழலி பேச்சைத் தொடர்ந்தார்.

“பணம் சம்பாதிக்க இந்த ஹாஸ்பிட்டல கட்டல. அப்படின்னா அத நாங்க அமெரிக்காவிலேயே சம்பாதிக் கலாமே. இந்த ஹாஸ்பிட்டல்ல எல்லாம் வெளிப்படையா இருக்கும். என்ன நோய்? என்ன மருந்து? என்ன சோதனை? என்ன செலவு? என்பதெல்லாம் பட்டியல் போட்டு நோயாளி குடும்பத்துக்குக் குடுப்போம். அவங்களால என்ன முடியுதோ அதக்குடுத்தா போதும். வசதியானவங்க அதைவிட அதிகமா வும் குடுக்கலாம். எல்லாம் கணக்குல வச்சி ஆண்டுக்கு ஒருமுறை இதே போல் இதே நாள்ல விழா நடத்தி உங்களுக்குக் கணக்கு சொல்லப்படும்”

மறுபடியும் மக்கள் கை தட்டினார்கள். சீமைராஜா வழியும் கண்ணீரைத் தோள் துண்டால் துடைத்துக்கொண்டார். துரைராஜ் நிமிர்ந்து உட்கார்ந்து பலமாகக் கைத்தட்டினார்.

“இப்ப ராஜன் அங்கிள் பேசுவார்” என்று சொல்லிவிட்டுக் குழலி சென்று அமர்ந்தார்.

“எல்லோருக்கும் வணக்கம். வேல்விழியப்பத்தி உங்களுக்கு சொல்ல வேண்டியதில்ல. எனக்கு அவங்ககிட்ட புடிச்ச முக்கியமானது சமூக மாற்றங்களுக்கான போராளிகளுக்குத் தனிவாழ்க்கை, பொது வாழ்க்கை என்பதில்லை. எல்லாவற்றை யும் உள்ளடக்கிய ஒரு வாழ்க்கைதான் என்று அவர் திரும்பத் திரும்ப சொல்வதுதான். சொன்னது மட்டுமில்லாம அப்படியே நடந்தும் காட்டினார். தனது மூத்த மகள் ரேவதி அயர்லாந்துக் காரரை திருமணம் செய்து கொள்ளவும் இளையமகள் குழலி மராத்திக்காரரைத் திருமணம் செய்யவும் சுதந்திரமாக வாழவும் தடைபோடாமல் இருந்தார். இதற்கு டாக்டர் பிரபுவும் ஒத்துழைத்தார்.

இந்தியாவில் சாதி மதம் மாதிரி அமெரிக்காவில் கருப்பு நிறம் பெரும்பிரச்சனை. இரண்டையுமே எதிர்த்து வேல்விழி போராடினார். மக்களிடம் பத்திரிகை மூலமா அம்பலப் படுத் தினார். அதனால்தான் அமெரிக்காவில் டாக்டராக வாழ்ந்தா லும் போராளியாக உயிர்த்தியாகம் செய்யவேண்டிய...”

நெஞ்சையடைத்த சோகத்தால் பேச்சு வெளி வர மறுத்தது. உதட்டை நனைத்து எச்சிலை உள்விழுங்கி மூச்சை உள்வாங்கி வெளியே விட்டுத் தன்னை சமநிலைப்படுத்திக்கொண்டு தொடர்ந்தார்.

“அவருக்கு எப்போதும் மக்கள் பற்றிய சிந்தனைதான். சில பிரச்சனைகள் காரணமா அவர் அமெரிக்கா போகாமல் இருந்தால் இந்த மருத்துவமனை எப்போதோ உருவாகியிருக்கும்.

வேல்விழியின் மனதைத்தான் குழலியின் குரலில் நீங்கள் கேட்டீர்கள். இனிமேல் வேல்விழியை நீங்கள் தினந்தோறும் பார்ப்பீர்கள். குழலியின் உருவத்தில்”

ராஜன் பேச்சை நிறைவு செய்தார். விழா நிறைவு பெற்ற அறிவிப்பு சொல்லப்பட்டதும் எல்லோரும் கலைந்து சென்றார் கள். முதல்நாள் பார்க்க முடியாதவர்கள் இன்று குழலி அருகே வந்து பார்த்துப் பேசி மகிழ்ந்தனர்.

சீமைராஜாவைக் கை தாங்கலாக துரைராஜ் மேடையி லிருந்து இறக்கிவிட்டார்.

சீமைராஜா மனச்சுமையால் தளர்ந்து தனியே நடந்தார். சாதி-சமூகம்- உடம்புல எங்க எழுதியிருக்கு? இத்தனவருஷமா கட்டிக்காத்தத இப்போ யாருகிட்ட குடுக்கப்போறேன். ஒரு பேத்தி வெளிநாட்டுக்காரரையும் ஒரு பேத்தி வேற மாநிலத்துக்காரரையும் கல்யாணம் பண்ணியிருக்காங்க. அவங்க என்னா கெட்டா போய்ட்டாங்க? என்மகளையும் அப்படி அனுமதிச் சிருந்தா என் கூடவே இருந்திருப்பால்ல. கடைசிகாலத்துல எனக்கு ஏன் இந்த சோகம்?

குளம் குட்டைய என்னதான் பாதுகாத்தாலும் தண்ணிய சூரியன் உறிஞ்சாமலா விட்டுடுது? அதே சூரியன் கடல் தண்ணியையும் உறிஞ்சுது. பெய்யும் மழையில உப்பா கரிக்குது. இயற்கை சொல்ற இந்தப் பாடத்தப் படிக்காம, என்ன வயசாயி, என்ன வாழ்ந்து, என்ன பயன்? சுயநலத்தோடு நம்ம வயல்ல தண்ணிய நெறைச்சி பாதுகாத்தாலும் நண்டு தொள போட்டு அடுத்த நெலத்துக்குப் பாய்ச்சிடுது. இது புரியாமத்தான் வாழ்ந்திருக்கேன். நான் சாதி சமூகத்த பாதுகாக்கிறேன்னு வீம்புக்கா நின்னாலும் ராஜன், முத்துமாணிக்கம், துரைராஜுன்னு எத்தன நண்டுகள் தொளை போட்டு சமூக சேவை செய்யுதுங்க...

விழா மேடையைத் தாண்டி இருள் வந்தபோது சீமைராஜா கண்மங்கி தடுமாறினார்...

❒

www.ingramcontent.com/pod-product-compliance
Lightning Source LLC
LaVergne TN
LVHW100240051026
849517LV00006B/1942